बेहद्द

आगळ्यावेगळ्या प्रेमाच्या २ अनोख्या कथा

अमित मेढेकर

प्रिय आईस,

माझ्या प्रत्येक पुस्तकाची सुरुवात ही तुझ्या पवित्र स्मृतीस वंदन करूनच होऊ शकते.
आज तू नसताना तुझी दिलेली प्रत्येक शिकवण मला नव्याने जगायला शिकवते...

माझे हे 3 रे पुस्तक सुद्धा तुला अर्पण आई!

तुझा आशीर्वाद असाच राहू दे!

.... अमित

अनुक्रमणिका

प्रस्तावना

मित्रहो नमस्कार!

सर्वप्रथम माझ्या आधीच्या दोन्ही पुस्तकांवर केलेल्या प्रेमाच्या वर्षावासाठी तुमचे मनःपूर्वक धन्यवाद.

माझे पहिले पुस्तक हे जीवनात्मक दृष्टिकोनाचे होते तर दुसरे पुस्तक हे मी घेतलेल्या समुपदेशनावर आधारित असलेल्या मनाच्या स्थितीवर होते. हे लिहीत असताना विविधरंगी विषय लिहिता यावेत म्हणून ह्या दोन प्रेमकथा लिहिण्याचा प्रयत्न केला आहे.

यातील एक प्रेमकथा ही प्रतिकूल परिस्थिती मध्ये एकत्र आलेल्या 2 वेगवेगळ्या माणसांची तर दुसरी प्रेमकथा ही आपला स्टेटस सांभाळून घेताना होणाऱ्या प्रेम आणि सशक्त विचारांची आहे. एक कथा खूपच तरल आणि संवेदनशील आहे तर दुसरी क्षणाक्षणाला मनाला धाकधूक वाढवून देणारी आहे..

दोन्ही ठिकाणी प्रेम ही भावना आहे आणि या प्रेमाला हद्द नाही म्हणूनच ते प्रेम "बेहद्द" आहे.

केवळ वैचारिक लेख न लिहिता ह्या 2 छोट्या कादंबरी लिहिण्याचा हा प्रयत्न केला आहे. जर हा यशस्वी झाला तर पुढचे पुस्तक सुद्धा एक प्रेमकथेवरच लिहीन.

तुमचा लोभ असाच असू देत!

आपलाच,

अमित सुनीला सुरेश मेढेकर

ऋणनिर्देश, पावती

माझ्यावर बेहद्द प्रेम करत असणाऱ्या माझ्या सर्वच प्रियजनांना हा मनातून ऋणनिर्देश!

माझी बायको सौ. निधी आणि माझी मुलगी चि. पविशना यांचे माझ्याप्रति असलेले प्रेम हे मला नवीन गोष्टी लिहण्याची उर्मी देते...

तुम्ही सगळे आहात म्हणूनच मी आहे!

1

अमर्याद

(ही संपूर्ण कथा काल्पनिक असून याचा वास्तवाशी कुठलाही संबंध नाही. जर तो आढळला तर तो एक केवळ योगायोग समजावा.)

त्या अंधाऱ्या रात्री कड-कड-कड असा प्रचंड मोठा आवाज आकाशात उठत होता आणि त्या पूर्वी काही क्षण प्रखर तेजस्वी अशी वीज आसमंतात चमकून गेली होती. कोणालाही भीती वाटावी असा तो आवाज अनामिक काळजी निर्माण करत होता की कुठेतरी ही वीज पडली असेल आणि निसर्गाचा प्रकोप नक्कीच झाला असेल. कोणाचातरी बळी तर गेला नसेल?

प्रचंड वेगाने वारे वाहत होते आणि गडगडाटासहित मुसळधार पाऊस सुरु होता. समोरचेही दिसत नव्हते अशा या अवकाळी पावसात कुठूनशी एक छप्पर फडफडत असलेली एक छोटीशी झोपडी दिसत होती. उडून जाते की काय अशी परिस्थिती आणि तशा त्या झोपडीच्या एक कोपऱ्यात एक मुलगी निश्चल मनाने, शुद्ध नसल्यासारखी शून्यात बघत बसली होती. बाहेर काय सुरू याची जणू तिला जाणीव नव्हती आणि फिकीर सुद्धा.

वय असेल साधारण 17 ते 18 वर्षे. अंगात साधेसे पण प्रचंड मळलेले कपडे, मध्येच कुठे फाटलेले जणू कुणी बोचकारले आणि त्यात तिची ही अवस्था झाली.

खूप वेळाने तिची नजर फिरली आणि वर आकाशाकडे पाहिले मग मात्र तिला एक हुंदका फुटला आणि प्रचंड मोठ्या आवाजाने तिने हंबरडा फोडला. जणू तिच्या त्या आवाजातील वेदना त्या गडगडाटा सोबत द्वंद्व खेळायला बघत होत्या. त्या पावसालाही कापर फुटेल अशी ती आर्त वेदना त्या आवाजात होती. जणू तिच्या त्या आवेगला तो पाऊसही थोडा घाबरला आणि वाऱ्याचा वेगसुद्धा मंदावला.

पुढचे किती क्षण, किती मिनिटे,किती तास तसेच गेले हे तिलाही कळले नसावे कारण दमून थकून म्लान झालेली ती त्याही परिस्थिती झोपी गेली.

अचानक तिच्या बाजूला प्रचंड वेगात काहीतरी धडकले तशी ती खडबडून जागी झाली आणि पटकन उठून उभी राहिली. तिच्या चेहऱ्यावर भीतीची लहर धावायला

लागली,डोळ्यात प्रचंड वेदना आणि एकीकडे ती थरथर कापत होती.

कसला आवाज? कोण असेल? एका क्षणात अनेक प्रश्न तिच्या मनात येऊन गेले.

काळ्या कुट्ट अंधारात तिची परिस्थितीची झालेली जाणीव तिला अस्वस्थ करत होती आणि त्यात हा महाभयंकर आवाज!

हळूच तिने बाहेर डोकावून पाहिले तर पाऊस आता बऱ्यापैकी थांबला होता.

ती होती त्या झोपडी समोरील मोठया खडकावर एक कार येऊन धडकली होती...कार च्या पुढच्या भागातून प्रचंड धूर येत होता.न राहवून ती बाहेर आली आणि हळूच त्या कार जवळ गेली तर तुटलेल्या दरवाज्यातून एक मुलगा अर्धवट बाहेर लटकत होता.

त्याच्या डोक्याला मार लागला होता त्यामुळे त्याची शुद्ध हरपली होती. डोक्यातून रक्त वाहत होते.

तिने जवळ जात तो दरवाजा आणखी ओढला आणि त्याला आधार देत बाहेर रस्त्यावर निजावले. तो तसा शुद्धीत येणार नाही हे तिला जाणवले तसे तिने आजूबाजूला काहीतरी शोधायला सुरवात केली. विजा प्रचंड चमकत होत्या.. त्यामुळे बाजूच्या खडकांवर पाण्याच्या धारा वहात होत्या.

लगबगीने तिने जवळच्या झाडाची दोन मोठी पाने हातात घेतली आणि त्यात मावेल तितके पाणी घेऊन ती धावत त्याच्याजवळ आली. धावताना अर्धे पाणी तर सांडले पण वाचले तितके तिने पटकन त्याच्या चेहऱ्यावर ओतले तशी तिला त्याची हालचाल जाणवली. त्याचे हातपाय थोडे हलले आणि हलकेच डोळ्यांची थोडी हालचाल झाली.

ओणवी होऊन ती त्याच्याकडे बघत होती तिची अधीरता तिच्या नजरेत जमा झाली होती.थोडी भीती, थोडी काळजी, थोडे कुतुहलमिश्रित अधिरता असा अनोखा संगम त्या नजरेतून एकाच वेळी त्या अनोळखी व्यक्तीकडे बघत होता. काही क्षण गेले तसे तो डोळे पूर्ण उघडण्यात यशस्वी झाला. किलकिले डोळे त्या अनोळखी मुलीला बघून दचकले आणि स्वतःला सावध करत त्याने उठायचा प्रयत्न केला पण त्याच क्षणी प्रचंड वेदना त्याच्या शरीरात त्याला जाणवली आणि तो कळवळला.

तसे ती पुढे आली आणि तिने त्याला आधार द्यायला हात पुढे केला. पुन्हा काही क्षण त्यांचे एकमेकांकडे पाहण्यात गेले तीही थोडी बावचळली होती आणि तोही प्रश्नार्थक नजरेने तिला पाहत होता.

शेवटी त्याच्याकडे सुद्धा पर्याय नव्हताच तेव्हा त्याने तिच्या हाताचा आधार घेत उठायचा यशस्वी प्रयत्न केला.

तिच्या खांद्याला धरत तो उभा राहिला आणि तिने सुदधा त्याचा हात आपल्या खांद्यावर घेत त्याचा भर आपल्यावर घेत हळूहळू त्याला त्या झोपडीत घेऊनली. भिंतीच्या आधारावर हळूच तो खाली टेकत बसला आणि तिच्याकडे बघत होता. एव्हाना ती पुन्हा त्या गाडीकडे गेली होती आणि काहीतरी शोधत होती.

बराच वेळ काहीतरी हुडकत असताना तिला काहीतरी मिळाले तसे तिने मागच्या त्या वाहणाऱ्या पाण्याच्या धारेवरून थोडे पाणी हातातील प्लास्टिकच्या झाकणात घेतले आणि आणून त्याच्या समोर धरले.

कसातरी हात पुढे करत त्याने ते झाकण घेतले आणि तोंडाला लावले त्यातील पाणी तो अधाशासारखा प्यायला.

"थँक्स!" तो म्हणाला.

ती काहीच न बोलता त्याच्या समोरील भिंतीला टेकून बसली. ती जमिनीकडे बघत बसली मध्येच एक चोरटा कटाक्ष त्याच्याकडे टाकत होती आणि तो वेदनेने कण्हत विचार करत होता अशा निर्जन स्थळी ती आपल्यासाठी देवदूतासारखी ही कोण आणि कुठून आली ?

बाहेरील वादळ आता शमले होते पण आता तेच वादळ दोघांच्याही मनात मात्र सुरू झाले होते..

दोघेही नुसते अधूनमधून एकमेकांकडे बघत होते...कधीतरी नजरानजर झाली की दोघेही दुसरीकडे पहायचे...त्याला कळत नव्हते ही एकटी मुलगी या झोपडीत कुठून आली?

आणि एक क्षणाला त्याची किंचित स्थिर नजर तिच्यावर रोखली गेली जणू नजरेने तो तिला काही विचारत होता पण तोंडून शब्द फुटत नव्हते. स्वतःला मानसिक धक्क्यातून बाहेर आणत परिस्थितीप्रमाणे असा तोही बऱ्यापैकी सावरला होता.

ती मात्र तशीच बसली होती निर्विकार नजरेने...तिने गुढघ्यात मान घातली... मनातील कल्लोळ, पोटातील भुकेचा उसळलेला डोंब आणि अनामिक भीती याचे सगळे काहूर माजले होते. काय करावे कसे करावे या विचारात ती होती...हा कोण? का आपण याला मदत केली? या विचारात तिने मान वरती केली.

तो गोरा आणि चांगलाच उंचापुरा होता आणि एकंदर कपडे त्यातून येणार सुगंध यावरून मोठ्या घराचा जाणवत होता. वय पंचवीस पेक्षा जास्त नसावे..तिची होणारी चुळबुळ तो बघत होता. ती अस्वस्थता त्यालाही जाणवत होती. मध्यम बांधा, गव्हाळ वर्ण, चेहरा तर चांगला आणि एकटी मुलगी आणि ही इथे यावेळी का आणि कशी? हिचा अवतार असा का? त्याच्या मनातील प्रश्नाने तो बोलू का नको या द्विधा मनस्थिती मध्ये होता.

शेवटी न राहवून तो म्हणाला " हॅलो... मी राज!"

तिने फक्त मान वर करून त्याच्याकडे पाहिले पण काहीच बोलली नाही.

पुन्हा काही वेळ शांततेत गेला आणि त्याने उठायचा प्रयत्न केला. उभा होताना अचानक त्याचा तोल गेला आणि तो पडणार तशी पटकन ती पुढे आली आणि त्याला आधार देत उभे केले.

पहिल्यांदा त्या दोघांची नजरानजर झाली आणि त्या नजरेत तिला किंचित विश्वास जाणवला.

"कुठे जायचे आहे?" प्रथमच तिने काही शब्द उच्चारले.

जबर गोड आवाज होता तिचा...या स्थितीत नसती तर तिचा आवाज अजून चांगला आला असता...

ती त्याच्याकडे भुवई उंचावून पहात होती..

त्याच्या ते लक्षात आल्यावर तो म्हणाला,

"गाडीत माझा फर्स्ट एड बॉक्स होता आणि काही औषध असतील त्यात .....ती बघायची होती."

"मी जाऊन बघितले तर चालेल की तुम्हाला यायचे आहे?"

"किल्ली बघावी लागेल, कुठे पडली आहे का आजूबाजूला...आणि त्यात बहुधा काही खाण्याचे पण असेल. जमेल का आणायला ?"

"मला तर नाही माहीत गाडीचे काही..कशी उघडायची ते... . तुम्ही चला ...आपण बघू" असे म्हणत पुन्हा त्याला आधार देत ते झोपडी बाहेर पडले. बाहेर अंधार खूप तीव्र होता. अनोळखी जागा, आकाशात कडाडून येणाऱ्या विजा, बाहेरील कुंद वातावरण सगळंच कसं अनाकलनीय होतं.

त्याला तिचा होणारा तो स्पर्श हा खूप सात्विक जाणवत होता तर त्याचा तो पुरुषी स्पर्श नकळत तिला विश्वास देऊन जात होता. काही मिनिटांपूर्वी एकमेकांना न ओळखणारे ते नकळत जवळ येत होते.

तिच्या मदतीने तो गाडीजवळ आला, वाकून त्याने अंधारात चाचपडत बाहेर पडलेली गाडीची किल्ली मिळवली... दोघे गाडीच्या बाजूने गेले आणि त्याने घट्ट झालेला दरवाजा उघडायचा प्रयत्न केला तसे त्याला पाठीतून कळ आली.. तो विव्हळला. तिने चमकून त्याच्याकडे पाहिले, त्याच्या चेहऱ्यावर वेदना स्पष्टपणे दिसत होत्या.

तिने हाताने त्याला खुणावले आणि थांब असे सुचवत स्वतः दरवाजा उघडून तिथे शोधू लागली.

थोडं इकडे तिकडे सामान शोधल्यावर तिला एक प्लास्टिक चा बॉक्स हाती लागला ज्यावर प्लस ची खूण होती....आणखी 2 छोट्याबॅग हाती लागल्या...

तसे गाडीत बरेच सामान होते...त्या 2 छोट्या बॅगसुद्धा तिने बाहेर घेत दरवाजा बंद केला आणि पुन्हा त्यांचा निवारा असलेल्या त्या झोपडीकडे त्याला आधार देत चालायला लागली.

त्याला आत सोडत ती पुन्हा एकटीच बाहेर गेली काहीही न कळलेला तो फक्त ती गेली त्या दिशेला बघत मोठया कष्टाने खाली बसला...

आता बरेच काळोख व्हायला आला होता. काही मिनिटाने ती आत आली तसे तो तिच्याकडे बघतच राहिला.

पाण्याने चेहरा धुवून आलेली ती प्रसन्न वाटत होती. तिचा सालस चेहरा त्याला भावून गेला... एकटक तो आपल्याकडे बघतोय लक्षात आल्यावर ती थोडी बावचळली तसे त्याने पटकन नजर फिरवली.

तो बॉक्स उघडत त्याने त्यातून एक मलम जखमेवर लावायचा प्रयत्न केला पण त्याला ते जमत नव्हते आणि त्याने तिच्याकडे पाहिले तर ती झोपडीत काहीतरी शोधत होती.

"मला थोडी मदत लागेल त्या बॅग मध्ये काय आहे ते बघतेस का?"

तिने फक्त त्याच्याकडे पाहिले आणि जवळ जात त्याच्या हातून तो बॉक्स घेत मलम आणि बँडेज काढले...

ते त्याच्या हातात दिले पण त्याला ते लावता येईना...शेवटी तिने ते बँडेज हातात घेतले आणि त्याच्या जखमेवर जमेल तशी मलमपट्टी केली. ते करत असताना तोंडातून एक चकार ती बोलत नव्हती हे त्याला खूप गूढ वाटत होते. तिने पुन्हा त्याला पाणी आणून दिले तसे त्यातील काही औषधी गोळ्यासुद्धा त्याने घेतल्या.

ती पुन्हा काहीतरी शोधायला झोपडीत इकडे तिकडे बघत होती तसे तिला एका कोपऱ्यात काही झाडाच्या काटक्या पडलेल्या दिसल्या.... त्या तिने पट्कन उचलून दोघांच्या मध्ये आणून ठेवल्या. ती काय करते आहे हे एव्हाना त्याला कळतं होते कारण तिथे अंधार पसरत होता.

त्याने खिशातून लायटर काढून तिच्यासमोर धरले, तिने त्याच्याकडे पाहिले पण ते कसे चालू करायचे हे तिला कळेना. मग त्यानेच ते ऑन करत तिला दिले...तसे तिने त्या काटक्यांना पेटवले आणि थोडा जाळ निर्माण झाला.

"माझ्या बॅग देतेस का त्यात काय आहे बघू यात. मला खूप भूक लागली आहे."

तिने बॅग्स त्याच्याकडे दिल्या.

" तुला नावं नाही सांगायचे का? इतक्या विचित्र ठिकाणी तू कशी?" तो बोलायचा प्रयत्न करत होता.

त्या दरम्यान बॅगेत त्याला एक बॉटल मिळाली. काही सफरचंदे, आणि एका डब्यात काही स्नॅक्स मिळाले तसे हलकेच हसत तो म्हणाला "नानु यु आर ग्रेट!"

तिला काही कळले नाही तिने फक्त वर त्याच्याकडे पाहिले.

" माझे नानु, मी कधीही बाहेर निघालो म्हणून त्यांनी माझ्या नकळत डिक्कीत खायचे ठेवले. "

त्याने तिला एक सफरचंद दिले आणि दुसरे स्वतः खायला सुरवात सुद्धा केली.

हो का नाही असे मन सांगत होते पण पोट काही वेगळेच बोलत होते त्यामुळे तिने ते पटापट खाल्ले. त्याने तो स्नॅक्स चा डबा तिच्या पुढे धरला तसे तिने त्यातून सँडविच उचलून खाल्ले. खाल्यावर दोघांनाही थोडं बरे वाटले एव्हाना औषधाने त्याला थोडं बरे सुद्धावाटत होते.

तिचा अवघडलेपण थोडे निवळले होते,नकळत कुठेतरी त्याची या वेळीची सोबत तिला बरी वाटत होती. त्या अंधाऱ्या वेळी आपल्यासोबत कोणी आहे आणि त्याहीपेक्षा आतापर्यंतच्या त्याच्या वागण्यावरून तो वाईट नसावा हा अंदाज तिने बांधला होता. त्या काटक्या जळत असताना चा त्याच्या चेहऱ्यावर पडणार प्रकाश ती बघत होती आणि

चळवळ करणारा तो सुद्धा अधून मधून तिच्याकडे बघत होता. आता तो सुद्दा बराच सावरला होता.

"तुझे नाव काय आहे..? "

"नैना!" पहिल्यांदा तिच्या तोंडून तिने तिचे नाव घेतले..

"नैना...तू इथे कशी?"

ती काहीच बोलली नाही..

"सांग ना..."

ती तशीच शांत बसली...

तिच्या चेहऱ्याकडे बघत तो पण तसाच बसून राहिला...

तेवढ्यात जोरात वीज चमकली आणि काही क्षणात त्याच झाडावर ती कोसळली ज्या झाडावर त्याची गाडी धडकली होती...

क्षणांत ते झाड कडकड आवाज करत त्याच्या गाडीवर कोसळले...आणि गाडीचा चक्काचूर झाला...

"ओहह..नो..." तो जोरात ओरडला..आणि त्याने उठायचा प्रयत्न केला पण तसाच धाडकन खाली कोसळला...

तिने त्याच्या हाताला घट्ट पकडले तसे तो तिच्या हाताला घट्ट कवटाळून थांबला...ते दोघेही त्या गाडीकडे आणि पडलेल्या मोठ्या झाडाकडे पाहात होते...

"मोबाईल काढ माझा..." तो एकदम ओरडला..

तिने दचकून त्याच्याकडे पाहिले..तसे पॅन्ट च्या खिशाकडे हात दाखवत तो म्हणाला, "माझा मोबाईल..."

तिने अलगद त्याच्या खिशातून मोबाईल काढला..त्याने हातात घेऊन पाहिले तर स्क्रीन ब्रेक झाला होता...जेवढे काही दिसत होते त्यावरून हे कळत होते की त्याला रेंज नाही आहे...

"तुझ्याकडे मोबाईल आहे..?" त्याने तिला विचारले..

तसे तिने नाही अशी मान हलवली.

"आता आपण इथून जायचे कसे..?" त्याने तिच्याकडे बघत विचारले..

याचे उत्तर तिच्याकडे तरी कुठे होते..

तेवढयात पावसाला परत जोरात सुरुवात झाली...आता पाऊस तिरका येत होता...त्यामुळे झोपडीत सुद्धा पावसाने शिरकाव केला...त्या झोपडीत जी शेकोटी त्या अंधाऱ्या रात्री आणि भर पावसात पेटली होती ती विझायाला लागली..तिने खूप प्रयत्न केला पण शेवटी पावसाने त्या आगीला विझवलेच...

त्याने लायटर लावून परत पेटवायचा प्रयत्न केला पण आता ती काटके ओली झाली होती. शेवटी त्याने नाद सोडून दिला...तेवढ्यात ती जोरात ओरडली...त्याने दचकून पाहिले तसे ती एकदम त्याच्यापाशी आली ..."साप साप " ती जोरात ओरडली तसे तो धडपडत उठला आणि अंदाजाने अंधारात हात टाकला...तसे त्याच्या हाताला काही तरी थंड लागले ते

त्याने तसेच पकडले आणि लांब फेकून दिले...त्याच्या त्या लांब फेकण्याने त्याच्या हाताला जोरात झटका लागला आणि तो ओरडला...

त्याच्या त्या ओरडण्याने तिला वाटले की साप त्याला चावला आणि ती जोरजोराने ओरडायला आणि सोबत रडायला लागली...

"वाचवा..साप ..वाचवा..साप..." ती मोठमोठ्या आवाजात ओरडली तसे तो एकदम धडपडत म्हणाला, "साप चावला नाही आहे.....हाताला माझ्या जोरात झटका लागला आहे.."

तसे तिने लगेच त्याच्या हाताला धरले आणि अलगद खांद्यापासून ते बोटापर्यंत चोळायला लागली..तिच्या त्या कृतीने तो क्षणभर भांबावला...पण काहीच बोलला नाही.

ती एकीकडे त्याचा हात चोळत होती आणि दुसरीकडे रडत होती. तिचे रडणे पाहात तो त्याच्या दुखण्याकडे दुर्लक्ष करायचा प्रयत्न करत होता.

तिचा चोळणारा हात त्याने पकडला आणि थांबवला. तिने दचकून त्याच्याकडे पाहिले...

तो अत्यंत शांत नजरेने तिच्याकडे पाहत होता... त्याची ती नजर तिला सहन होईना....ती दुसरीकडे पाहायला लागली तसे त्याने विचारले..." नैना....मी तुझ्या कडून काहीही करून घेणार नाही जोपर्यंत तू मला हे सांगत नाहीस की तू इथे कशी आलीस..."

"आली नाही आहे मी...आणले गेलंय मला इथे...जबरदस्तीने..." जोरात ओरडत ती म्हणाली...

तिचा तो किंचाळणारा आवाज आणि तिच्या चेहऱ्यावर असलेली वेदना पाहून तो चमकला...त्याला काय बोलावे हे कळेना...

ती स्फुंदून स्फुंदून रडायला लागली... त्याला तिला शांत कसे करायचे हे नाही कळले. त्याने लायटर काढला आणि त्याच्या बाजूला असलेल्या 1-2 काड्या तो पेटवायला लागला..त्याच्याकडून काड्या पेटत नव्हत्या तसे तिने उठून आजूबाजूला असलेल्या कोरड्या काड्या शोधल्या आणि तिथे आणल्या...लायटर ने काड्या पेटवून तो तसाच बसून राहिला...

तिचे रडणे सुरूच होते... रडत रडत मधेच म्हणाली..."कुठली मुलगी घर दार सोडून...मोबाईल न घेता ...एकटी अशी या वेळेस या अंधाऱ्या रात्री स्वतःच्या इच्छेने इथे येईल..." तिच्या आवाजातील दाह त्याला जाणवत होता...तो दाह तिथे एखादी आग निर्माण करेल असे वाटत होते...

त्याने अलगद तिच्या हातावर हात ठेवला...तसे तिने झटकन हात काढून घेतला..

"मला कसलीही सहानुभूती नकोय..."

तिच्या आवाजातील जरब पाहून तो चपापला. त्याने हाताला जमिनीवर टेकवत उठण्याचा प्रयत्न केला पण त्याच्या हाताच्या वेदनेमुळे तो परत तिथेच धडपडला...तिने डोळ्यातील विझलेल्या चेतनेने त्याच्याकडे अर्थपूर्ण पाहिले...त्याची नजर निर्विकार होती.. क्षणभर तिला काहीतरी वाटले आणि "सॉरी" तिने एकदम म्हणले...

तो तसाच बसून होता...

"आज संध्याकाळ पर्यंत सगळे ठीक होते...आणि गेल्या 4 तासांत सगळे बदलले...होत्याचे नव्हते झाले.." ती धाडकन बोलून गेली.

"ही जागा कुठली हे पण मला नाही माहिती...मी पळून आले तिथून... ही झोपडी मिळाली आणि इथंच राहिले..."

"कुठून पळून आलीस..? " त्याने चकित होत विचारले.

"त्या दरीतून..." तिने दूर हात दाखवत सांगितले..

त्याला अजूनही नीट काही कळत नव्हते..हिचे आधी सगळे ठीक होते नंतर ही पळून आली आणि ते सुद्धा त्या दरीतून.. त्याला क्षणभर ती वेडी आहे का असे वाटले...पण तिच्या चेहऱ्याकडे पाहिल्यावर ती बरीच त्रासात आहे हे कळत होते.... त्या पेटलेल्या काड्यांच्या प्रकाशात तिचा तो उतरलेला चेहरा चमकत होता...

कमालीची सुंदर होती ती...अत्यंत रेखीव चेहरा...गव्हाळ रंग, बदामी आकाराचे डोळे, सरळ नाक, लालचुटुक ओठ, लांबसडक केस आणि आकर्षक जॉ लाईन....तो तिच्याकडे तिच्या नकळत पाहतच राहिला...या अवस्थेत सुद्धा ती दिसणारी एक सौंदर्य मूर्ती भासत होती...

पाऊस बऱ्यापैकी थांबला होता ...बाहेर अंधार होता पण त्या पेटलेल्या काटक्या मध्ये त्याला जगातला सर्वात विक्रमी प्रकाश तिच्या चेहऱ्यावर भासत होता...

"नैना..." तो हलकेच म्हणाला...

"हम्म.." तिच्या नकळत ती म्हणाली...

"मला नीट सांगशील का...?"

"काय..?"

"तू त्या दरीतून कशी काय पळून आलीस?"

"कशी म्हणजे...पळत पळत आले..."

त्याला तिच्याशी काय आणि कसे बोलावे हे कळेना...

ती त्याला अजूनही सांगत नव्हती की त्या दरीत ती कशी आली..

एवढ्या अंधाऱ्या रात्री, एकटी मुलगी, वय अंदाजे 18 वर्षे त्या दरीत स्वतःहून येणार नाही हे त्याला कळत होते...पण तिचे असंबद्ध बडबडणे त्याच्या समजण्याच्या पलीकडे होते...

तो काही विचारेल या उद्देशाने ती त्याच्याकडे पाहत होती पण तो त्याच्याच विचारात अडकला होता...

शेवटी तीच म्हणाली, "इथून कसे बाहेर पडायचे आपण..?"

तिच्या या प्रश्नाने तो भानावर येत म्हणाला, "मला चालता नाही येणार नैना...तुलाच आजूबाजूला जाऊन मदत आणावी लागेल.."

"मी कुठेच जाणार नाही...मला खूप भीती वाटते..मी या झोपडीतून बाहेर पडणार नाही..." ती घाबरत म्हणाली..

तिच्या घाबरण्याने तो समजला की जे काही करायचे आहे ते त्यालाच करायचे आहे..

"नैना, मला उठण्यास मदत करशील का...मी एकटा नाही ऊठु शकत...माझ्या हाताला पूर्ण झटका लागला आहे आणि पाय जायबंदी आहे.."

तिने मान डोलावली...आणि तशीच बसून राहिली...

ती हालचाल करेना आणि नुसती बसून राहिली पाहून त्याने चकित होऊन तिच्याकडे बघितले...

"नैना...मदत कर मला..." तो ओरडत म्हणाला...

त्याच्या ओरडण्याने ती बावचळली...

तिने त्याला पकडायचा प्रयत्न केला पण त्याचे वजन जास्त होते...ती जोर लावून उचलायला लागली आणि त्याने एका हाताने तिच्या खांद्यावर जोरात पकडून ठेवले...

ती त्याला घेऊन उठायचा प्रयत्न करत होती आणि त्याचे वजन सहन न होऊन ती धाडकन खाली पडली आणि तिच्या अंगावर तो पडला... त्याच्या या अंगावर पडण्याने ती मोठमोठ्याने ओरडायला लागली आणि तिचे रडणे परत सुरू झाले...तो धाडकन बाजूला झाला आणि स्वतःवरच मोठ्याने चिडला...

तिचे रडणे आणि त्याचे चिडणे हे त्या अंधारात त्या झोपडीला पूर्ण जागे ठेवत होते...तिचे रडणे बघून त्याला हे कळले होते की परिस्थिती नुसार आपल्यालाच सांभाळून घेणे गरजेचे आहे.

तो उठला आणि म्हणाला "सॉरी! मी मुद्दाम नाही काही केले... तुलाही माहीत आहे की मला बराच मार लागला आहे."

त्याच्या बोलण्याने ती जरा सावरली. तिलाही हे माहीत होते की ह्याने मुद्दाम काहीच केले नाही. तिने डोळे पुसले आणि त्याच्याकडे एक नजर फिरवली तर तिच्या लक्षात आले की ओशाळलेल्या परिस्थिती मध्ये दोघेही होते.

"माझं वागणे हे चमत्कारिक वाटत असेल पण जे माझ्या सोबत घडले ते आठवून शहारायला होते. प्रचंड भीती वाटते आहे मला." खाली जमिनीकडे बघतच ती बोलत होती.

तिच्या अचानक बोलण्याने तो थोडा चकित झाला खरा, पण उत्सुकतेने त्याचे कान टवकारले आणि तो ऐकू लागला.

ती अजून जमिनीकडेच बघत होती...

त्याला ती शांतता नको वाटत होती...शेवटी तोच म्हणाला, "हे बघ, इथे आपण दोघेच आहोत. मदतही आपल्याला आपणच करणारआहोत. त्यामुळे विश्वास ठेवणे यापलीकडे काही पर्याय आहे का?"

तिने हलकेच नाही असे म्हणत मान हलवली.

"तू जर बोलली तर कळेल मला तुझ्याबद्दल आणि विश्वास ठेव आपण एकमेकांना काही त्रास देणार नाही आहोत. कदाचित काही उद्देशाने आपल्याला एकमेकांच्या समोरासमोर आणले आहे."

तिच्या मनाला थोडा आधार जाणवला तसे ती बोलायला लागली.

" मी नैना....नाशिक जवळ सिन्नरला मी माझ्या मामा कडे राहत होते. आई बाबा मला आठवत नाहीत पण मामा मात्र खूप चांगला होता. प्रेमाने माझे सगळे तो करत असे पण माझ्या मामीला कायम खटकत असे.

मामाला एक मूलगा होता...मामा मामी, तो आणि मी असे आम्ही एकत्र राहत होतो.मामी त्रास देत असे, अभ्यास सोडून घरातील सगळी कामे मीच केली पाहीजे असा तिचा नियम होता.मी पण हे सारे करत होते नाही म्हणायला त्यांच्यामुळे मला घर होते आसरा होता.

मी यंदा बारावीच्या वर्षाला होते, काही दिवसांपूर्वी अचानक मामाची तब्बेत बिघडली आणि त्यातच तो देवाघरी गेला. ती एकदम हुंदका देत म्हणाली...

तिचा थोडासा आवेग थांबेस्तोवर त्याने वाट पाहिली...

पुढे ती बोलायला लागली...

"मामा गेल्यानंतर मामी ने कहरच केला,मला म्हणाली की शिक्षण सोड माझ्याकडे पैसे नाहीत..आणि माझी पुस्तके रद्दीत विकून टाकली. खूप रडले मी....मी तिला म्हणाले, मला खूप शिकायचे आहे, स्वतःच्या पायावर उभे राहायचे आहे. पण मामीने एक ऐकले नाही.

एक दिवस काही लोकांना ती घरी घेऊन आली आणि मला म्हणाली जरा नीट अवतार कर आणि चहा घेऊन बाहेर ये. तुला बघायला काही लोक आलेत. मी आश्चर्याने तिच्याकडे पाहिले तसे डोळे मोठे करत ती म्हणाली, "माझ्या उरावर भार नकोय मला. मुकाट्याने बाहेर ये!"

माझ्याकडे पर्याय नव्हता नाहीतर मला मार बसला असता. मी कपडे झटकले आणि चहा बनवून बाहेर घेऊन आहे,समोर बघते तर ती 3 माणसे गुंड वाटत होती. त्यांच्यात एकही स्त्री नव्हती. खूप घाणेरडे वाटले मला ते लोक...मनात प्रचंड भीती वाटायला लागली आणि माझ्या हातून चहा सांडला.

मामीने त्यांच्यादेखत फाडकीने माझ्या कानाखाली लगावली.मी रडत रडत आत पळत आले तसे ती माझ्यामागे आली आणि म्हणाली तुझे कपडे भर एका थैलीत आणि जा त्यांच्या बरोबर त्यांच्या गावी.

मी म्हणाले, नाही जाणार जबरदस्तीने त्यांच्याबरोबर.... मी ओरडले .. तसे ती लगेच बाहेर जाऊन त्यांच्याशी काही बोलली.

पुढच्या काही मिनिटात काय झाले मला कळलेच नाही,अचानक डोळ्यासमोर अंधार जाणवला इतकेच आठवते. डोळे उघडले तेव्हा बराच वेळ निघून गेला आहे असे जाणवले आणि मी कुठल्याश्या ट्रक मध्ये अडगळीच्या सामानात बसली होते. खरंतर बसवली होते....

मी घाबरून ओरडायचा प्रयत्न केला पण तोंडातून आवाजच फुटत नव्हता.

उभे राहायला गेले तर धडकीने पडले, जाणवले की तो ट्रक खूप जोराने पळत होता. जीव मुठीत घेऊन देवाचा धावा करण्याशिवाय मी त्या क्षणी तरी काहीच करू शकतं नव्हते. बऱ्याच वेळाने ट्रक थांबल्यासारखा जाणवला आणि ती लोक हळूहळू आवाजात काहितरी बोलत होते...मी आजूबाजूला पाहिले तर एक घाट आणि तिथेच जंगल जाणवत होते.

बहुतेक ट्रक ला काहीतरी प्रॉब्लेम आला होता त्यामुळे ते काही चर्चा करत असावेत. त्यात ते मला कुठल्या तरी ठिकाणी जाऊन एका सेठला विकायची भाषा करत होते..हा सेठ म्हणे भारतातील सगळ्या शहरातून मुलींची तस्करी करायचा आणि परदेशी पाठवायचा...

जीव वाचवायचा असेल तर हीच संधी असे मन आतून सांगत होते. देवाचा धावा करत मन घट्ट करत ट्रक च्या मागच्या बाजूला मी आले. बराच उंच होता तो ट्रक.... पण म्हणतात ना वेळ आली की हिम्मत पण येते....आणि असेच काहीसे झाले. कसेतरी लोंबकळत मी स्वतःला उतरवले....एव्हाना ती लोक पलीकडे बसून काही पीत बसले होते. माझ्यासाठी हीच संधी होती पण माझ्या बाजूला दरी होती. जीव गेला तरी चालेल पण ही लोक ठीक नाहीत मन आतून सांगत होते.

मनाचा हिय्या केला आणि रस्त्यावर उतरले.. तो घाट होता...रस्त्यावर तुरळक वर्दळ होती....एका बाजूला डोंगर तर दुसरीकडे खोल दरी होती...

मी विचार न करता त्या दरीकडे पाऊल टाकले. मागे एकदाही वळून पाहिले नाही,दगड वाट,काटे झुडपे जे पायाखाली आले ते तुडवले. अंगावर ओरखडे उमटत होते पण मला कशाची पर्वा नव्हती मला त्या लोकांच्या हातात पडायचे नाही इतकेच मला माहित होते.

एव्हाना सूर्य वर आला होता त्यामुळे मला मदतच झाली. रस्त्यात ओढा मिळाला...तिथे जखमा धुत पाणी पित कसेतरी चालतं आले....तर त्या ओढ्यावर एक छोटासा पूल दिसला...

मी पूल चढून आले...तर दोन काळ्याकभिन्न लोकांनी मला पकडले...आता हे लोक कोण आहेत हे मला कळेना...त्यांनी मला पकडले आणि आत एका वस्तीत आणले...तिथे खुप लोक होते..त्यांची बहुतेक तिथे त्या दरीत एक मोठ्या समूहात ती लोक राहात होती...

इथे माझे काय होणार ते मला कळत नव्हते..मला एका खोलीत बसवले....पण संध्याकाळ च्या वेळेला तिथे एक बाई आली आणि काहीतरी म्हणाली...ती काय बोलली हे मला नाही कळले..तिच्या हातवाऱ्याने फक्त मला एवढेच समजले की मी तिथून पळून जायचे आहे....तिने सांगितलेल्या रस्त्याने मी तशीच निघाले...आणि त्या दरीतून चढत इथवर आले. हातापायात त्राण राहिलें नाही माझ्या, हा आसरा दिसला तसे इथे शिरले आणि त्या देवाला मनापासून हात जोडले.

निदान पाठ टेकायला एक झोपडी तरी मिळली होती पण काहीच वेळात निसर्गाचा प्रकोप जाणवला आणि भयंकर पावसाला सुरुवात झाली. आता पुढे कसे काय याच विचारात थकलेल्या शरीलाला झोप लागली तितक्यात धाडकन जोरात आवाज झाला.

मला वाटले तीच लोक मला शोधत आलीत म्हणून खूप घाबरले होते मी. मनाचा हिय्या करत ईथुनही पळून जावे या विचारात बाहेर आले तर कार दिसली. जवळ जाऊन पाहिले तर तुम्ही होतात.

पाऊस पडत होता तरी तुम्ही शुध्दीवर येणे गरजेचे होते..शेजारच्या झाडावरची पाने तोडली आणि त्यातले पाणी तुमच्या चेहऱ्यावर ओतत राहिले...तुम्हाला शुद्ध आली..

अशा परिस्थितीत तुम्हाला सोडणे योग्य नाही वाटले म्हणून माणुसकीच्या नात्याने ते जसे जमेल तसे करायचा प्रयत्न केला" इतके बोलून ती शांत झाली.

तिची थरारक कथा ऐकून तो थक्क झाला. एक मुलगी अख्खी दरी पार करून इथे आली आणि ईथल्या दरीतल्या स्थानिक लोकांच्या तावडीतून सहीसलामत सुटली हे चकित करण्यासारखे होते..!

तिची संपूर्ण गोष्ट ऐकल्यावर ती स्तिमित झाला. काय बोलावे त्याला कळेना... तो तसाच शांत बसून राहिला...त्याच्या बदलणाऱ्या चेहऱ्याकडे पाहत तो काही बोलेल या अपेक्षेने ती त्याच्याकडे बघत होती. पण तो एकदम अबोल झाला होता...

ती शांतता तिला खायला उठली..."आपण जायचे का इथून आता?"

"हो.." एकदम गडबडून जात तो म्हणाला.

"पण कसे जायचे आपण?" ती थोडेसे चाचरत म्हणाली..

याचे उत्तर त्याच्याकडे तरी कुठे होते?

त्याला चालता येत नव्हते...गाडी पूर्णपणे बिघडली होती...बाहेर अंधार अजून गडद होता..

त्याने उठायचा प्रयत्न केला पण त्याला जमेना...त्याने एकदा तिच्याकडे पाहिले...पण ती खूपच बावरलेली होती...शेवटी त्याने बाजूला पडलेल्या त्यातल्या त्यात मजबूत असलेल्या एका काडीला पकडले...त्या काडीचा आधार घेत तो उठला..

त्याच्या पायातून जोरात कळ आली आणि तो ओरडला...ती धावत धावत त्याच्यापाशी आली आणि तिने त्याच्या हाताला धरले...हाताला घट्ट पकडून ती त्याला बाहेर आणण्याचा प्रयत्न करू लागली..अत्यंत कष्टाने एक एक पाऊल उचलत तिच्या आधाराने तो झोपडी बाहेर आला...झोपडी बाहेर पूर्ण चिखल झाला होता...अंधारात पाय घसरला असता हा विचार करून तिने त्याचा हात सोडला नाही...तिची काळजी तिच्या निस्वार्थी स्पर्शातून त्याला जाणवत होती. तो स्पर्श त्याला प्रेमळ आणि तितकाच आश्वासक जाणवत होता. या स्पर्शात काही वेगळीच अनुभूती होत होती. तिच्याबद्दल अनामिक ओढ आणि विश्वास त्याला जाणवत होता. त्याची चोरटी नजर त्या अंधारात सुद्धा तिचा वेध घेत होती... नकळत त्याची सुद्धा पकड तिच्या हातावर घट्ट होत होती.

त्याच्या मनात खूप गोंधळ सुरू झाला होता हे त्याच्या शांततेवरून जाणवत होते. त्याच्या या गोंधळापासून अनभिज्ञ ती त्याची जबाबदारी आपल्या खांद्यावर घेऊन काळजीपूर्वक वागत होती. तो अचानक का गप्प झाला हे तिला कळत नव्हते, कदाचित त्याला त्रास होत असावा म्हणून नसेल बोलत असा साधा भोळा विचार तिच्या मनाला शिवून गेला. त्याच्या हाताला घट्ट धरत त्या अंधारात एक एक पाऊल पुढे टाकायचे म्हणजे एक दिव्य होते खरे. समोर काळा कुट्ट अंधार,चिखलाचे साम्राज्य अधून मधून पावसाच्या सरीसुद्धा सुरू होत्या.

कसा मार्ग निघेल तिला काळजी वाटत होती आणि मनोमन ती देवाचा धाव करत होती. वेदनेने कळवळणारा तो लंगडत उभा होता....

शेवटी न राहवून ती म्हणाली" आपण सूर्योदय होण्याची वाट पहायची का? अंधारात काही दिसत नाही आहे आणि आता कोणाची मदत सुद्धा मिळणार नाही. काय वाटते?"

तो शांतच होता फक्त एकटक तिला पाहत होता.ती काय बोलली हे त्याच्या कानापर्यंत पोचले की नाही त्यालाच माहीत नव्हते, पण त्याने फक्त मान डोलावली. तशीही मध्यरात्र उलटून जायला आलीच होती. दमलेले दोघे पुन्हा तिथेच झोपडीपाशी पाठ टेकवत खाली बसले.

वातावरणात प्रचंड गारवा निर्माण झाला होता, थंडीने ती कुडकुडत होती. तिच्या हाताची थरथर त्याला जाणवत होती तसे त्याने त्याचे जॅकेट काढून तिच्यापुढे धरले. नाही नाही म्हणत शेवटी तिने ते अंगात घातले तशी पुन्हा जोरात वीज कडाडली आणि घाबरून तिने त्याचा हात घट्ट पकडला.

त्यानेही तिच्या हाताला आश्वासक थोपटत तसेच धरून ठेवले.

पाऊस पडतच होता आणि विजासुद्धा अधूनमधून चमकत होत्या...ते दोघेही एकमेकांचा हात पकडून तसेच बसून होते... पुढच्या काही मिनिटात तिची मान कलंडत त्याच्या खांद्यावर आली तसे त्याच्या लक्षात आले की झोपली आहे. तो हलकेच हसला आणि त्याही गूढ वातावरणात एक चमत्कारिक क्षण त्याने अनुभवला आणि त्यानेही डोळे मिटले.

दमलेले थकलेले शरीर आणि मन या दोन्हीने जखमी जीव नकळत निद्रादेवीच्या अधीन झाले. अंधारात काहीच दिसत नव्हते आणि कळत तसेही नव्हते... त्यामुळे त्यांची झोप गाढ होती...

सकाळच्या गारव्यात आणि पक्षांच्या किलबिलाटाने तिला जाग आली तेव्हा डोळे उघडल्यावर तिला लक्षात आले की ती दोघेही एकमेकांचा हात घट्ट धरून एकमेकांना जणू बिलगून झोपी गेले होते. स्वतःला सावरत तिने उठायचा प्रयत्न केला तसे तिच्या हालचालीने त्यालाही जाग आली.... तसे त्यालाही जाणवले की अजूनही तिने आपला आणि आपण तिचा हात हातात धरला आहे.

तिने उठुन उभे राहून जरा बाहेर जाऊन पाहिले तर नुकतेच कुठे सूर्यकिरण पूर्वेकडे दिसायला लागले होते. त्याही परिस्थिती मध्ये ते मोहक वातावरण, ती स्वच्छ हवा, तो निसर्ग तिच्या मनाला भावाला होता.

आत जाऊन तिने त्याच्याकडे एक कटाक्ष टाकला तर तो पेंगत मान हेलकवत होता ते बघून तिला हसायला आले आणि ती मोठ्याने हसली. तिच्या त्या आवाजाने त्याने पटकन डोळे उघडून पाहिले आणि पहाटेच्या क्षणी त्याला ती एक निरागस सुंदर परी भासली..तिचा त्या लोभस रूपाकडे तो बघतच राहिला.

तेवढ्यात बाजूला सळसळ जाणवली तसे तिने पाहिले..एक साप बाजूने जात होता...बहुतेक तो कालचाच साप असावा..सकाळच्या प्रकाशात तिला त्या सापाची भीती अजिबात नाही वाटली..

सापकडे पाहत असलेली ती सकाळच्या प्रहरी फार प्रसन्न वाटली त्याला....तो क्षणभर तसाच बघत राहिला तिच्याकडे...तिची लगबग सुरू झाली आणि तिला तिथून बाहेर पडायचे वेध लागले..

"आता मात्र आपण यातून बाहेर निघुयात..." ती त्याच्याकडे बघत म्हणाली..

त्याने मान डोलावली...दोघेही उठले आणि त्यांनी हळुहळु चालायला सुरुवात केली.. दूरवर सहस्त्ररश्मी उगवला होता आणि आजूबाजूला झालेली सुंदर सकाळ दोघेही अनुभवत होते..

आता ही एक फक्त सकाळ नव्हती तर त्यांच्या आयुष्यातील एक नविन वळण निर्माण करत होती दोघांचे भिन्न आयुष्य या नवीन दिशेला सामोरे जायला सज्ज होते.

सकाळचा तो गार वारा तिला प्रसन्न अनुभूती देत होता आणि त्याचबरोबर नवीन उमेद जगण्याची. ती ज्या पद्धतीने स्वतःच्या निरागसता बाळगून वावरत होती ते फारच मनोहारी दृश्य होते ...तिचे मोहक रूप बघत तो कितीतरी क्षण तसाच बसून होता तर आपल्याच नादात ती वावरत होती...

"चल, आपण इथून बाहेर पडू यात" तो म्हणाला तसे तिने मान डोलावली.

पुढे होत तिने त्याला आधार द्यायला हात पुढे केला असता पहिल्यांदा तिच्या मनात आले हा इथे कसा काय आला?

विचारला बगल देत तिने त्याला खांद्याला आणि हाताला आधार देत उभे केले. त्याला होणारी वेदना त्याच्या चेहऱ्यावर जाणवत होती पण आता त्याला मनाचा हिय्या करणे भागच होते. हळूहळू पाऊल टाकत तो तिच्या आधाराने झोपडीच्या बाहेर आला.

बाहेरील ती प्रसन्न सकाळ, ते ताजेतवाने वातावरण बहुधा त्याने पहिल्यांदाच अनुभवले होते कारण त्याच्या चेहऱ्यावर दिसणारी वेदना ही अचानक प्रसन्नतेमध्ये बदलली... तिला ही ते जाणवले तशी ती ही गोड हसली.

त्याच्या कारकडे बघितले तर ती पार कोळसा झाली होती. एक वेळची महागडी कार या क्षणी काळीठिक्कर दिसत होती. त्याने तिच्याकडून नजर वळवत नैना कडे बघितले. ती ही त्या गाडीकडे शांत पणे बघत होती...

तो उदास हसला तसे तिने त्याला त्यातुन बाहेर काढण्यासाठी समोरील दृष्याकडे नजर फिरवायला सांगितली....

ती उंच उंच हिरवीगार झाडं, निरभ्र आकाश, दूरवर दिसणारा डोंगराचा सुळका, अंगावर शहारा आणणारा पण तरी मोहून टाकणारा वारा...आणि आकाशातील पिवळसर नारंगी छटा जणू एका चित्रकाराने रेखाटलेले सुंदर दृश्य जे प्रत्यक्षात कोणीही आकारू शकणार नाही इतके मनमोहक दिसत होते...!

ते पाहून तो क्षणभर भारावला.

समोर बघितले तर रस्ता पूर्ण ओला गच्च झाला होता.

बाजूच्या खडकांवरून पाण्याचे छोटे छोटे ओघळ अजूनही वाहत होते. झाडे आजूबाजूला पडली होती...

हळूहळू ती दोघे रस्त्याकडे चालत जात होती... जितके प्रसन्न वाटत होते तितकेच तिच्या मनात या सकाळी त्याच्याबद्दल कुतूहल आणि प्रश्न दोन्ही निर्माण करत होते. हा कोण नक्की? कुठून इथे आला? त्याची गाडी आतल्या रस्त्यावर कशी पोचली?

या पडणाऱ्या सगळ्या प्रश्नांनी ती शांत होती तर तो मनातून खूप सुखावला होता... का कळत नव्हते पण तरी त्याला हे सगळे आवडत होते. दूरवर नजर गेली तरी चिटपाखरूही दिसत नव्हते. एका बाजूला डोंगर तर दुसरीकडे दरी!

तिने त्याला खडकावर वाहत असलेल्या मोठ्या धारेजवळ नेले. त्याने पाण्याखाली हात धारताच त्या गारव्याने तो शहारला. थोडे पाणी चेहऱ्यावर मारले,त्याच पाण्याने चूळ भरून थोडे पाणी प्यायले. तिनेसुद्धा चेहऱ्यावर पाण्याचा हात फिरवला तसे तिला उत्साही जाणवले. कालपर्यंत एकमेकांना ओळखत नसलेले ती दोघे आज एकमेकांचा आधार बनत चालले होते.

चालत चालत ते एका खडकापाशी आले...तिथून पुढे रस्ता दिसत नव्हता ...

"आता पुढे कसे ?" तिने प्रश्नार्थक नजरेने त्याच्याकडे पाहिले.

त्याने तिला थांबायला सांगितले... तो आजूबाजूला बारकाईने नजर फिरवत राहिला आणि त्याला लांबवर एक प्राणी चालताना दिसला....एखादा प्राणी चालत आहे तर छोटा का होईना एक रस्ता तर असेलच हा विचार करत त्याने तिला त्याच्या मागे हळूहळू यायला सांगितले....खरतंर ते दोघेही एकमेकांचा हात धरून एकत्रच चालत होते..

त्या उंच सखल भागातून चालताना बऱ्याच वेळेला त्यांचे पाय घसरत होते पण एकमेकांचा घट्ट हात पकडून त्यांचे चालणे सुरू होते..

थोडयावेळाने ते एका सपाट जागेवर आले..याच जागेवर जाताना त्याने त्या प्राण्याला पाहिले होते...आता तसेच ते पुढे जात राहिले...ते एक छोटे जंगल होते..आजूबाजूला काही प्राण्यांचा वावर कळत होता...

चालून दोघांनाही सपाटून भूक लागली होती पण तिथे काहीच नव्हते..

आणि चालता चालता ती एकदम कोसळली...ती खाली पडली तसे तो एकदम हादरला...

त्याने नैना नैना असे तिला हाका मारायला सुरुवात केली..पण काल पासून ती उपाशी होती त्यामुळे बऱ्याच प्रमाणात अशक्तपणा तिच्यात होता...त्याला चालणे धड जमत नव्हते...आणि ती बेशुद्ध अवस्थेत.. समोर खायला काही नाही आणि रस्ता पण अजून दिसत नव्हता..तो ही मनातून ढासळला...

काय करावे हे कळेना तेवढ्यात त्याला कोणीतरी पाहात आहे असे वाटले... त्याने पाहिले तर त्याला आजूबाजूला काही दिसले नाही...त्याने नजर तिच्याकडे फिरवली तर त्याला परत

जाणवले की कोणीत आपल्याकडे पाहत आहे..

त्याने नीट लक्ष देऊन पाहिले तर त्याला दिसले की झाडाच्या मागून दोन हिरवे डोळे त्याच्याकडे पाहत आहेत...हा त्या डोळ्यांकडे पाहत राहिला तेव्हा त्याला कळले की तो कोल्हा होता...आता हा घाबरला..

ही बेशुद्ध.. तो लंगडा आणि समोर कोल्हा...! काय करायचे त्याला कळेना...शेवटी त्याने जोरजोराने "नैना नैना" अशी हाका मारायला सुरुवात केली.. तिच्या पाशी वाकून तिला तो हलवायला लागला..एकीकडे त्याच्या हाका आणि दुसरीकडे त्याचे तिला हलवणे यामुळे नैना ला जाग आली...

"नैना..उठ..पळ समोर कोल्हा आहे.."

त्याचे शब्द तिला कळेस्तोवर वेळ लागला...पण जसे कळले तसे अंगात असलेली उरलीसुरली सगळी शक्ती एकवटून ती उठली. दोघेही हळूहळू त्या जागेपासून दूर जायला लागले...मागे वळून पाहिले तर तो कोल्हा अंतर ठेवून त्यांच्या मागे मागे येत होता...त्यांनी चालायचा स्पीड वाढवला...

हळूहळू ते त्या जंगलातून बाहेर पडत होते...आणि अचानक त्यांना एक पूल दिसला...तो पूल दोन डोंगराच्या मध्यातून गेला होता...त्या पुलावरून जायला रस्ता नव्हता पण त्याच्या कडेकडेने जाता येत होते...

ते दोघेही तसेच निघाले..पूल संपल्यावर तिथे एक चढण होती...ती चढण ते कसेतरी चढले आणि एकदम तिने जोरात ओरडायला सुरवात केली...त्याने पाहिले तर 50 फुटांवर समोर घाटाचा वळण वाला रोड दिसत होता...ते पाहून तो सुद्धा आनंदाने ओरडायला लागला...

फायनली त्या दोघांना रस्ता मिळाला होता..आता फक्त त्या रस्त्यावर त्यांना एक कुठलीतरी गाडी मिळायला हवी होती जी त्यांना शहरापर्यंत सोडू शकेल..अर्थात रस्ता शोधायची मोहीम त्यांनी फत्ते केली होती...!

रस्ता दिसल्यावर नैनाच ते ओरडणं आणि निरागसपणे उडी मारत आनंद दर्शवणे त्याला खूप लोभसं वाटलं....तोही मनातून आनंदला होता की आता काहीतरी मार्ग आता नक्कीच दिसेल. हळूहळू चालत दोघे त्या रस्त्यापर्यंत पोचली, एव्हाना आता रस्ता आल्यामुळे मागे येणाऱ्या कोल्ह्याची भीती दूर झाली होती.

खरं तर दोघेही आता खूप थकले होते,कालपासून नावाला थोडे खाल्ले होते त्यामुळे शरीरात त्राण सुद्धा राहिले नव्हतें पण दोघांनाही माहीत होते की एक थकला असे दिसले तर लगेच समोरच्याची हिम्मत कमी होईल त्यामुळे दमले आहे असे न दर्शवता रस्त्यावर येताच एकमेकांकडे बघून हलकेच हसले.

"तुमचा पाय दुखत असेल... थोडा वेळ टेकता का त्या दगडावर?"तिने विचारले तसे त्याच्या मनातून देव पावला असे भाव पटकन तरळून गेले आणि पटकन तो त्या रस्त्यालगतच्या दगडावर टेकला.

ती थोडी पुढे जाऊन काही दिसतंय का? कोणाची वर्दळ जाणवते का बघायला जाऊन आली...काही दिसले नाही तसे मान खाली घालुन त्याच्या बाजूलाच दगडावर टेकली.

"काय झाले?"त्याने विचारले.

"काही नाही" ती म्हणाली पण तिचा नाराज चेहरा बरेच काही बोलत होता आणि त्यावरून अंदाज लावत तो म्हणाला " नैना हे बघ, कालची वेळ टळून गेली आणि नीट निभावून गेली. काळजी करून नकोस मार्ग नक्की निघेल विश्वास ठेव."

"कोणावर ?" ती पटकन बोलून गेली तस तो हसला आणि म्हणाला "हे बघ, विश्वास म्हणशील तर सगळीकडे ठेऊ शकतो नाही मानले तर कुठेच नाही ठेऊ शकणार".

"म्हणजे तुम्ही मला विश्वास ठेवायला सांगत आहात का?"

"अगदीच असे नाही पण हो ठेवला तर काही हरकत नाही".

"का?"

"हवा दिसत नाही तरी आहे हे आपण म्हणतो ना...तसेच या विश्वासाचे आहे..."

त्याचा लहान मुलासारखे ते उदाहरण ऐकून ती भांबावली पण तिला हे जाणवले की पहिल्यांदा तो स्वतःहून काही सांगत आहे आणि ते सुद्‌धा फक्त विश्वास ठेव एवढेच सांगत होता...

ती काही बोलेल या आशेने तो तिच्याकडे पाहत होता पण लगेच ती काही बोलली नाही.

" विश्वास आहे म्हणून तर याही परिस्थिती मध्ये आपल्याला आधार आहे. आता हेच बघा ना आपण एकमेकांना किती ओळखतो? कधीपासून? कोणत्या परिस्थिती मध्ये आपण अचानक भेटलो पण आपण एकटे नाही आहोत तर एकमेकांना एकमेकांचा भक्कम आधार आहोत. मुळात तुम्हीच सांगा, काल तुम्ही एकटे असता आणि त्या अपघातात तसाच पडून राहिला असता तर तुमचा जीव कदाचित वाचला नसता. मला ती स्थानिक बाई जिने खूण करून पळून जा असे म्हणली नसती तर माझं काय झाले असते हा विचारच करवत नाही. तुम्ही भेटलात त्या अंधाऱ्या रात्रीत नकळत आधार वाटला मला आणि आताही बघा आपण सोबत मार्ग शोधतो आहोत एकट्याने नाही".

ती निरागसपणे बोलत होती आणि तो तिचं निरीक्षण करत तिचं बोलणं नीट ऐकत होता...

तिच्या चेहऱ्यावर बघता कुठेतरी तिच्या बोलण्यात तथ्य आहे हे तो मान्य करत होता.

"हम्मम" इतकेच तो बोलला.

थोडा वेळ शांत गेला त्यानंतर तो म्हणाला " पुढे काय करायचे आहे?"

"इथून लवकर माणसात जायचे आहे" ती पटकन बोलली तसे त्याने विचारले "मग मी कोण आहे?"

म्हणजे मला म्हणायचे होते आज रात्रीच्या आत आपल्याला कोणत्यातरी गावी किंवा शहरात जायचे आहे आणि तुमचे म्हणाल तर वाटता बरं का माणूसच पण.....?" खोडसाळपणे ती बोलली आणि मोठ्याने हसायला लागली तसे त्याने डोळेमोठे करत

तिच्याकडे पाहिले आणि ती आणखी हसायला लागली.

तोही हसला आणि म्हणाला " तेही आहेच पण माणसाला माणूस सोबत करतो आणि माकडाला माकड! मग तुही कोण आहेस हे तूच ठरव" तसे आता तिने मोठे डोळे करत त्याच्याकडे पाहिले.

हलकी फुलकी गंमत जम्मत पर्यंत त्यांची मैत्री निर्माण झाली होती.

तेवढ्यात लांबून एक ट्रक येताना दिसला तशी ती एकदम घाबरली. तिने पटकन त्याचा हात हातात घेतला तसे त्याला तिची थरथर जाणवली. त्याने डोळ्यानेच तिला मी आहे असें खुणावले

तिची भीती का हे त्याला लक्षात आले. पण त्याची मी आहे अशी सांगणारी नजर तिला खूप प्रभावी ठरली आणि ती शांत झाली. त्याने अडखळत पुढे होत त्या ट्रक ला थांबण्यासाठी हात दाखवला तसा तो ट्रक थोडा पुढे जाऊन थांबला. एक मध्यम वयाचा माणूस त्यातून उतरून यांच्याकडे येत म्हणाला "पुत्तरजी, इस जगह जंगल मे क्या कर रहे हो? कौन हो तुम?"

"क्या बताये, हम रस्ते से जा रहे थे पर हमारा अ‍ॅक्सीडेंट हो गया | हम बच गये लेकीन गाडी खाई मे गिर गई |कल रात से हम लोग इस जंगल मे है | क्या आप हमे आगे के गाव या शहर तक छोडोगे क्या?"

"हा हा पुत्तर क्यो नहीं, और बेटीजी आपने कुछ खाया नहीं लग रहा" तो प्रेमाने म्हणाला तसे तिने मान डोलवत नाही म्हणले.

त्याने दोघांना मागे ट्रक मध्ये बसवले आणि त्याच्याजवळील होते ते थोडे खायला दिले. ती दोघे पुन्हा एकमेकांच्या सोबतीने त्या ट्रक मध्ये बसले आणि जे दिले त्या अन्नाकडे बघितले. दोघांनीही एकमेकांच्या कडे बघत त्या अन्नाला स्पर्श केला. त्यात पराठे आणि लोणचे होते..आता त्यांचे नशीब त्यांना इथून पुढच्या टप्प्याकडे नेणार होते.

ट्रक जुनाट होता पण ड्रायव्हर चांगला होता..घाटाचा रस्ता हळूहळू पार पडत होता..त्यांचे खाणे चालले होते तोपर्यंत ड्रायव्हर ट्रक मध्ये गाणे म्हणत होता...त्याचे गाणे ऐकत ऐकत हे अधून मधून हसत होते...

घाट पार पडला आणि एक छोटीशी वस्ती दिसली..तिथे काही गाड्या उभ्या होत्या..ट्रक तिथे थांबला... एक चहाचे दुकान होते तिथे त्या ड्राईव्हर ने 3 फक्कड चहा ची ऑर्डर दिली...तोपर्यंत राज आणि नैना दोघेही ट्रक च्या बाहेर आले होते..

तिथे असलेले लोक थोडे नवलाईने त्यांच्याकडे पाहत होते...त्यांची नजर पाहून नैना थोडी घाबरली...त्यावेळेस राज ने तिचा हात घट्ट पकडला आणि त्या चहाच्या दुकाना समोर असलेल्या एका बाकावर तिला घेऊन बसला..

तेवढ्यात ट्रक ड्रायव्हर बाजूने आला आणि जोरदार आवाजात तिथल्या असलेल्या लोकांना उद्देशून म्हणाला..

"क्या देख रहे हो...मेरा बेटा और बहु हैं.."

त्याच्या त्या बोलण्याने नैनाने एकदम राजकडे बघितले तर तो ही ट्रक ड्रायव्हर कडे चकित होऊन पाहत होता....!

राजच्या या बघण्याने तो ड्रायव्हर हसला...त्याच्या जवळ येत तो म्हणाला, "क्यूँ पुत्तर, हूँ ना मैं तेरा पापाजी..?"

"हो म्हणजे काय...तुम्ही आमचे पापाजी आहातच...एवढ्या संकट काळी आम्हाला तुम्ही मदत केली ती एखादा बाप माणूसच करू शकतो.." राज सहज म्हणाला...

यावर पापाजी मोठमोठ्याने हसले...

ते त्यांच्या शेजारी बसले...सगळ्यांचा चहा आला..

तिथे गरमागरम चहा आणि सोबत जाड जाड बिस्किटे होती...

त्या दोघांनी 2 कप चहा सोबत भरपूर बिस्किटे खाल्ली..

ते खाल्यावर त्यांना बऱ्यापैकी तरतरी आली...

"कुठले गाव आहे हे..?" तिने विचारले..

"रासवन.." त्याने दुकानाची पाटी वाचत बोलला..

"रासवन....हे कुठले गाव आहे..?"

"दिसत तर हेच आहे.." तो आजूबाजूला नजर फिरवत म्हणाला..

"इथून सिन्नर किती लांब आहे..?"

"सिन्नर... नासिक वाला सिन्नर?" बाजूला बसलेले पापाजी मध्येच म्हणाले...

"हो..." ती अलगद पणे म्हणाली..

"वो तो बहोत दूर है...हम तो अभी MP में हैं"

"MP..?" तिने काहीच समजले नाही असे विचारले...

"मध्य प्रदेश..." पापाजी मोठ्याने म्हणाले..

"मध्य प्रदेश?" ती मोठ्याने ओरडत म्हणाली....

"क्यूँ बेटा.. क्या हुवा जी..?"

"पापाजी मी तर घरापासून खूप लांब आले...?"

"तू लांब आली..? म्हणजे हा नाही आला का तुझ्यासोबत..?"

"म्हणजे तिला असे म्हणायचे आहे की आम्ही घरापासून लांब आलो..." राज सावरा सावर करत म्हणाला...

"आता तुम्ही दोघेच बाहेर पडला म्हणल्यावर लांब जाणार होताच.... ते हसत हसत म्हणाले....पण चालला कुठे होता तुम्ही..?"

"दिल्ली....दिल्ली..." तो एकदम म्हणाला.

"वाह जी...दिलवालोंकी दिल्ली जा रहे हो पुत्तर..."

"हां जी पापाजी.." तो सावकाश पणे म्हणाला...

नैना ला काय चालले आहे हे कळत नव्हते...आपण सिन्नर वरून इथे कसे आलो आणि राज आता या ट्रकवाल्या पापाजी ना आपण दिल्ली ला चाललो आहे हे का सांगत असेल..?

पण तिचा राज वर विश्वास होता त्यामुळे त्याने काहीतरी विचार करून सांगितले असेल असा विचार करून ती शांत बसली..

"पापाजी ...आप कहां तक जा रहे हो?" राज ने विचारले.

"ईटारसी होते हुयें जबलपूर..."

"अच्छा... तो आप हमें ईटारसी छोड देंगे प्लिज...?"

"इसमें प्लिज की क्या बात है पुत्तर...तुला हवे तर मी तुम्हाला दिल्ली ला सोडतो.." ते मोठ्याने हसत म्हणाले...

यावर राज पण हसत म्हणाला...नाही पापाजी..तुम्ही ईटारसी लाच सोडा..."

त्यांचा चहा चा स्टॉप झाल्यावर ट्रक निघाला...

आता ते दोघे समोरच्या साईड ला पापाजी च्या शेजारी बसले होते...

ट्रक एकदम शांतपणे चालला होता....गांवा गावाच्या रस्त्यातून जात जात 2 तासात ईटारसी आले...

मुख्य चौकात ते दोघेही उतरले..

जाताना तिने पापाजी ला नमस्कार केला....त्यांनी तिला भरभरून आशीर्वाद दिला आणि सोबत ती नको नको म्हणत असताना 500 रूपये दिले...त्या नोटेवर त्यांचा नंबर लिहून दिला आणि सांगितले की "नैना बेटा, कधीही काही वाटले तर मला फोन कर.."

पापाजी गेले आणि तिला आतून एकदम पोकळी जाणवायला लागली...तिने क्षणभर राज कडे बघितले तर तो आजूबाजूला काही शोधत होता...

ती त्याच्यावर असलेल्या विश्वासाने मनाशीच अलगद हसली आणि त्याच्या बाजूला जाऊन उभी राहिली...

"नैना, तुला घरी जायचे असेल ना...? आपण नाशिक ची बस शोधुयात.." तो म्हणाला.

"पण मी तिकडे जाऊन काय करू...?" नैना घाबरत म्हणाली..

"म्हणजे..?" तो तिच्याकडे पाहत म्हणाला.

"तुम्हाला मी सांगितले ना, मला कोणी नाही..माझा मामा गेल्यावर मामी ने माझा कसा छळ केला ते...?"

"....हम्मम्म.. मग आता काय करायचे...? तुला कुठे जायचे आहे?"

"............." ती काहीच बोलली नाही.

"तुझे कोणीच नातेवाईक नाही का...?"

ती परत शांत बसली....

"मग आता तू काय करणार नैना...?"

याचे उत्तर तरी तिच्याकडे कुठे होते.....

"तुला माझ्या बरोबर यायचे आहे का?"

तिने मान वर करून त्याच्याकडे पाहिले तर तो शांतपणे तिच्याकडे बघत होता...

राज म्हणाला.."इथून आपण भोपाळ ला जाऊयात तिथे माझे काही नातेवाईक आहेत...मग बघू पुढे काय करता येईल ते..."

तिने फक्त मान डोलावली..नाहीतरी तिच्या हातात काय होते..एका 18 वर्षीच्या मुलीला हे माहिती नव्हते की तिच्या पुढ्यात काय वाढून ठेवले आहे...

त्याने त्याचे पाकीट बघितले तर काही रोख रक्कम त्यात होती आणि सोबत त्याचे डेबिट कार्ड पण होते..जवळच्या बस स्टँड वरून त्याने 2 भोपाळ ची तिकिटे काढली...

दुपार व्हायला आली होती...बस निघायला वेळ होता तोपर्यंत त्याने स्टँड वरून वेफर्स ची पाकिटे, पाणी बॉटल आणि 2 कॉफी घेतल्या.

ती मनापासून वेफर्स खायला लागली आणि घोट घोट कॉफी पीत राहिली...तिच्या कडे पाहिल्यावर त्याला कळत होते की ही खूप भुकेलेली आहे पण स्वतःहून काही मागणार नाही..त्यावेळेस सुद्धा तिच्या स्वाभिमानी पणाची त्याला गंमत वाटली..तिची थोडी मजा करावी असे त्याच्या मनात आले..

"नैना...आपल्याला आता भोपाळ येईस्तोवर काही खायला मिळणार नाही...आणि ही गाडी रात्री 3 वाजता भोपाळ ला पोचते तेव्हा सगळी हॉटेल्ससुद्धा बंद झाली असतील...सो डायरेक्ट उद्या सकाळी आपल्याला खायला मिळेल...चालेल ना...?"

त्याच्या बोलण्याने तिचा चेहरा एकदम गोरामोरा झाला...एका वेफर्स च्या पाकिटाने आत्ताच तिचे पोट भरले नव्हते आणि उद्या सकाळपर्यंत काही खायचे नाही हा विचार करून तिच्या पोटात खड्डा पडला...

ती इकडे तिकडे पाहायला लागली... तिथल्याच एका टपरीवर एक माणूस गरमागरम कचोरी तळत होता..बाजूला एका मोठ्या परातीत पोहे पण दिसत होते...

त्याला कसे सांगायचे हा प्रश्न तिच्या मनात आले...पापाजी नि दिलेले 500 रुपये तिच्याकडे होते पण ते तिला खर्च करायचे नव्हते...

त्या टपरी वरच्या खाण्याकडे पाहत तिने एक मोठा आवंढा गिळला...

तिची सगळी एक्सप्रेशन्स बारकाईने पाहणाऱ्या राज ने स्वतःच्या हसण्यावर कंट्रोल ठेवला होता पण शेवटी त्याला मोठयाने हसायला आले...

"जे हवे ते मागून घे की नैना...किती स्वाभिमानी आहेस तू..."

त्याच्या बोलण्याने ती चपापली..बोलली काहीच नाही..

तिला तिथेच थांबायला सांगून तो त्या टपरीवर जाऊन गरम कचोऱ्या आणि पोहे घेऊन आला..ते तिच्या हातात देत तो म्हणाला, "हे घे...बिनधास्त खा..आणि तुला एक सांगु का..?"

"काय..?" तिने निरागस पणे विचारले...

"भोपाळ इथून फक्त 2 तास आहे...आपण रात्री 3 नाही तर दुपारी 3 वाजता भोपाळ ला पोचणार आहोत..."

असे म्हणून तो मोठमोठ्याने हसायला लागला...

त्याच्या हसण्याकडे चकित पणे पाहत असताना तो हुशार आहे का आपण वेडे आहोत हे तिला कळेना...एक मात्र नक्की होते की तो हसताना खूप छान दिसत होता...!

त्याने केलेली गंमत तिला खरं तर आवडली होती, आपल्याला कोणी आपुलकीने विचारत आहे, सांगते आहे, खायला देतं आहे हे तिला सुखावत होतं. तिथे गावी मामा जरी प्रेमळ होता तरी मामी मुळे तिने खूप काही सहन केले होते. कधी कधी तर ती उपाशीपोटी झोपली होती कोणी काळजीने खायला घालणे तर खूपच लांब पण असे मनापासून विचारले सुद्धा नव्हते.

त्या विचारात ती हलकेच हसली तसे त्याने विचारले

"नैना, काय झाले?"

तिने मानेनेच काही नाही म्हणले आणि त्याने पुढे केलेले हातात घेतले. त्या दोघांनी पोहे, कचोऱ्या भरपेट खाल्ले.

त्यांच्या पुढच्या प्रवासाला आता बसने सुरवात झाली. दोघे एका दोन सीटर बेंच वर बसले... ती खिडकीकडे तर तो बाहेरच्या बाजूला होता.

गेले काही तास एक अनामिक काळजी, सतत वाटणारी भीती आणि तीव्र दडपणाखाली गेली होती पण आता वाऱ्याची येणारी झुळूक सुखावत होती. वाऱ्याने तिच्या केसांची उडणारी बट तिच्या चेहऱ्यावर खेळत होती. मध्येच एका बोटाने ती कानामागे घेत होती तर दुसऱ्या मिनिटाला पुन्हा वाऱ्याने ती पूर्ववत होत होती. तिची केसांची बट आणि ती हा खेळ सुरू होता तर तिच्या चेहऱ्यावर अनामिक उत्साह जाणवत होता.

हे सगळे राज एकटक बघत होता...त्याला तिचा तो खेळ पाहताना मजा वाटत होती. मध्येच त्या वाऱ्याने तिला पेंग आली आणि तिची मान हलकेच त्याच्या खांद्यावर टेकली तसा पहिल्यांदा तो नीट बसला ... पण परत परत तिची मान त्याच्या खांद्यावर यायला लागली तसे गालातल्या गालात हसत त्याने खांदा नीट सावरत तिच्या मानेला आधार दिला.

दोन तास भुरकन उडून गेले.. गाडी जशी भोपाल स्टँड ला पोचली तसे त्याने तिला हाक मारली "नैना उठतेस का?"

तिने दचकून डोळे उघडले,काही क्षण तर तिला कुठे आहे हेच कळले नाही ती राज कडे फक्त बघत होती.

"नैना, आपण भोपाळ ला पोचलो आहे उठतेस ना?" तो पुन्हा म्हणाला तसे ती भानावर येत सरळ होत बसली आणि त्याला "हम्मम" इतकेच म्हणाली पण तिची झोपाळू नजर काही वेगळेच सांगत होती.

तो उठुन दाराच्या दिशेने चालू लागला तशी ती त्याच्यामागोमाग येत खाली उतरली.

दोघेही चालत चालत बाहेर आले....जवळच्याच एका एटीएम मधून त्याने पैसे काढले आणि पब्लिक फोन बूथ जवळ गेले. ती बाहेर उभी राहिली आणि तो आतमध्ये कोणाशीतरी बराच वेळ बोलत होता.

तिचे अधून मधून त्याच्याकडे लक्ष जात होते...तो बरेच हातवारे करत काहीतरी फोनवर बोलत होता...

त्याचे बोलणं झाल्यावर तो बाहेर आला तसे त्याने तिला सोबत चल असे खुणावले आणि एक कॅब थांबवून त्यात दोघे बसली.

तिने त्याच्याकडे पाहिले पण काही विचारले नाही की कुठे जातोय किंवा पुढे काय करायचे आहे . तिचे मन तिला त्याच्यावर पूर्ण विश्वास ठेव असेच सांगत होते त्यामुळे ती काही विचार न करता जे होईल तसे सामोरे जात होती.

काही वेळ कॅब चालत राहिली आणि एका भल्यामोठ्या हवेली समोर आली. ती बघतच राहिली इतके मोठे त्याचे गेट होते. तिथल्या वॉचमन ने त्याला सलाम केला आणि म्हणाला " साहेब हमे फोन आया था। आप आराम करो, हम यहाँ सिक्युरिटी हैं।"

ते भलेमोठे गेट उघडले गेले आणि त्याच्या कॅबने आत प्रवेश केला. त्या आतल्या हवेली कडे ती डोळे विस्फारुन बघतच राहिली तसे त्याने तिला हाताला धरून उतर असे खुणावले.

जसा त्या हवेलीत प्रवेश केला तशी ती भुरळ पडल्यासारखी इकडेतिकडे बघत होती. तेवढ्यात एक जोडपे पुढे आले " राज साब जी और मेमसाबजी नमस्ते। हम यहाँ की देखभाल करते हैं। चलीये आप लोगो को आपका कमरा दिखाता हूँ।"

ती प्रश्नार्थक नजरेने त्याच्याकडे बघत होती तसे तो म्हणाला " ही माझ्या मित्राची हवेली आहे. तो सध्या इथे नाही आहे... बाहेरगावी गेलाय पण काळजी करू नकोस इथे आपल्याला काही अडचण येणार नाही."

याने इथे का आणले असेल ...त्याच्या मागे चालता चालता तिच्या मनात शंका आली पण तिने विचार केला की कदाचित हॉटेल मध्ये राहिलो तर चौकश्या होतील त्यामुळे असेल.

ती खोली काय ..एक महाल वाटेल इतका मोठाले 2 पलंग होते...तिथली कपाटे, आरसा आणि इतर शोचे सामान असे बरेच काही त्या खोलीत होते. त्या दोघांना कपाट उघडून कपडे दाखवले आणि त्यांना तिथे सोडून ती नोकर मंडळी खाली गेली.

त्या रूम मध्ये त्याच्या बरोबर ती थोडी अवघडली ...

हे बघून तो म्हणाला ,"तू तुझे आवरून घे नैना, तोवर मी खाली जाऊन बसतो" असे म्हणत तो तिथून गेला.

तिला समाधान वाटले, ती तिथलले बाथरूम जाऊन बघून आली. भले मोठे बाथरूम पाहून ती चकित झाली... त्या कपाटातील बाईचे कपडे थोडे मोठे होते पण त्याने फारसा फरक पडणार नाही या विचारात तिने ते घेतले आणि अंघोळ करायला गेली.

आंघोळ झाल्यावर बाहेर येऊन थोडे नीट आवरून ती खाली आली तसे तिच्या त्या सोज्वळ रूपाकडे तो स्तिमित होऊन बघतच राहिला.

एक सिल्क चा कुर्ता आणि खाली चुडीदार... वर एक छान ओढणी...

फारच सुंदर दिसत होती ती...!

त्याने सांगितले की...मी पण आवरून घेतो...

त्याने मुद्दामच दुसऱ्या रूम मध्ये त्याचे आवरले...थोड्या वेळात तो ही तयार होऊन आला तसे त्या नोकर मंडळीने त्यांना गरमागरम पराठे, सोबत दही आणि लोणचे खायला दिले. त्यांनी पोटभर ते खाल्ले..तसे गरमागरम गरम गुलाबजाम समोर आले..समाधानकारक जेवत ते दोघे पोट भरले असे एकदमच म्हणाले.

एकंदर अविर्भावावरून ती नोकर मंडळी त्यां दोघांना नवरा बायको समजत होती आणि त्या प्रमाणे वागवत होती. त्यावर राज ने पण काही आक्षेप घेतला नाही त्यामुळे तिला थोडे नवल वाटले. एव्हाना राज ला त्या नोकराने एक फोनं आणून दिला होता त्यावर त्याचे सारखे फोन येत होते.

मध्येच इंग्लिश तर मध्येच कोणत्या तरी वेगळ्याच भाषेत तो बोलत होता. सततचे फोन, त्याची बोलायची भाषा,बोलतानाचे त्याचे हातवारे यावरून तिला ते खुप काही वेगळे भासत होते.

आपण पुढे काय करायचे याच विचारात थकलेली आणि पोटभर खाल्लेली ती त्या खोलीतील एका पलंगावर झोपी गेली.

नवीन जागा,नवीन लोक आणि तरीही तिला तसे निर्धास्तपणे झोपलेलं पाहून त्याला थोडे नवल वाटले...तिच्या या अल्लडपणावर- भोळेपणावर त्याला मनापासून हसू आले. तिथल्या शेजारच्या दुसऱ्या रूम मध्ये जाऊन थकलेला तो सुद्धा झोपी गेला.

एकदम पहाटेला पक्षांची किलबिल ऐकू आली तसे तिने डोळे उघडून पाहिले आणि पटकन उठून बसली. आपण कुठे आहोत हे खरे तर माहीत नव्हते तरी भानावर यायला थोडा वेळच लागला.

राज कुठे आहे शोधत इकडे तिकडे बघत ती खाली आली तर तो पहाटे पहाटे फोनवर काहीतरी जंगल,कोणता तरी रस्ता, सामान हे कोणाशी तरी बोलत होता.

इतक्या पहाटे सुद्धा हा फोनवर? तिला प्रश्न पडला पण फारसे काही न दाखवता ती तोंड धुवायला निघून गेली.

बाहेर आली तसे तिथल्या बाईने गरमागरम चहा तिच्या हाती दिला ...चहा खूपच चविष्ट होता...

चहा पिता पिता तिच्या मनात आले की राजला विचारावे की इथे मला कुठे नोकरी मिळवून देतो का? मग मी माझे पुढे कसे करायचे, कसे पैसे कमवायचे का पुढे काही शिकायचे का हे बघेल.

तेवढ्यात एक नोकर आत पेपर घेऊन आला...तिने हिंदी मध्ये असलेला पेपर वाचायला घेतला... तिने पेपर वाचता वाचता नोकरी हा कॉलम तिच्या नजरेसमोर आला तसे तिने तो भाग बारकाईने वाचायला सुरुवात केली.

राजचा फोन आटोपून एव्हाना तोही चहा चा कप घेऊन तिच्या समोर येऊन बसला होता.

"राज तुम्हाला एक विचारू का?"

" बोल ना नैना"

"विदिशा हे गाव कुठे आहे?"

विदिशा हे नाव ऐकताच त्याला ठसका लागला आणि सगळा चहा त्याच्या अंगावर सांडला.

ती पटकन उठली आणि त्याला मदत करायला गेली तसे त्याने हातानेच तिला ठीक आहे खुणावले.

तिने त्याच्याकडे पाहिले तर त्याचा चेहऱ्यावर थोडा ताण त्याला जाणवला.

ती त्याच्याकडे पाहत होती...

तो म्हणाला "विदिशा हे गाव तुला कसे ठाऊक?"

"अहो माहीत नाही पण आता मी एक नोकरी तिथे पहिली पेपर मध्ये म्हणून विचारले"

तसे त्याचा चेहरा थोडा नॉर्मल आला.

"तुला नोकरी का करायची आहे?"

"मला पुढे शिकायचे आहे आणि त्यासाठी पैसे लागतील. कोणाला मागणे मला पटत नाही मग पायावर उभे राहणे हाच योग्य पर्याय नाही का?"

तो काहीच न बोलता खोलवर विचारात तिच्याकडे बघत होता इतक्यात त्याचा फोन वाजला आणि तो बाजूला गेला.

त्याला एकदम काय झाले त्या गावचे नाव ऐकून? का तो घाबरल्यासारखा झाला? काही संबंध असेल का त्याचा त्या गावाशी? ना ना विचार तिला भेडसावत होते.

त्याच वेळी हा मोठमोठ्या ने हातवारे करत काहीश्या वेगळ्या भाषेत फोनवर मोठ्याने बोलताना तिने ऐकले आणि ते तिला खूप विचित्र जाणवले. हा काय बोलत असेल असा विचार करत ती त्याच्याकडे बघत होती...

तो बोलताना अचानक त्याच्या लक्षात आले की ती त्याच्याकडे टक लावून बघते आहे तसे तो एकदम स्तब्ध झाला आणि शांतपणे फोनवर बोलू लागला..

त्याच्याकडे टक लावून पाहत आहे हे कळल्यावर त्याने बोलणे आटोपते घेतले आणि तिच्या समोर येऊन बसला तेव्हा ती फक्त त्याच्या वागण्याचे निरिक्षण करत होती. एक गूढ शांतता निर्माण झाली होती जी खरंतर दोघांनाही बेचैन करत होती.

" कॉफी घेणार का?" वातावरणात बदलायला त्यानेच विषय काढला.

"हम्मम" इतकेच ती बोलली आणि पुन्हा तिने पेपर कडे नजर फिरवली.

"विदीशा" नाव पुन्हा तिच्या नजरेस पडले आणि यावेळी तिची नजर पटकन राज कडे गेली.

त्याचे मगाशीचे हावभाव तिला बेचैन करत होते. जेव्हा तिने त्या नोकरी बद्दल त्याच्या कडे विषय काढला होता तेव्हाही कुठेतरी त्याला ते आवडले नाही असे तिला जाणवले..

राहून राहून तिला विदिशा हे नाव उच्चारल्यावर राज च्या चेहऱ्यावर आलेले हावभाव आठवत होते.जणू काही त्याचा चेहरा पांढरा फटक पडला होता आणि त्याच्या मनातील प्रचंड खळबळ चेहऱ्यावर तिला जाणवली होती.

थोड्या वेळात तिथली एक नोकर बाई गरमागरम कॉफीचे दोन मग् त्याच्यासमोर घेऊन आली. त्याने एक मग् उचलून तिच्या समोर धरला आणि एक स्वतःसाठी घेतला. तिने कॉफी चा एक घोट घेतला तसे तिच्या चेहऱ्यावर समाधान आले " छान झाली कॉफी" तिने हसत त्या बाईला सांगितले तसे ती पण हसत समाधानाने आत निघून गेली.

"काय म्हणत होतीस मगाशी?" त्याने काहीसे बोलते होत विचारले.

"मी म्हणत होते की मला स्वतःच्या पायावर उभे राहायचे आणि माझे शिक्षण ही पूर्ण करायचे आहे. त्यासाठी नोकरी तर करावीच लागेल त्यासाठी हा नोकरी कॉलम बघत होते".

काही क्षण तो काहीच बोलला नाही पण ती मात्र तो काही बोलेल या अपेक्षेने त्याच्याकडे बघत होती.

"जर तुला कोणी तुझे शिक्षण पूर्ण करायला मदत केली तर?"

"विनाकारण कोण मदत करेल आणि का करावी?" तिने आश्चर्यकारक नजरेने बघत विचारले.

तो काही बोलला नाही मग म्हणाला " आपण संध्याकाळी बोलू या विषयावर" आणि फोन उचलून आवरायला वर निघून गेला.

तोवर ती कामवाली बाई आली आणि तिने फिरून सगळी हवेली नैना ला दाखवली तसे, नैनाला आपण कुठल्या जुन्या काळात वावरून आलोय असेच वाटले.

बऱ्याच वेळ ती हवेली फिरण्यात गेला त्यात तिला जाणवले की या हवेत चांगली भूक लागते आहे..

तो खाली आला तसे ती वर आवरायला गेली आणि थोड्या वेळाने आवरून खाली आली तेव्हा तिने मलमल चा गुलाबी कुडता आणि पांढरा पायजमा घातला होता. तिचे साधे रूप सुदधा त्याची नजर खेचून घेत होती. तो क्षणभर तसाच पाहत राहिला...

तेवढ्यात जेवण तयार आहे असे तो नोकर सांगायला आला, ही दोघेही जेवायला बसली. त्या चविष्ट अन्नाने त्यांचे पोटाला तड जाईस्तोवर जेवण झाले.

तिला जेवतांना आपण या घरात कोणी 'राणी आहोत' असेच वाटत होते...

जेवण झाले आणि लगेचच "मी बाहेर जाऊन येतोय" असे म्हणत त्याने फोन उचलला आणि कुठेतरी निघून गेला.

हा का लगेच गेला असा विचार करत ती तिच्या खोलीत गेली...खोलीत गेल्यावर विचार करता करता भरपेट जेवणाने तिला गुंगी आली आणि तशीच ती झोपली.

तिला जाग आली तेव्हा पूर्ण हवेलीत लाईट लागले होते, बराच वेळ झाला असेल या विचाराने दचकून ती उठली आणि फ्रेश होऊन खाली आली तर हा अजूनही आला नाही असे तिला कळले.

"चहा मिळेल का मला?"तिने त्या बाईला म्हणाली तशी ती बाई" विचारताय का मॅडम जी... हुकूम करा फक्त " असे म्हणाली आणि आत गेली.

चहा पिऊन झाला इकडे तिकडे फिरून झाले तेवढ्यात तिला कोणी आल्याची चाहूल लागली. तिने पाहिले तर राजच्या पाठोपाठ कोणी 2 ते 3 लोक हवेलीच्या बाहेरच्या बाजूला असलेल्या खोलीत गेले आणि दरवाजा बंद झाला. तिला नवल वाटले कारण जवळपास 7.30 वाजून गेले होते आणि अश्या वेळेस कोणी घरात येईल असे तिला वाटले नव्हते...

तिच्या हातात काहीच करण्यासारखे नव्हते फक्त वाट पाहण्याशिवाय.... !

त्याचे वागणे, ती लोक येणे, मग ते हळूहळू कुजबुजल्यासाखे फोनवर बोलणे सगळंच तिला आठवत होते आणि अनेक प्रश्न मनात निर्माण करत होते..

तिने थोडा वेळ त्याची यायची आणि ती लोक जायची वाट पाहिली पण तो काही आला नाही उलट जेवणाची 4 ताटे त्या खोलीकडे जाताना दिसली. ती हिरमुसली कारण त्याने यावे आणि सोबत जेवावे तिच्याशी बोलावे अशी तिची अपेक्षा होती पण यातले काहीच झाले नव्हते.

शेवटी तिने पुढे आलेल्या ताटातून थोडे खाल्ले आणि वर निघून गेली. पलंगावर पडल्या पडल्या आपण पुढे काय करायचे, राज काही सुचवेलं का असे अनेक विचार तिच्या मनात डोकावत होते. नाशिक ला गेलो तर आपले कोण आहे आता? मामी ने पुन्हा त्या लोकांना बोलावले तर? तिचे विचार थांबत नव्हते...

खूप वेळ तो एकांत ती सहन करत होती...त्या एकांताचा तिला खूप त्रास होत होता...कंटाळली होती...त्यातच तिला झोप लागली...

नेहमीच्या प्रमाणे पक्षांच्या आवाजाने आणि किलबिलाटाने तिला पहाटेच जाग आली तसे ती पटकन खाली आली. खाली येऊन पाहिले तर त्या खोलीचा लाईट अजूनही चालू होता तिला खूप नवल वाटले की अशी कुठली मिटिंग आहे जी अजूनही संपूर्ण रात्रभर चालली?

ती तोंड धुवायला गेली....आवरून थोड्या वेळाने बाहेर आली तर मीटिंग काही थांबायची चिन्हे दिसत नव्हती...ती तशीच घरातील बागेत आली...बागेतील एका बाकावर ती पक्षांची किलबिल पाहत बसलेली...

तेवढ्यात तिचे लक्ष गेले तर 3 लोक त्या खोलीतून बाहेर पडले आणि बाहेरच्या बाहेर जाऊ लागले. तिने पाहिले तर त्यांचा तो राकट चेहरा, घातलेले कपड्यांची पद्धत, ते राहणीमान तिला काहीसे ठीक नाही वाटले. ती लोक कोण असावेत? असली विचित्र वाटणारी माणसे राजच्या महितीची कशी? का आले असावेत ते इथे? एकामागून एक प्रश्न तिला भेडसावत होते..

ती टेबलवर येऊन बसली तसे त्या बाईने सकाळचा चहा आणि काही बिस्किटे तिच्या पुढ्यात आणून ठेवली. तिने चहाचा घोट घेतलाच होता की राज तिथे तिच्या समोर येऊन बसला आणि त्याने चहा साठी ऑर्डर सोडली.

त्याचा चेहरा खूप थकला आहे असे तिला जाणवले. निस्तेज चेहऱ्यावर काही वेगळेच विचार तिला जाणवत होते. तो खूप विचारात आहे असे तिला जाणवले पण काहीही बोलत नव्हता. चहाचा कप समोर आला पण चहाच्या कपाशी तो खेळत होता आणि कप गोलगोल

फिरवत होता.

"राज काय झाले आहे तुम्हाला?" तिने विचारले.

"कुठे काय ?"तो चाचरत म्हणाला जसे काही त्याची चोरी पकडली गेली.

"तू घे ना चहा नैना..." तो तिला म्हणाला तसे ती घोट घोट चहा घेत राहिली..

चहा घेताना सुद्धा तिचे विचार काही थांबत नव्हते...त्याचे चमत्कारिक वागणे तिला खटकत होते. हा असा का वागतोय? काही लपवतो आहे का? ह्याला काही प्रॉब्लेम आहे का?

अनेक विचार साखळी करत तिच्या मनावर घोंगावत होते.

"राज काय झाले? तुम्हाला बरे वाटत नाही आहे का?" न राहवून तिने विचारलेच.

"नाही काही नाही, मी ठीक आहे!" तो तुटक बोलला.

"मग असा का चेहरा ओढल्यासारखा झाला आहे? आणि रात्रभर मिटिंग? इतके महत्वाचे काम?"

आता मात्र तो थोडा वैतागला. तिला देण्यासाठी त्याच्याकडे काहीच उत्तर नव्हते. आणि उत्तर असले तरी त्याला ते द्यायचे नव्हते...ती अश्या अधिकाराने प्रश्न विचारत आहे हे त्याला पटण्यासारखे नव्हते आणि आवडणार तर अजिबात नव्हते...जास्त काही संवाद टाळण्यासाठी तो म्हणाला " नैना मी जरा आवरून येतो. तोवर तू यांना ब्रेकफास्ट साठी काही बनवायला सांग. आलोच मी" म्हणत तो तिच्या बोलण्याची वाट न बघताच घाईत वर निघून गेला.

ती बघतच राहिली कारण त्याच्या चेहऱ्यावर तिला थोडे वैतागले भाव जाणवलेच होते. तिने मनाशीच विचार केला 'असेल काहीही! मी कोण आली विचारणारी? आणि का मी याचा इतका विचार करतेय?'

तेवढ्यात ती बाई आलीच विचारायला तसे नैना म्हणाली " आज मी बनवते ब्रेकफास्ट" तशी ती बाई दचकली आणि घाबरून म्हणाली " मेमसाब माझं काही चुकलं का? मी करते ना तुम्ही सांगाल तसे! जर चव नसेल आवडली तर तसे सांगा मी दुरुस्त करेन..पण तुम्ही नका करू काही.. राज साहेब मला रागावतील तुम्ही तिथे गेलात तर" ती काकुळतीला येऊन म्हणाली.

नैना ला 'राज साहेब' नाव ज्या तऱ्हेने ऐकले ते ऐकून जरा वेगळे वाटले तसे ती म्हणाली " म्हणजे राज साहेब ना तुम्ही खूप आधीपासून ओळखता का?"

आता मात्र ती बाई खरच घाबरली आणि पळत आत निघून गेली. नैना ला हे सगळे खूप चमत्कारिक वाटत होते. तिच्या माहितीप्रमाणे राजच्या मित्राचे हे घर होते जिथे हिला आणले होते पण ज्या पद्धतीने तो वावरत होता ते खूप हक्काचे जाणवत होते.

बरं त्याला सगळंच माहीत होते...या घरात अजिबात त्याला नवखेपण जाणवले नव्हते... ती बाहेरची खोली जणू हेतुने बांधली होती की जेणेकरून सगळी लोक आत यायला नको. या विचारांनी तिचे डोकं गरगरत होते.

तेवढ्यात तो नोकर बायकोला घेऊन आलाच आणि तिच्या पाया पडत म्हणाला " मेमसाब, काही चुकले तर सांगा आणि माफ करा पण राज साहेबांना काही सांगू नका मी पाया पडतो" तो रडवेला होऊन बोलत होता.

हे राजला इतके का घाबरत आहेत? का हे लोक असे बोलत आहेत... ती या विचारांनी बेचैन झाली.

शेवटी सौम्य भाषेत ती म्हणाली....."आज मला माझ्या हातचे काही खावेसे वाटले म्हणून म्हणाले ..बाकी काही नाही. तुम्ही छान आहेत काहीही चुकले नाही ...मी का राज साहेबाला बोलेन ?"

तसे ते शांत झाले. तिने पुढाकार घेत स्वंयपाकघरात पाऊल टाकले आणि जे हवे ते समान मागून घेतले. तिच्या पद्धतीने 4 लोकांसाठी तिने चमचमीत मिसळ बनवली त्यावर मस्त ओले खोबरे टाकले आणि डिश भरून टेबल वर नेऊन ठेवायला सांगितले. सोबत मस्त सॉफ्ट स्लाईस होते... त्यांनी ते बाहेर आणले तर एव्हाना राज टेबल जवळ येऊन बसला होता आणि मोबाईल वर काही बघत होता. त्यांनी 2 डिश पटकन परत आत नेल्या आणि 2 टेबलवर ठेवल्या. नैना त्याच्या समोरच्या खुर्चीवर बसली...

फोन च्या नादात राज ने समोर होते त्यातून एक चमचा तोंडात टाकले आणि दुसऱ्या क्षणी पटकन त्या डिशकडे बघत फोन खाली ठेवला. त्याच्या एकंदर अविर्भावावरून त्याला ती चव वेगळी वाटत होती आणि बहुधा आवडली होती.

तिने फक्त त्याच्याकडे पहिले आणि स्वतः खायला सुरुवात केली.

"वाह! काय मस्त बनवली आहे" तो जवळपास मोठ्याने ओरडलाच...त्याचा आवाज ऐकून ती दोघे आतुन धावत बाहेर आली आणि तसेच त्याच्याकडे बघत राहिली की आता हा काय करेल आणि काय नाही.

तसे तो म्हणाला " लाजवाब! खूप मस्त बनवली आहे ही डिश"

तसे ती म्हणाली " हे मेमसाब ने बनवले आहे... मी नाही"

त्याने आश्चर्याने नैना कडे पाहिले तर ती शांतपणे खात होती.

"नैना तू बनवली ही डिश?"

"हो" ती काही विशेष नाही अशा प्रकारे बोलली.

"नैना जस्ट अमेझिंग! लाजवाब! आजवर इतके चविष्ट मी खाल्ले नाही"

"थँक्स!"

तो कधी न मिळाल्यासारखे भरभर खात होता ...पहिली डिश संपवून त्याने पुन्हा आणखी मागून घेतले आणि भरपेट खाल्ले.

"नैना तुला स्वंयपाक बनवता येतो?"

"हो,मामाकडे मीच सगळे बनवत होते"

"खूप चविष्ट बनवतेस तू! आता यावर मस्त आल्याचा चहा मिळाला की तर झक्कास च!"

तेवढ्यात आतून ती बाई चहा चे कप घेऊन आली, त्याचा आल्याचा घमघमाट सुटला होता. राज तर एकदम खुश झाला होता.

"मेमसाब ने सांगितले तसे बनवले जी" चाचरत ती बाई बोलली.

राज ने खुश होत एक गोड शी स्माईल नैना ला दिली.

तिला म्हणाला " नैना जा आवरून घे पटकन आपण बाहेर जातो आहोत".

"कुठे ?" ती पटकन म्हणाली तसे त्याने फक्त तिच्याकडे पाहिले. त्या नजरेतील भाव तिला खूप जवळचे वाटले तिने फक्त मान हलवली आणि आवरायला वर निघून गेली.

थोड्या वेळात ती खाली आली तसे राजसाठी बाहेर एक गाडी उभी होती... त्यात बसून ती दोघे निघाली. राज तिच्याशी हसून बोलत होता रस्त्याने जे दिसेल त्याची माहिती तिला देत होता. नैना मात्र विचार करत होती की

हाच का तो माणूस जो मगाशी एवढा वैतागलेला होता?

तिला त्याचे वागणे आपलेपणाने बोलणे सगळं आवडत होतं. तिच्या मनातील संशयास्पद प्रश्न कुठे तरी विरल्यासारखे झाले...त्याची सोबत तिला आवडत होती....थोड्या वेळात त्यांची गाडी एका मोठ्याश्या मॉल मध्ये येऊन थांबली.

राज आतमध्ये एका शॉप मध्ये घेऊन गेला. तो काय करतोय ती फक्त बघत होती. राज ने भराभर 4 ड्रेस तिच्यासमोर ठेवले. तिला म्हणाल "जा घालून बघ होतात का ते!"

ती नको नको म्हणत असताना त्याने तिला ते ड्रेस घालायला लावले...सगळेच ड्रेस तिला छान दिसत होते...

ते ड्रेस घेतल्यावर , मी घालत नाही नका घेऊ असे सांगितले तरी तिच्या साठी जीन्स आणि काही टॉप घेतले. ती खूप भांबावून गेली होती आयुष्यात पहिल्यांदा तिने शॉपिंग केली होती आणि तीही तिच्यासाठी कोणी दुसऱ्या ने आवडीने केले होते. तिला ते सगळे नवीन होते, थोडे संकोचल्यासारखे होत होते तर कुठेतरी आपल्यासाठी राज करतोय म्हणून कुठेतरी अनामिक समाधान सुद्धा होते.

त्यानंतर त्याने तिच्यासाठी चपला-शूज, पर्स आणि काही छोटी मोठी शॉपिंग त्याने तिला करून दिली...

4 तास मॉल हिंडून भरपूर खरेदी झाल्यावर तो तिला तिथल्या मोठ्याश्या हॉटेल मध्ये घेऊन गेला. आता मात्र तिच्या डोळ्यात पाणी आले ती खूप घाबरली. तिने राजच्या हाताला घट्ट धरले आणि बाहेर चल म्हणाली.

"नैना काय झाले?"

"माहीत नाही पण मी...मी....मला खूप भिती वाटते आहे. मला सवय नाही."

त्याच्या लक्षात आले की ही बहुतेक पहिल्यादा अश्या हॉटेलमध्ये आली आहे. त्याने तिच्या हाताला आश्वासक स्पर्श करत आत नेले आणि म्हणाला " शांत हो नैना! प्रत्येक गोष्ट ही पहिल्यांदा कधीतरी होत असते आणि नंतर ती नवीन नसते, तू फक्त नॉर्मल रहा मी ऑर्डर करतो"

त्याच्या बोलण्याने तिला थोडीशी हिम्मत आली... ती हो म्हणाली.

हॉटेल ची मोठी लॉबी त्याने क्रॉस केली...लॉबीमधून ते तिथल्या रेस्टॉरंटमध्ये गेले...एका मोठ्या टेबलच्या सोबत 2 आलिशान खुर्च्या होत्या...त्यावर ते दोघे बसले...वेटरला बोलावून त्याने जेवण ऑर्डर केले...ती आधी थोडी बुजली होती पण आता तिचे बुजणे कमी झाले होते....

भले मोठे जेवण समोर आले ..ते पाहून ती चकित झाली...त्याने इशाऱ्याने निवांत जेव असे सांगितले... त्याच्याकडे बघत ती खुदकन हसली आणि छान जेवली. ती खूप नॉर्मल आली होती... दोघेजण परत त्या हवेलीत आले तोवर संध्याकाळ होत आली होती.

जशी त्यांची गाडी गेट मधून आत शिरली तसे तिने पाहिले की कालची ती माणसे बाहेर त्याचीच वाट बघत आहेत आणि त्यांना बघून राजचा चेहरा पुन्हा गंभीर झाला आहे.

काही वेळ पूर्वीचा हसरा बोलका राज हाच का? असा प्रश्न तिच्या मनात येत होता. त्या माणसांना बघून त्याने नैना कडे बघितले तसे त्याला जाणवले की तिला काहीतरी खटकते आहे.

कारणे वेगळी वेगळी होती पण दोघेही बेचैन झाली होती. क्षणात मगाचचे विश्व बदलले होते.

ती पटकन उतरून दरवाजातून आत निघून आली आणि तिच्याकडे बघत तो शांतपणे त्या लोकांच्या दिशेने जायला निघाला. त्या लोकांना फेस करणे हे त्याच्यासाठी सोपे होते पण नंतर नैना च्या नजरा आणि तिचे त्याच्याकडे रोखून बघणे हे त्याला निश्चितच अवघड जाणार होते...!

नैना सरळ वर तिच्या रूम मध्ये निघून गेली. आतापर्यंत खुश असलेली ती एकदम नाराज झाली होती. वर येताच तिने हातातील बॅग्स बेडवर टाकल्या आणि फ्रेश व्हायला गेली. तिथून बाहेर येताच दमल्याची भावना झालेली ती खोल श्वास घेत स्वतःशीच म्हणाली "पुन्हा ती लोक?"

तिचे विचार काही तिला चैन पडू देत नव्हते.

ती बाई तिच्यासाठी वरच चहा घेऊन आली.

"मेमसाब काही खाणार का?" तिने विचारले.

"आता नको,नंतर रात्री जेवेल" तिने सांगितले तशी ती खाली निघून गेली.

नैना ने तिच्यासाठी आणलेला नाईट ड्रेस घातला. ती पहिल्यांदा असे पॅन्ट टॉप सारखे कपडे घालत होती त्यामुळे तिला थोडे वेगळे वाटत होते पण त्याने आपल्यासाठी घेतले या विचाराने मन सुखावत होते.

स्वतःशी विचार करता करता तिला झोप लागली..त्यात किती वेळ गेला तिला कळलेच नाही,कोणाचा तरी खूप लांबून आवाज येत होता...खूप कष्टाने तिने डोळे उघडले समोर बघते तर राज तिला उठवत होता.

"अग किती वेळचा तुला हाक मारतो आहे ... कुंभकर्ण आहेस पक्की" हसत म्हणाला पण तिचा चेहरा निर्विकार होता ती फक्त उठून उभी राहिली. त्याला काय ते थोडे कळत होते पण त्याला तो विषय डावलून वातावरण नॉर्मल आणायचे होते.

"वाह! छान दिसत आहेत तुला हे कपडे. जा पटकन फ्रेश हो.. जेवण तयार आहे मी वाट पाहतो आहे, लवकर ये"म्हणत तो खाली निघून पण गेला.

ती काही बोलणार, पण तिला चान्स मिळालाच नाही, तशी फ्रेश होऊन ती खाली आली.

टेबलावर गरमागरम बिर्याणी तिची वाट बघत होती. ते पाहून तिला मनात आले " काही दिवसांपूर्वी मला पोटभर जेवण पण मिळत नव्हते आणि आता बघा रोज वेगवेगळे अन्न!" तिने नजर वर करून एकदा राज कडे पाहिले. त्याला काहीसा अंदाज आला होता त्याने नजरेनेच तिला शांतपणें ये आणि बस जेवायला असे खुणावले.

त्याच्या त्या नजरेनेच तिच्या मनाची चलबिचल शांत झाली, ती त्याच्या समोर येऊन बसली तसे त्या बाईने त्यांना जेवण वाढले. काहीही न बोलता शांतपणे जेवण झाले. जेवण झाल्यावर ती हॉल मधल्या सोफ्यावर येऊन बसली तेव्हा राज पुन्हा फोनवर काहीतरी टाईप करत होता. तिने त्याच्याकडे पाहिले तसे त्याने पटकन नजर वळवत लक्ष नसल्यासारखे दाखवले. तो जाणूनबुजून हे करतोय तिला ठाऊक होते.

"राज मला तुमच्याशी बोलायचे आहे" तिने न राहवून विचारलेच.

आता नजर चोरून काही उपयोग नाही त्याच्या लक्षात आले " हं बोल ना."

"मला तुम्हाला काही विचारायचे आहे!"

मनात तर नव्हते की हिने विचारावे पण आता ती वेळ निघून गेली होती त्यामुळे "हो " म्हणणे इतकेच त्याच्या हाती होते.

"ती माणसे कोण होती?"

"कोणती?"न कळल्याचे भासवत तो म्हणाला.

"तीच जी काल रात्रभर इथे होती आणि आज संध्याकाळी सुद्धा"

राज चलबिचल झाला, हे त्याला अपेक्षित पण होते आणि इतके डायरेक्ट विचारणे अनपेक्षित!

थोडा वेळ शांत गेला आणि मग तो म्हणाला " ते होय! अग ते लोक माझी गाडी जी तिथे जळाली ती घेऊन जाणारे लोक आहेत. ते मेकॅनिक लोक आहेत... त्यामुळे त्यांचे कपडे असे असतात" त्याने वेळ मारून न्यायला काहीतरी सांगितलं.

तिने संशयी नजरेने त्याच्याकडे बघितले तसे त्याने यापेक्षा काही वेगळे कारण नाही असे दिखावा करत शांतपणे नजर दुसरीकडे केली.

तिला ते पटत नव्हते पण आपल्याला फारसे कळत नाही याची पण माहिती होती त्यामुळे पुढे काही बोलली नाही.

"मी खूप थकलो आहे, झोपतो आता आणि हो उद्या सकाळी लवकर आपल्याला बाहेर जायचे आहे तेव्हा त्याप्रमाणे आवर आणि हो आज आणलेल्या पैकी जीन्स घालायला विसरू

नकोस " असे म्हणत तो त्याच्या रूम कडे निघून गेला.

तिला नवल वाटले आता उद्या कुठे?

रात्री स्वप्नात तिला काहीतरी दिसत होते..कोणी लोक तिच्या जवळ येत आहेत आणि तिला घेऊन जात आहेत...त्या स्वप्नाने ती दचकून जागी झाली...

तिला दरदरून घाम फुटला होता..तिने थोडे पाणी पिले आणि तशीच बसून राहिली...नंतर तिला काही झोप लागली नाही...रात्री तिची झोप अर्धवट झाली..

नेहमीप्रमाणे सकाळी तिने आवरून घेतले आणि मगच खाली आली कारण नक्की किती वाजता जायचे हे तिला माहीत नव्हते.

खाली आली तर राज सुदधा येतच होता, त्याने ब्लू जीन्स आणि व्हाइट शर्ट घातला होता, नीट शेव केले होते. त्याचा तो गव्हाळ उजळ वर्ण, त्यावर तो शर्ट आणि जीन्स पायातील स्पोर्ट्स शूज, एकदम नजरेत भरत होता तो. ती तो पूर्ण पायऱ्या उतरून येईस्तोवर एकटक बघत होती...तो गालातल्या गालात हसत तिला "गुड मॉर्निंग" म्हणाला.

ओशाळलेली ती फक्त हसली आणि आपली चोरी पकडू नये म्हणून समोर असलेला चहा पटकन प्यायला घेतला... पण चहा खुप गरम होता त्यामुळे तिचे एकदम तोंड भाजले.. तसे कप डचमळला आणि चहा खाली जमिनीवर सांडला ...ती पटकन ड्रेस सावरत उभी झाली.

"नैना, इतका सुंदर ड्रेस, त्यातून सालस लोभस दिसणारी तू पण पुरती वेंधळी" असे तो बोलून तर गेला... पण बोलल्यावर दुसऱ्या क्षणी त्याच्या लक्षात आले की आपण तिचे मस्तपैकी कौतुक केले आहे तसे जीभ चावत म्हणाला " अगं चहा नीट घे, जाऊ 15 मिनिटाने घाई नाही काही. आलोच मी" म्हणत बाहेर गेला.

तो काय बोलुन गेला तिला कळले होते त्यामुळे तिचीही नजर लाजली होती आणि गाल तिच्या नकळत गुलाबी झाले होते. लांबून ती बाई हे सगळं बघत होती.नक्की काय आणि कसे तिलाही कळत होते त्यामुळे तीही मिश्किल हसली आणि म्हणाली "राहू देत मेमसाब मी आवरते, तुम्हाला दुसरा चहा आणून देते थांबा" आणि आत गेली.

10 मिनिटाने ती बाहेर आली तेव्हा ती अवाकच झाली. राज एक स्पोर्ट्स बाईक घेऊन तिची वाट बघत उभा होता, ती येताच त्याने बाईक स्टार्ट केली. ती बसायला गेली पण तिला थोडे जमत नव्हते तस तो म्हणाला" नैना रिलॅक्स! आधी एक पाय ठेव त्या फुटरेस्टवर, एक हाताने माझ्या खांद्याला धर आणि दुसरा पाय टाक आणि बस, जमेल तुला".

थोडं बुजरेपणाने का होईना त्याने सांगितले तिने तसेच केले त्यामुळे तिला बसता आले.ती बसताच त्याने भरधाव बाईक पुढे नेली...तिने त्या स्पीड ला सावरता यावे म्हणून त्याच्या खांद्याला धरले होते...

बऱ्याच वेगाने ते जात होते आणि त्या गाडीच्या पेक्षा कितीतरी वेगाने तीच हृदय धडधडत होते. आजवर बऱ्याच परिस्थिती मध्ये तिने राज चा हात धरला होता पण आताच स्पर्श तिला खूप वेगळा आणि रोमांचक जाणवत होता. तो स्पर्श हवाहवासाही होता आणि थोडे अवघडलेपण सुद्धा होते.

स्पीड मध्ये असताना समोर कोणी आले की ती त्याचे खांदे जोरात दाबायची... तसे तो म्हणायचा...,"नैना, ते माझे खांदे आहेत..तू ते दाबल्यावर मी ब्रेक नाही दाबणार बरं का...! माझे ब्रेक पायात आहेत खांद्यात नाहीत.."

त्याच्या या बोलण्यावर ती लाजायची आणि खांद्यावर असलेली पकड हलकेच सोडायची, पण काही क्षण झाले की लगेच खांदे घट्ट पकडायची...तिचा हा खेळ बराच वेळ चालला होता..

आज पहिल्यांदा ती कुणा मुलाच्या बाईकवर बसली होती आणि तीही इतक्या जवळ. मध्येच ती स्पीड प्रमाणे किंवा ब्रेक दाबल्याने पुढे-मागे होत होती आणि अचानक एकदम त्याच्या जवळ जात होती त्याचा स्पर्श होत होता तशी लाजत होती.

आजवर राज सुद्धा बाईक वर खूप हिंडला होता पण आज खूप वेगळे काहीतरी एन्जॉय करत होता आणि खुश होता.आजचा हा प्रवास संपूच नाही असे त्याला वाटत होते तर नवीन अनुभुती मध्ये ती मोहरून निघत होती.

थोड्या वेळात एक भल्या मोठ्या अशा कॉलेज च्या गेट मधून त्यांची बाईक आत शिरली तसं ती तो बोर्ड वाचून अवाक झाली. आपण इथे का आलो?आनंद की आश्चर्य हे तिलाच कळत नव्हते!

ती आजूबाजूला बघत होती. खूप मुले मुली वेगवेगळ्या कपड्यांमध्ये, खांद्याला बॅग्स अडकवून इकडून तिकडे जात होते. ती भलीमोठी पांढऱ्या रंगाची 3 मजली इमारत साधारण L या आकाराची होती. त्याच्या टेरेसवर एक मोठा खांब होता त्यावर मोठा तिरंगा हवेवर हेलकावे घेत होता. तो तिरंगा फारच सुंदर दिसत होता फक्त ते हेलकावे आणि तिच्या मनातील विचारांचे वादळ याचे हेलकावे यात फारसा फरक नव्हता.

थोडी भेदरलेली ती, फक्त इकडे तिकडे वळून बघत होती. ना ना विचार तिच्या मनात येत होते.खरं तर असेच मोठे कॉलेज असावे जिथे आपल्याला खूप शिकायला मिळावे आणि मोठं काहीतरी बनून स्वतःच्या पायावर उभे राहता यावे हेच तिचे स्वप्न होते.

तिच्या खांद्याला हलवून राज ने तिला भानावर आणले तसे तिने दचकून त्याच्याकडे वळून पाहिले तर तो शांत असे हसला.

"चल!" तो म्हणाला.

"कुठे? आपण इथे का आलो आहे?"

"का म्हणजे...? हे काय आहे?"

"कॉलेज!"

"मग इथे शॉपिंग तर नक्कीच करायची नाही आहे." तिला थोडं डिवचत तो म्हणाला.

तिने फक्त एक लूक त्याला दिला..तसे त्याने हातानेच पुढे चल असे तिला खुणावले.

ती काही जागची हलेना तेव्हा तोच पुढे झाला आणि तिला हाताला धरून समोर चालायला लागला.

चार पायऱ्या चढून ते आत पॅसेज मध्ये आले. तिला सोबत घेऊन येत असताना समोरच्या शिपायापाशी तो काहीतरी बोलला तसे त्याने डावीकडे हात दाखवला.

त्याने दाखवलेल्या दिशेने तो तिला घेऊन जायला लागला....तसे तिच्या मनात आले की आपण इथे का आलो? का याने आपल्याला इथे आणले.

तिथे चौकशी च्या खिडकीतून हा एका स्त्री सोबत बोलला आणि ते प्रिन्सिपॉल च्या केबिन समोर येऊन बसले.दोघेही शांतपणे एकमेकांना पाहत होते..बोलत कोणीच नव्हते.. दोघांचा नजरेचा खेळ जवळपास 15 मिनीटे सुरू होता...तेवढ्यात त्यांना आतून बोलावणे आले तोवर तिने त्याचा हात घट्ट पकडला... त्याला हे जाणवले तसे त्याने तिच्याकडे पाहिले..तोपर्यंत तिच्या सुद्धा लक्षात आले नव्हते ते.... त्या स्पर्शातील ऊब त्यातील तो ओलावा राज पहिल्यांदा अनुभवत होता. तिची ती चलबिचल, निरागसता त्याला मनापासून भावली होती हे क्षण असेच थांबून राहावेत असे त्याला वाटत होते पण तेवढ्यात तो शिपाई आत जा म्हणून निरोप घेऊन आला.

ती उभी तर राहिली पण मनातून खूप घाबरली होती राजच्या हातावर तिची पकड आणखी घट्ट झाली तसे तिची नखं त्याला टोचायला लागली, त्याने तिच्याकडे पाहिले पण त्या क्षणी त्याला ती बोचणारी नखं सुद्धा काही फरक पाडत नव्हती असे झाले.

"रिलॅक्स नैना!"

"तुम्ही अजूनही सांगितले नाही की आपण इथे का आलो?"

"आत चल, कळेलच..."

ती दोघे प्रिन्सिपॉल च्या केबिन मध्ये गेले तसे त्याने त्यांना ग्रीट केले, ते बघून तिने हात जोडले.

"सर या नैना तांबे, यांचे 11 वी झाले आहे सायन्स घेऊन.. पण काही कारणास्तव त्यांचे 12 वी झाले नाही. तुमच्या कॉलेजमध्ये त्यांना ॲडमिशन मिळाली तर नक्कीच एक हुषार विद्यार्थी तुम्हाला मिळेल आणि यांची सुद्धा शिक्षणाची आस पूर्ण होईल"

ते ऐकून सरांनी मोर्चा तिच्याकडे वळवला आणि विचारले " मिस नैना!"

"येस सर.. " तिच्या घशाला कोरड पडली होती...

" 10 वी ला किती मार्क होते तुम्हाला?"

"सर 92% होते सर..."

"ग्रेट! पुढे काय करायचे आहे?"

"सर मला खूप शिकायचे आहे. डॉक्टर किंवा इंजिनिअर खूप बनतात पण ते घडवणारे शिक्षक म्हणजे प्रोफेसर बनायचे माझं स्वप्न आहे.सर....सॉरी सर..नाही आपले थँक्स सर...नाही आपले एवढंच सर..."

"तुम्ही नर्व्हस होऊ नका...तुमचे स्वप्न फार छान आहे..आता ते पूर्ण करूयात...! तुम्ही तुमचे डॉक्युमेन्ट घेऊन या आपण ॲडमिशन करून घेऊ. मिस्टर राज तुम्हाला पेड सीट मध्ये ॲडमिशन घ्यावी लागेल."

"नो वरीज सर" ते बोलत होते पण नैना काळजीत एकदम बोलायला गेली "सर पण ते डॉक्युमेन्ट"...तसे राज ने तिचा हात दाबत तिला गप्प राहायला सांगितले...सरांचे आभार मानून ते दोघे केबिन बाहेर पडली.

"राज पण..." ती बाहेर पडताना पुन्हा बोलायला गेली तसे राज ने तिला डोळे मोठे करत गप्प केले. त्याची तीही नजर काम करून गेली आणि ती जी गप्प झाली ती बराच वेळ तशीच होती.

राज तिला कॉलेज दाखवत होता पण ती नाराज होती, शेवटी तिला हाताला धरून तो बाहेर पार्किंग जवळ घेऊन आला.

"काय झाले तुला?" राज ने विचारले.

"माझ्याकडे डॉक्युमेन्ट नाहीत, पैसे पण नाहीत. मी ॲडमिशन घेऊ शकत नाही...सगळे तुम्हाला माहित आहे मग मला का आणले इथे?" ती डोळ्यात पाणी आणून बोलत होती.

"रिलॅक्स नैना! पहिले म्हणजे तू शांत हो,मी तुला का आणले मला माहित आहे. मी तुला पैसे विचारले का? डॉक्युमेन्ट मी मॅनेज करेल... तुला शिकायचे आहे ना ? तुझं स्वप्न आहे ना... खूप खूप शिकायचे?"

ती मानेनेच हो म्हणाली.

"मग काय तर...आपण ते पूर्ण करूयात..."

"पण...."

"पण बिण काही नाही. तू काळजी करू नकोस तू फक्त इतकेच लक्षात ठेव की तुला खूप चांगले मार्क मिळवायचे आहेत"

त्याने थोडे बाजूला होऊन कोणाला तरी फोन केला...त्याचा फोनवर आविर्भाव बघून तो कोणाला काही तरी सूचना देतोय हेच कळत होते. बोलणे संपून तो आला आणि बाईक स्टार्ट केली तसे काही न बोलता ती गप्प पणे गाडीवर बसली तसे ते दोघे तिथून निघाली.

भोपाळच्या वेगवेगळ्या रस्त्यांवर गाडी जात होती...तिच्या मनात खूप संभ्रमित भाव होते...राज का करतोय हे कळत नव्हते पण जे करतोय ते खूप आवडतं होते..तिला आतून रडायला येत होते आणि मनातून आनंद ही होत होता..

ती शांतपणे बाईक वर बसलेली होती..आरशात तिचे लक्ष अधून मधून जात होते तेव्हा तिला राज चा चेहरा दिसत होता..तो एकदम फोकस पणे गाडी चालवत होता...त्याच्याकडे ती त्याच्या न कळत पाहत होती आणि गालातल्या गालात हसत होती...

पुढे एका सिग्नल ला त्याची बाईक थांबली..त्याने सिग्नल ला जस्ट त्याचे हेल्मेट काढले आणि त्याच्या केसांमधून हात फिरवत होता तेवढ्यात त्याच्या बाजूला एक गाडी येऊन थांबली आणि त्यातून एक माणूस उतरला..तो माणूस पटकन त्याच्या बाईक पाशी आला आणि त्याला सुरा दाखवत म्हणाला..."राज..फक्त 3 दिवस आहेत तुझ्या कडे..वेळ वाया घालवू नकोस...नाहीतर तुला माहिती आहे की काय परिणाम होईल ते..."

असे म्हणून तो माणूस पटकन गाडीत जाऊन बसला...सिग्नल सुटला आणि गाडी निघून गेली...राज तसाच क्षणभर थांबला..मागून गाड्यांचे आवाज आले आणि त्याने गाडी बाजूला घेतली...त्याने गाडी स्टँडवर लावली आणि तो हळूच उतरला...त्याने मागे वळून नैना कडे पाहिले तर ती पूर्ण घामाने थबथबली होती..!

तिच्या चेहऱ्यावर प्रचंड ताण दिसत होता आणि येणारे रडणे कसे तरी थांबवायचा प्रयत्न करत होती..!

त्याने फुटपाथच्या बाजूला गाडी लावली आणि तिला फुटपाथ वर घेऊन उभा राहिला...तिच्या त्या अवस्थेकडे पाहून राज थोडासा विचलित झाला..त्याला कळत होते की जे झाले ते तिच्या समोर व्हायला नको होते..असे भर रस्त्यात कोणीतरी येते.. त्याला सुरा दाखवते आणि वॉर्निंग देऊन निघून जाते यामुळे ती घाबरणारच....! त्याला नैना ला नॉर्मल करायचे मोठे काम होते...

नैना थरथरत उभी होती...तिला पूर्ण चेहऱ्यावर घाम आला होता..ती प्रचंड घाबरलेली होती.

"नैना...नैना इकडे बघ..." तो तिला नीट धरत म्हणाला...

ती प्रचंड शॉक मध्ये होती...त्याचा आवाज तिच्यापर्यंत पोचत होता ही आणि नव्हता ही...

"नैना...." तो तिला हलवत म्हणाला..

ती तशीच स्तब्ध होती...

"नैना..." आता तो मोठ्याने ओरडत म्हणाला..

तसे तिने त्याच्याकडे पाहिले आणि ती जोरजोरात रडायला लागली...

त्याने तिला घट्ट पकडले तसे ती त्याच्या कुशीत शिरली आणि मोठ्याने हुंदके द्यायला लागली..

तो हलकेच तिच्या पाठीला थोपटत होता..बऱ्याच वेळ ती त्याच्या कुशीत त्याला पकडून रडत होती...ती शांत व्हायची तो वाट पाहत होता....

काही क्षणानंतर तिचा रडायचा आवेग कमी झाला तसे उसळत ती म्हणाली.." राज, कोण होते ते लोक..? का असे आले आपल्या वाटेत? का त्यांनी सुरा दाखवला?

तो फक्त मान हलवत होता आणि नाही नाही म्हणत होता पण ती काही ऐकायच्या स्थितीत नव्हती...

शेवटी तो तिच्या हाताला ओढत फुटपाथ वरून समोरच्या कॉफी शॉप कडे घेऊन गेला...तिथे बसल्यावर पण तिचे स्वतःशीच मोठमोठ्या आवाजात बोलणे सुरू होते..

"दोन स्ट्रॉग कॉफी..." त्याने वेटरला ऑर्डर दिली...

"मला नकोय कॉफी..." नैना ठसक्यात बोलली...

राज नुसताच हसला...

"तुम्ही हसत आहात राज..?" ती चिडून ओरडत म्हणाली..

"अगं हसू नको तर काय करू...?" तो हसत म्हणाला..

"हे सगळे हसण्यासारखे झाले का..?" ती चेहरा कोरा ठेवत म्हणाली..

"पूर्ण हसण्यासारखे..." तो मिश्कीलपणे म्हणाला.

"कसे काय...?" तिच्या आवाजात एक आव्हान होते...

"मी सिद्ध करून दाखवू..?"

"लगेच..." तिचा आव्हानात्मक आवाज कायम होता...

त्याने त्याच्या शर्टाच्या बाहया वरती केल्या, एक पॉज घेतला आणि मोठ्याने हसत म्हणाला,

"अगं वेडे, हा एक प्रांक होता..."

"काय होता.....?" तिने न समजून विचारले..

"प्रांक..प्रांक..." तो थोडे स्पष्टपणे म्हणाला..

"म्हणजे...?" तिचे प्रश्नचिन्ह कायम होते..

प्रांक ...म्हणजे...खोटा खोटा ड्रामा... नाटक..."

".......?" तिच्या चेहऱ्यावर काहीही न समजल्या सारखे भाव होते...

तसे तो सावरत बसत म्हणाला, "अगं मोठ्या शहरात असे प्रांक करतात रस्त्यावर... मुर्गा बनवतात..मराठीत आपण म्हणतो ना.. पोपट केला "

तिचे भाव अविश्वसनीय होते..

"तू कॅमेरा नाही पाहिला का जो रस्त्याच्या दुसऱ्या साइड ला एक माणूस घेऊन उभा होता.."

"नाही..."

"पाहिला असता तर तू घाबरली नसती अजिबात..."

"खरं का....?" तिने एकदम भोळे पणाने विचारले...

"म्हणजे काय...आपल्याला कोण कशाला येऊन असे बोलेल...आपल्याला तर 2 दिवस झाले इथे येऊन...तुला कोणी ओळखते का तरी...?"

तसे तिने नाही अशी मान हलवली...

"मग मला वाटले की तुला कळले असेल..उगाचच घाबरली तू..."

तेवढ्यात कॉफी टेबलावर आली..

"ओह असे आहे का.." ती रिलॅक्स होत म्हणाली...

"अगदी असेच आहे..." तो हसत म्हणाला.

तसे तिने एकदा त्याच्याकडे बारीक नजरेने पाहिले आणि मग जोरजोराने हसायला लागली..

तिच्या हसण्यात तोही सामील झाला..

दोघेही मोठ्याने हसताना पाहून आजूबाजूला असलेली लोकांनी त्यांच्याकडे पाहायला सुरुवात केली तसे त्याने त्याला आवाज हळू हळू असे सांगितले.

तिला कॉफीची चव आवडली...आता मनावरचे प्रेशर कमी झाल्याने तिला मस्त भूक लागली होती ...

"राज.. मला काहीतरी खायचे आहे...मागवायचे का..." तिने त्याला विचारले..

"नक्की..का नाही..."तो तिला म्हणाला आणि त्याने वेटर ला हाक मारली...

वेटर आल्यावर तो म्हणाला.."वेटर..मॅडम साठी "काहीतरी" आण.."

तसे तिने चमकून त्याच्याकडे पाहिले...

वेटरला काही न कळल्यामुळे तो तसाच उभा राहिला...

राज मोठ्याने हसला आणि म्हणाला, "अरे भाई..मॅडम को भूक लगी है..कुछ भी अच्छी डिशेस लेके आओ" वेटर मान डोलवत गेला आणि तिने डोळे मोठे केले तसे राज ने मेनू कार्ड उचलले आणि त्याच्या आडून खुसखुसत राहिला.."

नैना ला कळले की तो आपल्याला हसत आहे तसे तिने त्याच्या चेहऱ्यावर असलेले मेनू कार्ड बाजूला घेतले...तसे तो परत ते ओढून त्याच्या आत हसायला लागला..

तशी ती उठली आणि त्याच्याकडे असलेले मेनू कार्ड घेऊन ते दुसऱ्या रिकाम्या टेबलावर नेऊन ठेवले...

तोपर्यंत त्याने तिथे असलेला एक रुमाल त्याने चेहऱ्यावर ठेवला आणि त्याच्या आडून तो हसायला लागला...

तिने तो रुमाल बाजूला घेतला आणि लटक्या रागाने म्हणाली, " राज..मला कळत नाही असे प्रांक वगैरे म्हणून का...? मी छोट्या गावातून आले ना, आता नाही माहिती मला असे प्रांक मोठ्या शहराचे...शिकेन हळूहळू...हसू नका मला..."

तो म्हणाला..."ओके नाही हसत आता..."

"प्रॉमिस.." तिने भाबडेपणाने विचारले..

"पक्का प्रॉमिस..." तो शांतपणे म्हणाला.

2 क्षण असेच गेले आणि तीच जोरात हसली तसे तोही हसायला लागला....आज त्या कॉफी शॉप मध्ये दोघांचे हसणे सुरू होते...वेटर ने डिश आणल्या तसे दोघेही त्यावर तुटून पडले..

दोघांच्या खाण्यावर तुटून पडण्याची कारणे वेगवेगळी होती...ती तिचे मनावरचे प्रेशर कमी झाले म्हणून मस्तपैकी खात होती तर तो, आपण आजची वेळ काहीतरी सांगून भागवून नेली या विचारात खात होता...!

खाणे संपले तशी नैना म्हणाली, " राज मला विदिशा ला घेऊन जा ना..."

तिने आज परत विदिशा नाव घेतले होते..आज राज ने त्याच्या कसल्याही भावना चेहऱ्यावर न दाखवता तो शांतपणे तिला म्हणाला, "जाऊयात ना...तू सांग कधी जायचे आहे..?"

"उद्या सकाळी जायचे...?" तिने अधीर होत विचारले.

"नक्की जाऊयात..." तो उसने हसत तिच्याकडे पाहत म्हणाला...

ते तिथून बाहेर आले आणि बाईक वर बसून निघाले..आता ती एका साईड ला बसली होती आणि पकडण्यासाठी तिने तिचा हात त्याच्या खांद्यावर ठेवला होता... तिच्या त्या हात ठेवण्याने त्याला थोड्या गुदगुल्या होत होत्या पण तो काहीच न बोलता गाडी चालवत होता...

ती या सगळ्याच्या पलीकडे सहजपणे आपल्याच विचारात भोपाळ मधील रस्ते आणि त्यावरील गंमत पाहत होती..

"आपण भोपाळ कधी पाहणार..?" तिने एकदम विचारले तसे त्याने आरशातुन तिच्याकडे पाहिले...तिचे लक्ष रोडवर होते...

तिच्या त्या चेहऱ्याकडे पाहिल्यावर आपण या मुलीला का एवढे जीवापाड सांभाळत आहोत असा प्रश्न त्याला क्षणभर पडला...तिला का नाही जाऊन देत आहे तिच्या मार्गाने..? तो स्वतःवर चिडला...त्याचे त्यालाच कळत नव्हते की तो काय करत होता...

आज झालेला इंसिडन्स त्याने कसा तरी, काही तरी कारण सांगून निभावून नेला होता पण त्याला माहिती होते की हे फार काळ असे लपवता येणार नव्हते....तिला आता कुठेतरी पाठवायला हवे होते...त्याच्या मनात एकदम विचार आला की घरातील कामवाली बाई आणि नैना या दोघींना एकत्र विदिशा ला पाठवूयात... तिला तिथे जो काही जॉब करायचा आहे तो करु देत आणि तिथेच राहुदेत..काही दिवस तिथे राहिली की इथल्या गोष्टी आपल्याला सहज सांभाळता येतील...

विचाराच्या नादात ते दोघे हवेली पाशी पोचले...

तेवढ्यात तिथला सिक्युरिटी गार्ड त्याच्यापाशी धावत आला आणि म्हणाला,

"राज साहेब..दोन माणसे आली होती ..सांगत होती की गावाकडची आहेत म्हणून..आपल्या दोन्ही कामवाल्या बाई आणि माळी बाबा यांच्या बरोबर ते काही बोलले आणि ते सगळे त्या लोकांसमोर गेले..."

"गेले..? कुठे गेले..?" राज एकदम ओरडत म्हणाला.

"नाही माहिती साहेब.." तो गार्ड हळू आवाजात म्हणाला.

त्याने डोक्याला हात लावला...तेवढ्यात मागून नैना आली आणि म्हणाली, "राज तुम्ही का चिडताय...मी आहे ना...घरातील कामे आणि स्वयंपाक सगळे मी करेन..."

राज ने तिच्याकडे पाहिले आणि त्याच्या रागाला कंट्रोल केले..तो हसला आणि आत गेला..

नैना सुद्धा त्याच्या मागे आत गेली आणि घरातील कामे आवरायला सुरुवात केली..

राज चे फोन परत सुरू झाले...एका वेगळ्या भाषेत तो फोनवर बोलत होता...ती भाषा तिने राज च्या तोंडुनच आधी ऐकली होती...ह्या भाषेत राज बोलायला लागला की त्याला डिस्टर्ब करायचे नसते हे तिला आता माहिती झाले होते..राज बोलता बोलता आऊट हाऊस मध्ये गेला..

दोन तास राबून तिने घर पूर्ण आवरले आणि दमून थकून बाहेरच्या सोफ्यावर येऊन बसली..तिने पाहिले तर राजच्या आऊट हाऊस च्या रूम मधून आवाज येत नव्हता म्हणून तिने थोडासा कानोसा घ्यायचा प्रयत्न केला..दरवाजा नुसताच लोटला होता आणि आतमध्ये शांतता होती...तिने हलकेच दरवाजा उघडला...

दबक्या पावलांनी ती आत शिरली तर आतल्या खुर्चीवर कोणीच बसले नव्हते...जागा रिकामी होती...आज पहिल्यांदाच ती इथे येत होती...तिने पूर्ण खोलीत फिरून बघितले..टेबलाच्या मागे तिथे काही कपाटे होती..वॉर्ड रोब सारखे एक स्ट्रक्चर होते आणि बाजूला एक पुस्तकांचे कपाट होते..समोर बसायला एक सीट आऊट होते...राज तिथे दिसत नव्हता... आता तिथे कोणीही नव्हते...ती बाहेर आली आणि तिने आऊट हाऊस चा दरवाजा बाहेरून बंद केला..

राज कुठे गेला असेल या विचारात ती हॉल मध्ये बसली..आता पूर्ण हवेलीत ती एकटी होती..सिक्युरिटी गार्ड हवेलीच्या बाहेर होता..तिला क्षणभर भीती वाटली..या वेळेस राज ला फोन करायची तीव्र ईच्छा झाली पण तिच्या स्वतःकडे मोबाईल सुद्धा नव्हता...हवेलीत फोन होता पण फोन करायला त्याचा मोबाईल नंबर नव्हता आणि कोणाला फोन करायचा हे तिच्या लक्षात येत नव्हते..तिने घरातील सगळे दिवे लावून ठेवले आणि हॉल मधील TV चालू केला..

थोडा वेळ तसाच गेला...TV च्या आवाजात ती गुंगली होती तेवढ्यात तिला काहीतरी आवाज ऐकू आले..काहीतरी खडखड करत असल्याचा...काहीतरी आपटत असल्याचा...पहिल्यांदा तिला ते आवाज TV मधले आहेत असे वाटले पण नंतर तिला ऐकू आले की कोणीतरी नैना नैना हाका मारत होते..ती अलगद उठली आणि आवाजाच्या दिशेने हळूहळू जायला लागली..

काहीतरी थपटा मारल्याचा आवाज आता वाढला होता..तिने डोकावून पाहिले तर आऊट हाऊस मधून तो आवाज येत होता...ती दचकत दचकत तिथे गेली तर कोणीतरी आतून दरवाज्याला धडका मारत होते...तिने बाहेर लावलेली कडी जाऊन उघडली तर आतून कोणीतरी एकदम तिच्या अंगावर येऊन धडकले आणि ती खालती पडली. ती जोरजोराने ओरडायला लागली तसे कोणीतरी तिच्या तोंडावर हात ठेवला...तिने हात बाजूला करून पाहिले तर तो राज होता...

"राज...तुम्ही...?" तिचा श्वास जोरजोराने चालत होता..

"मग अजून कोण असेल...?"

"पण तुम्ही आत कसे गेला...?"

"मी आतच होतो...बाहेरून कोणीतरी वेड्याने कडी लावली..."

"ती वेडी मीच.."

"तू? ...पण का?" तो थोडे ओरडत म्हणाला.

"तुम्ही आत नव्हता..मी आले होते आत ..कोणी नव्हते आतमध्ये.. म्हणून मी बाहेरून कडी लावली.."

"मी आतच होतो नैना..."

"मग मला कसे नाही दिसला तुम्ही..?"

"कारण..." तो बोलता बोलता थांबला...

"काय...?" तिने त्याच्याकडे रोखून पाहत विचारले.

"काही नाही...."

"नाही राज..मला सांगाल का..काय आहे नक्की..."

"अगं काही नाही...चल घरात..." तो थोडे चाचपडत म्हणाला..

पण ती तिथून हलली नाही...

"राज मला सांगा काय आहे ते नक्की..."

तिच्या हट्टा पुढे राज चे काही चालले नाही...तो तसाच उभा राहिला...

ती त्याची वाट पाहत तशीच उभी राहिली...त्याला हवेलीत जायचे होते तर तिला आऊट हाऊस मध्ये.

शेवटी ती आऊट हाऊस मध्ये शिरली..राज तिच्या बरोबर आत आला...

"कुठे होता तुम्ही राज? मला का दिसला नाहीत?"

राज ने नजर इकडे तिकडे फिरवली तसे ती त्याच्या पाशी आली आणि त्याच्या हाताला पकडले आणि परत विचारले, "राज कुठे होता तुम्ही..?"

राज ने तिच्या हातातून त्याचा हात काढून घेतला आणि तिथल्या एका कपाटपाशी गेला..त्याने ते कपाट उघडले आणि डाव्या बाजूला असलेल्या कप्प्यात एक बटन दाबले तसे त्या कपाटाच्या आत मध्ये एक ऑटोमॅटिक दार उघडले...

नैना आश्चर्यचकित होऊन पाहात होती कारण त्या दरवाज्यातून आतमध्ये एक पूर्ण खोली दिसत होती ज्याच्या बाजूला एक जिना होता जो खालती तळघरात जात होता...!

"राज काय आहे हे..?" ती डोळे विस्फारून पाहत होती...

"गुप्त तळघर..." तो हसत म्हणाला...

"हो ते मला कळत आहे पण हे का..? म्हणजे कशाला म्हणजे कशासाठी...?"

तो घसा थोडा खाकरत म्हणाला, " हे बघ जुन्या हवेलीत अशी तळघर असतात...त्यातून ही हवेली माझ्या मित्राची आहे...त्याचे खूप बिझनेस आहेत त्यामुळे त्यांना अश्या गोष्टींची गरज पडते नैना...."

"हो पण मला खूप प्रश्न पडत आहेत राज...माझे काही समाधान होत नाही आहे.."

"कसले समाधान नैना...?"

"म्हणजे तुम्ही जे सांगत आहात ते पटते सुद्धा आणि पटत सुद्धा नाही.."

"काय पटत नाही?" राज ने तिच्या नजरेत नजर मिसळत विचारले...

"खूप काही वेगळे चालू आहे असे वाटते.."

"म्हणजे काय... नीट सांग नैना.."

"म्हणजे इथले नोकर तुम्हांला आधीपासूनच कसे ओळखतात? ...कोणीही तुम्हाला कधीही भेटायला येते..? कधी कधी तुमच्या मिटिंग रात्रभर चालतात...? तुम्हाला भर रस्त्यात कोणी लोक सुरा दाखवतात...आणि सगळ्यात महत्वाचे म्हणजे तुम्ही कुठल्या तरी न कळणाऱ्या भाषेत तुम्ही बोलत असतात...हे सगळे न समजणारे आहे.." ती एकदम पोटतिडकीने बोलत होती..

राज क्षणभर शांत बसला आणि नंतर मोठयाने हसायला लागला...

त्याच्या हसण्याकडे ती चकित होऊन पाहत होती..

त्याचे हसणे होईस्तोवर तिची जळजळीत नजर त्याला पाहत होती.. तिच्या नजरेत खूप त्रास आणि दुःख होते...तिच्या नजरेकडे त्याचे लक्ष गेले तसे त्याने हसणे आवरते घेतले...

तो तिच्या जवळ गेला आणि त्याने तिचा हात पकडला..तिने हात झटकून घेतला तसा त्याने परत तिचा हात पकडला...तिने परत हात काढून घेतला तसे त्याने त्याच्या दोन्ही हाताने तिच्या खांद्याला पकडले आणि तिला त्याच्या बाजुला वळवुन घेतले...

तिच्या नजरेतील दाह अजूनही तसाच होता कदाचित आता जास्त होता....

"नैना...मला खरंच नव्हते माहिती की तू एवढी हुशार आहेस...वाटत नाहीस तू 18 वर्षाची आहे असे...काय जबरदस्त निरीक्षण आहे ग तुझे..! मी फुल प्रभावित झालो आहे.."

त्याच्या अश्या बोलण्याने ती थोडीशी वरमली...पण बोलली काहीच नाही...

तसा तोच पुढे बोलला..." मला वाटते की तू लॉ ला ॲडमिशन घ्यावी..आता विदिशा ला जॉब करण्यापेक्षा इथे भोपाळ ला आपण कॉलेज मध्ये जाऊयात...."

"ही माझ्या प्रश्नांची उत्तरे आहेत का राज..?" तिच्या आवाजात ठामपणा होता..

"नाही ही उत्तरे नाहीत, पण मला तुझी तर्कशुद्ध विचार करण्याची पद्धत फार आवडली...म्हणून मी तुला हे सुचविले की..."

"...की मी लॉ कॉलेज ला ॲडमिशन घ्यावी.. "त्याचे वाक्य तिने पूर्ण केले...

तसा तो हसायला लागला...

त्याच्या त्या हसण्यावर ती जायला लागली तसे त्याने तिच्या हाताला पकडले आणि त्याच्यापाशी ओढले...

त्याच्या ओढण्याने ती एकदम त्याच्या पाशी आली...आज इतक्या दिवसांच्या सहवासात शुद्धीत असताना सुद्धा ती राजच्या इतक्या जवळ कधीच आली नव्हती...

तो तसाच तिच्याकडे पाहत राहिला...त्याच्या पाहण्याने तिच्या मनातील धडधड वाढली होती..काही असे वेगळे घडतंय याची जाणीव तिला होत होती...राज आणि ती दोघेही एकमेकांच्या डोळ्यात पाहत राहिले...

काही क्षण असे पसार झाले आणि ती एकदम भानावर आली...तिने हात सोडवून घेतला आणि जाण्यासाठी वळली तसे तो म्हणाला, " नैना थांब..."

त्याच्या गंभीर आवाजामुळे ती थांबली..

"नैना.. तू पाहिलेले आणि बोललेले अगदी खरं आहे...यात काहीच चूक नाही..पण काही गोष्टी अश्या असतात की ज्यांची योग्य वेळ आली की कळणे हेच योग्य असते..तुला जेव्हा काही कळण्याची वेळ येईल तेव्हा तुला ते समजेलच...आत्ता फक्त एक लक्षात ठेव की तुझी काळजी घेण्यात मी कुठेही काही कसूर ठेवणार नाही..माझे पूर्ण लक्ष तुझ्याकडे आहे आणि तुला जे हवे आहे ते मला सांग..मी ते पूर्ण करेन...असे समजू नको की तुला कोणी नाही आहे...मी आहे तुझ्या सोबत कायम..."

त्याच्या या बोलण्याचा तिच्यावर खूप परिणाम झाला..ती एकदम शांत झाली..तिच्या मनात खूप संभ्रमित भाव निर्माण झाले आणि तो आहे हे त्याच्या सांगण्याचा तिला खूप आधार वाटला..

ती काही न बोलता आऊट हाऊस मधून निघून गेली.. तिच्या जाण्याकडे राज पापणी न मिटवता पहात होता..तेवढ्यात बाजूला त्याचा फोन वाजला..त्याने फोन उचलला...फोनवर त्याचे फक्त हम्म एवढेच सुरू होते...

20 मिनिटांनी फोन झाला तसे तो आउट हाऊस बंद करून आत घरात आला...

कुठलीच नोकर माणसे आज घरी नव्हती त्यामुळे नैना स्वतः आत स्वयंपाक करत होती..तिच्या घरात असण्याचा सगळ्या अर्थाने त्याला फायदा होत होता..

तो डायनिंग टेबलावर जाऊन बसला आणि त्याने नैना ला हाक मारली, "नैना...जेवण तयार आहे का..?"

तसे ती आतून ती प्लेट्स आणि जेवण घेऊन आली...

तिने टेबलावर जेवण मांडले....जेवणात गरमागरम आलू पराठा, छोले, मिरचीचे लोणचे, दही आणि स्टीम राईस होते...

"हे सगळे तू बनवलेस... नैना...?" त्याने तिच्याकडे पाहत विचारले..

"नाही..माझे भूत आले होते करायला..." तिचा त्रागा अजून गेला नव्हता..

तिचे बोलणे ऐकून तो खुसखुसायला लागला...तिच्या हाताला चव छान होती...तो काही न बोलता जेवायला लागला...त्याने मनापासून जेवणाकडे लक्ष दिले..

तो जेवत असताना ती त्याला हळूच पाहत होती..जेवताना किती इनोसंट वाटत होता तो..तो काही वेडेवाकडे करत असेल असे अजिबात वाटत नव्हते...त्याचे वय अंदाजे 25 वर्षे होते...चेहरा खूपच आकर्षक होता...डोळ्यात त्याच्या एक वेगळीच चमक होती...तो खूप शांत स्वभावाचा आणि गुणी मुलगा दिसत होता...

ती असे बघत असताना त्याने एकदम तिच्याकडे बघितले तसे तिची नजर त्याने पकडली... आपली नजर पकडली गेली तसे ती एकदम उठली आणि आत स्वयंपाक घरात गेली...

राज तिच्या मागोमाग आला आणि तिला त्याच्याकडे वळवत म्हणाला..."नैना...तू खरंच खूप छान मुलगी आहे...तुझ्या एवढी निर्मळ मुलगी नाही पाहण्यात येत...एकच रिक्वेस्ट आहे...ऐकशील..?"

तिने भुवई उंचावून त्याच्याकडे पाहिले आणि नजरेने काय असे विचारले...

"काहीही झाले तरी माझ्यावरचा विश्वास जाऊन देऊ नकोस...मी आत्ता काही सांगू नाही शकलो आणि समजावून नाही सांगितले तरी माझ्यावर विश्वास ठेव....ठेवशील ना..?"

ती तशीच पाहत होती...तिच्या नजरेतील मूक संमती राज अनुभवत होता..

"राज मग आपण उद्या जायचे का?"

"कुठे?"

"कुठे काय विचारता? विदिशा ला!" जेवताना तिने विषय काढलाच.

"हो जाऊ सकाळी" इतकेच तो बोलला पण त्यानंतर तो एकदम शांत झालेला तिला जाणवला.

"भाजी आवडली का?" काहीतरी विषय काढायचा म्हणून तिने विचारले.

"छान झाली आहे. मला मेथी ची अशी केलेली भाजी आवडतेच" तो म्हणाला तसे ती मोठ्याने हसायला लागली.

"काय झाले नैना हसायला?"

तरी ती हसतच होती...

"अगं सांग ना...काय झाले...?"

शेवटी म्हणाली " राज तुम्हाला भाज्या मधील खरंच काही कळत नाही"

तसा भाजीकडे बघत तो म्हणाला " का मला तर आवडली ही हिरवी भाजी"

"अहो तसे नाही, ही हिरवी दिसली म्हणून काय मेथीचं असेल का? अहो ही ताज्या कोथिंबीरीची भाजी आहे...आणि ती सुद्धा या गार्डन मधल्या."

त्याने डोळे थोडे मोठे करत पुन्हा ताटात पाहिले मग एकदा तिच्याकडे आणि तो ही हसायला लागला.

त्याला असे हसताना तिने पाहिल्यांदा पाहिले होते त्यामुळे ती एकटक त्याच्याकडे बघत होती. तेवढ्यात काहीतरी पडल्याचा आवाज आला आणि ह्यांची तंद्री भंगली तसे तो म्हणाला, "नक्की मांजर असेल..."

हिने आत जाऊन पाहिले तर खरंच मांजरीने दूध सांडवले होते.

जेवणे आटोपली तसे तिने पाठचे आवरायला घेतले तेव्हा तोही तिला मदत करू लागला. नोकर गेल्यापासून सगळे तीच करत होती त्यामुळे तिची दमणूक होते हे त्याला जाणवले होतेच.

तिला सगळे आपुलकीने करताना , निरागसपणे वागताना पाहून राजला तिच्या वागण्याचे नवल वाटत होते. कोणी कोणावर इतक्या पटकन कसा विश्वास ठेवू शकेल?

तर एकीकडे तिच्या ह्याच वागण्याने तो तिच्याकडे खेचला सुद्धा जात होता. तिचे असणे त्याला आवडायला लागले होते, एक अनामिक ओढ त्याला जाणवत होती पण ती काय हे कळत नव्हते.

सकाळी लवकर उठून नैना ने स्वतःचे आवरले आणि खाली जाऊन ब्रेकफास्ट ची तयारी केली. राज उठून खाली येऊन बघतो तर हॉल एकदम चकाचक झाला होता. टेबलवर कढईत काहीतरी होते ज्याचा खमंग वास दरवळत होता बाजूला दोन डिश अन्नाची वाट पहात तयार होत्या.

तो आलेला कळताच तिने पटकन डिश मध्ये ब्रेकफास्ट सर्व केला आणि लगेच किचन मध्ये जाऊन चहा सुद्धा कप घेऊन आली.

तिची ती चुणचुणीत धावपळ त्याला फार छान वाटत होती. ती अगदी सराईतपणे वावरत होती आणि सगळे करत होती.

"राज पटकन आवरा, आपल्याला जायचे आहे ना? आणि हो मी दुपारच्या साठी जवळ खायचे ठेवत आहे म्हणजे तुमची गैरसोय नाही होणार "

तिची तयारी पाहून त्याने ही स्वतःचे आवरायचा स्पीड पकडला.

पुढच्या अर्ध्या तासात ती दोघे मस्त आवरून खाली आली. तिने छानसा जांभळा रंगाचा टॉप आणि काळी जीन्स घातली होती तर त्याने त्याच रंगाचा शर्ट घातला होता...

ते बघून आधी तर दोघेही एकमेकांकडे पाहत होते तसे ती पटकन लहान मुलासारखी धावत जाऊन त्याला चिमटा काढत म्हणाली " सेम पिंच"

तो तिचा अल्लडपणा पाहून राज ला हसणे काही आवरेना...तसे ती ही मोठमोठ्या आवाजात हसत राहिली..

नैना त्याच्या बाईकची किल्ली घेऊन आली आणि त्याच्या हातात दिली...हे मात्र अगदी त्याच्या मनासारखे झाले होते त्यामुळे त्याने तिला एक मिश्किल लूक दिला आणि एकदम स्टाईल मध्ये बाईक काढली ती स्टार्ट केली,हेल्मेट घातले आणि तिला नजरेनेच "चल बस"खुणावले.

तिचे पण अवघडलेपण आता गेले होते आणि ती पण नवीन लाईफ स्टाईल ला अवगत होत होती. तिने पण यावेळी पटकन त्याच्या खांद्याला धरून एक पाय पटकन टाकून व्यवस्थित बसली.

तिच्या हाताचा त्याच्या खांद्याला तर मध्येच कमरेला होणारा स्पर्श त्याला सुखवत होता तर त्याची कंपनी, त्याचे वागणे, त्याचे दिसणे तिला आणखी भूल पाडत होते.

तो मध्येच काहीतरी खोडकरपणा करायला मुद्दाम बाईक वेडी वाकडी चालवत होता तेव्हा ती त्याला हलकेच खांद्याला घट्ट पकडत होती...ती पकडत आहे म्हणल्यावर तो अजून स्टाईल मध्ये गाडी चालवत होता.. दोघांचे एकमेकांशी वागणे खूप जवळीक निर्माण करत होते.

ते नकळत एकमेकांच्या जवळ येत होते. विदिशा ला जाणे जरी तिला महत्त्वाचे वाटत असले तरी हा प्रवास कधी संपूच नाही असे तिला मनोमन वाटत होते. त्यालाही आज हे क्षण ही वेळ अशीच थांबून राहावी असेच वाटत होते.

एक अतूट बंध जुळत होता ज्याची प्रत्यक्ष जाणीव तर होत होती पण तरीही कळत नव्हते की नक्की काय?

थोड्या वेळाने गाडी विदिशा ला पोचली...त्याने तिला पत्ता एकदा विचारून घेतला आणि न चुकता तिथे आणले..

"याला विदिशा चे रस्ते कसे माहिती...?" हा विचार मनात करत ती त्या पत्त्यावर पोचली...पाटी वाचून ती तिथे आत शिरली..राज बाहेरच थांबला होता.

आत पाहिले तर ती एक मोठी फॅक्टरी होती आणि पॅकेजिंग चे काम सुरू होते...तिथल्या सुपरवाईझर सोबत तिचा इंटरव्ह्यू होता..

जुजबी माहिती विचारून त्याने तिला 9 ते 6 या वेळेत उद्यापासून कामाला बोलावले...8000 रुपये महिना तिला मिळणार होते...

अंदाजे अर्ध्या तासात ती बाहेर आली तर राज कुठे दिसंत नव्हता...ती तिथेच उभी राहिली...तिच्या डोक्यात विचारचक्र सुरू होते.."9 ते 6 काम म्हणजे इथेच राहावे लागेल...भोपाळला जाता येणार नाही..म्हणजे राज तिकडे असेल आणि आपण इकडे..तो कधी भेटेल ते सांगता येणार नाही...काय करावे?"

तिचे विचार थांबत नव्हते तेवढ्यात तिने कसला तरी आवाज ऐकला... थोडे बाजूला काही तरी गोंधळ सुरू होता...नीट पाहिले तर दोन जीप मधून काही लोक कुणाच्या मागे जोरात गाडी चालवत नेत होते आणि समोर कुणीतरी रक्तबंबाळ अवस्थेत गाडी चालवत होता...आणि एकदम तिला कळले की दुसरा तिसरा कुणी नसून राज होता...

ती एकदम "राज- राज" असे धावत पळत ओरडत पळाली तसे ती गाडी एकदम तिथून निघून गेली आणि तिच्या मागोमाग त्या दोन जीप पण निघून गेल्या...

दूर जाणाऱ्या गाडींमुळे मातीच्या उडणाऱ्या धुराळ्याकडे हताशपणे पाहत नैना हादरली आणि जागच्या जागी खाली कोसळली..तिला वाटले की आता "राज" ला ते लोक मारणार....प्रचंड हादरलेली ती जोरजोराने श्वास घ्यायला लागली..तिला कळेना की आता काय करावे? ...त्या फॅक्टरीच्या बाहेर काही लोक उभे होते पण यात एकही चेहरा ओळखीचा नव्हता..ती या विदिशा गावात तिच्या माहितीचे काहीच नव्हते!

पोटात भीतीचा मोठा खड्डा ती अनुभवत होती...आता पुढे काय असा प्रश्न तिच्या पुढे आ वासून उभा होता..हातापायातले त्राण गेलेले आहेत याची जाणीव तिला झालेली होती..तसेच उसने अवसान आणून ती चालत-चालत थोडे बाजूला असलेल्या एका चहाच्या टपरीवर आली...

तिथे असलेल्या एका बाकावर बसून तिने समोर ठेवलेले पाणी गटागटा प्यायले...ते पाहून त्या टपरीच्या मालकाने तिच्याकडे विचित्र नजरेने पाहिले...ती घाबरलेली दिसत होतीच तसे तो तिच्यापाशी जाऊन म्हणाला, "चाय चहीये क्या आप मॅडम जी...?"

ती मानेनेच हो म्हणाली..

तसे त्याने तिला एक फक्कड चहा आणून दिला...तिने चहा घेतला आणि तिला तरतरी आली..डोके थोडे शांत झाले तसे ती विचार करायला लागली...

राज च्या मागे कोणी लोक लागले होते हे नक्की...त्याचा पाठलाग होत होता...कुणी तरी त्याला काही हानी पोचवण्याचा प्रयत्न करत होते...पण हे का? कशासाठी? हे सगळे तिला अजून कळत नव्हते..राज ने असे काय केले होते ज्यामुळे लोक त्याला मारायला धावत होते? धमकी देत होते? त्याच्या बरोबर काहीतरी वेगळे घडत होते हे नक्की...पण तो काही सांगत का नव्हता...? काय लपवत होता? असे काय आहे जे त्याच्या जीवाला एवढे संकटात टाकत होते?

तिचे विचार जोरात धावत होते...तिने अजून एक चहा रिपीट केला..चहा पिता पिता तिने एक निर्धार मनाशी केला की आता जोपर्यंत राज त्याला सगळे सांगत नाही तोपर्यंत ती यापुढे त्याला कसलेही सहकार्य करणार नव्हती..

ती बऱ्याच वेळ तिथे बसून होती...पण आता भोपाळ ला परत जायला हवे होते..कसे जायचे हे तिला माहिती नव्हते..तिने त्या चहावाल्याला बस स्टँड चा पत्ता विचारला..जो पत्ता तिला कळला, त्या रस्त्याने ती तशीच चालत राहिली...तिथले रस्ते, गल्ली आजूबाजूला असलेली लोकं तिच्या दृष्टीने आत्ता गौण होते..ती अक्षरशः पळत पळत "विदिशा" च्या बस स्टँड ला पोचली...भोपाळ ला जाणारी बस तिथे उभी होती...ती लगेच त्या बस मध्ये जाऊन बसली..बस मध्ये सगळे अनोळखी लोक होते पण तिला प्रत्येक माणूस हा आपल्याकडे रोखून पाहतो आहे असे वाटत होते...

राज ने मागेच तिच्या कडे काही पैसे देऊन ठेवले होते त्यातून तिने तिकीट काढले.. त्या ड्रायव्हर काकांनी दिलेल्या 500 रुपयांची नोटेला तिने अजून टच केला नव्हता..

बस निघाली आणि तिला अति विचारांच्या थकव्याने झोप लागली.. डायरेक्ट भोपाळ आले तसे कंडक्टर ने मोठयाने ओरडून सगळ्यांना कळवले आणि ही पण जागी झाली..स्टँड वरून हवेली साठी तिने रिक्षा पकडली...हवेलीत पोचायला तिला खूप वेळ लागला नव्हता..

तिथे पोचल्यावर तिला हवेलीत कुणाची तरी चाहूल जाणवत होती...ती दबकत दबकत तिथे पोचली..आऊट हाऊस मध्ये कोणी नव्हते ...हळूच तिने हवेलीत पाऊल ठेवले... आतल्या खोलीत कोणीतरी बोलण्याचे आवाज येत होते...तिने कानोसा घ्यायचा प्रयत्न केला आणि लोटलेल्या दरवाज्यातून आत डोकावून पाहिले तर आत एक माणूस कोणाशी तरी बोलत होता..ती भाषा वेगळी होती..ते काय बोलत आहे हे कळत नव्हते पण बोलताना राज हे नाव घेत होते...

ती तशीच पावलांचा आवाज न करता वरच्या रुम मध्ये गेली..जोपर्यंत ते लोक खाली होते तोपर्यंत तीला खूप सावधानता बाळगणे गरजेचे होते..ती लाईट न लावता तशीच बसून राहिली...काही वेळ गेला आणि खालचे लोक निघून गेलेले तिला जाणवले..

आता तिला खालती जाऊन बघायचे होते पण हिंमत होत नव्हती...तेवढ्यात मागे कसला तरी आवाज झाला तसे ती घाबरली आणि ओरडण्याचा प्रयत्न करणार तेवढ्यात

तिच्या तोंडावर हात ठेवला गेला...तिने वळून पाहिले तर तो "राज" होता. तिचे डोळे मोठे झाले तसे त्याने तिला डोळ्यानेच शांत राहायला सांगितले..काही वेळाने ती शांत झाली आणि त्याने हात काढून घेतला....

दोघेही क्षणभर न बोलता एकमेकांना आजमावत राहिले...

"सॉरी नैना..." राज ती शांतता भंग करत म्हणाला...

ती काहीच बोलली नाही..

"नैना, मला माहिती आहे की तू माझ्यावर चिडली आहेस...पण मी...."

त्याचे वाक्य अडवत ती म्हणाली, " पण काय राज..? मी तुम्हाला वेडी वाटते का मूर्ख? गेले कित्येक दिवस तुम्ही माझ्याशी काय वागत आहात याची कल्पना आहे का तुम्हाला? वेड लागले आहे मला...तुम्ही कोण आहात नक्की..तुमचे काय काम सुरू आहे? तुम्हाला कोण लोक मारायला टपली आहेत? तुम्ही माझ्या पासून काय लपवत आहात? आणि तुम्हाला नसेल सांगायचे तर तसे सांगा म्हणजे मी जाते इथून निघून आणि तुमचे आयुष्य तुम्ही जगायला मोकळे...!"

तिचा राग त्याला पूर्ण कळत होता..तिचे काहीच चुकत नव्हते...तो क्षणभर तसाच स्तब्ध राहिला आणि म्हणाला, "नैना, आज तुला मी सगळे सांगतो....फक्त एक विनंती आहे..मी जे सांगेन हे ऐकत असताना काही वेगळा विचार करू नकोस.."

नैना पूर्ण स्थितप्रज्ञ होती...तिच्या चेहऱ्यावर आत्ता कसलीही एक्सप्रेशन्स नव्हती तिला फक्त ऐकून घ्यायचे होते की राज काय सांगत आहे ते...

"नैना, ही गोष्ट आहे 12 वर्षांपूर्वीची..." राज ने सांगायला सुरुवात केली....तेव्हा मी 13 वर्षाचा होतो..मुंबईत माझे वडील आणि काका यांचा बिझनेस खूप प्रमाणात वाढला होता..त्यांचे सारखे मुंबईवरून दिल्ली-कलकत्ता-हैदराबाद-पुणे-बंगलोर असे अनेक ठिकाणी जाणे व्हायचे...मला तेव्हा फक्त ही मोठ्या मोठ्या शहराची नावे ऐकून माहिती होती..मला कधीतरी माझे वडील दिल्ली किंवा चेन्नईला घेऊन जायचे...दिल्लीत त्यांचे आई वडील असायचे तर चेन्नईत माझ्या आईचे वडील आणि आई असायचे....त्यांचा बिझनेस काय होता हे मला माहिती नव्हते फक्त आम्ही खूप पैसे कमवायचो हे मला तेव्हा कळायला लागले होते. आम्ही अनेक ठिकाणी घर घेतली होती..आणि प्रत्येक घरी मला कधीतरी जाऊ असे सांगण्यात यायचे...!

एकदा मला माझ्या आजी आजोबांकडे म्हणजे आईच्या आई बाबांकडे जायची ईच्छा झाली..माझे आजोबा आणि आजी हे दोघेही तिकडे दूर पोंडीचेरी ला होते..त्यांच्याकडे जायची वेळ फार क्वचित यायची...म्हणजे 2 ते 3 वर्षातून एकदा कधीतरी...

माझे आजी आजोबांच्या कडे जायला माझ्या आईला खूप आवडायचे..पण ती वारंवार जाऊ शकायची नाही...का ते कारण मला कधीच कळले नाही... पण यावेळेस माझी आई तिकडे पोंडीचेरी ला येणार होती...

माझ्या वडिलांना काही कामानिमित्त त्यावेळेस चेन्नई ला जायचे होते तेव्हा ते आम्हाला घेऊन जायला निघाले...आम्ही विमानाने चेन्नई च्या एअरपोर्टला उतरलो..आमच्या साठी गाडी आली होती... तिथून मी आणि आई पोंडीचेरी ला जाणार होतो तर माझे वडील चेन्नईत राहणार होते आणि त्यांचे काम करणार होते..

आम्ही तिथे जाण्यासाठी निघालो आणि काही अंतर गेल्यावर एक गाडी आम्हाला फॉलो करायला लागली. बाबांच्या ते लक्षात आले..धंद्यात अनेक शत्रू असतात त्यामुळे सावधगिरी घ्यावी लागते..त्या दिवशी ती गाडी पाठलाग करत असताना माझ्या वडिलांनी अनेक वेगवेगळ्या रस्त्यांनी ड्रायव्हर ला गाडी घ्यायला सांगितली पण पुढे आमचे दुर्दैव वाट पाहत होते...

एक मोठा ट्रक वाट अडवून आमच्या गाडीची वाट पाहत होता. ड्रायव्हर ने गाडी थांबवली तसे मागून अजून एक ट्रक आला आणि त्याने आमच्या गाडीला जोरदार धक्का दिला..आमची गाडी पुढच्या ट्रक वर जाऊन आदळली..खिडकीची काच तुटून मी बाहेर फेकला गेलो पण आई बाबा त्यातच अडकले...मागून तो ट्रक परत आला आणि त्याने आमच्या गाडीला मागून धक्का देत देत त्या पुढच्या गाडीवर पूर्ण चिरडून टाकले आणि त्यात माझे आई वडील पण चिरडले गेले...!

राज हे सांगताना त्याचा आवाज कातर झाला होता...

एक क्षणभर थांबून त्याने परत सांगायला सुरुवात केली.. त्यावेळेस माझ्या डोळ्याने मी माझ्या आई वडिलांना मरताना पाहिले.. त्या चेन्नई च्या रस्त्यावर मी एकटा झालो होतो..माझ्या खिशात काही पैसे होते त्या आधारावर मी लपत छपत कोणाच्या न कळत गुप्तपणे आजीआजोंबा कडे पोंडीचेरी ला पोचलो...

तिथे गेल्यावर मला कळले की हे सगळे करण्यामागे माझा काका होता.....मी फक्त 13 वर्षाचा होतो आणि प्रचंड हादरलो होतो..तेव्हा माझ्या आजी आणि आजोबांनी मला सांभाळले...त्यावेळेस काका आणि बाबांचे पैस्यावरून अनेक भांडणे व्हायची पण तो एवढे मोठे पाऊल उचलेल हे माहिती नव्हते..

मला त्या धक्क्यातून यायला 6 महिने लागले.. मी तिथंच पोंडीचेरी ला होतो त्यामुळे काकाचे माझ्याकडे दुर्लक्ष झाले होते पण माझे पूर्ण लक्ष त्याच्या कारवायांकडे होते...त्याने आमचे सगळे बिझनेस आता स्वतः चालवायला घेतले होते..

आजी माझी खूप खमकी होती..तिने मला मानसिक दृष्टीने तयार केले..मी 14 वर्षांचा होईपर्यंत मला अनेक गोष्टी समजायला लागल्या होत्या...खरंतर मी 14 व्या वर्षी मोठा झालो होतो...

आजोबांनी मला आमच्या बिझनेस ची आयडिया मला द्यायला सुरुवात केली होती..आम्ही मुळात इम्पोर्ट आणि एक्स्पोर्ट या बिझनेस मध्ये होतो...पितळी, चांदीच्या आर्टिकल्स पासून सोन्याच्या मौल्यवान गोष्टी आम्ही एक्स्पोर्ट करायचो... आमचे मेन क्लायंट्स हे रशिया, उझबेकिस्तान, कझाकिस्तान या देशांत असायचे...तिथून पुढे आमचा

बिझनेस हा आखाती देशांत पण वाढला होता...काकाने काही अवैध गोष्टींची ने आण करायला सुरुवात केली ज्याला बाबांचा विरोध होता म्हणून काकांनी बाबांना रस्त्यातून दूर केले होते..

मी तिकडे पोंडीचेरी ला असताना बिझनेस चे सगळे धडे गिरवत होतो...मी अनेक वर्षे मुंबईला परत न आल्यामुळे सगळ्यांना माझा विसर पडला होता...आणि आता सगळ्यांना दाखवून द्यायची माझी वेळ आली होती...

5 वर्षांच्या गॅप नंतर मी मुंबईत परतलो होतो..आता मी कोणी छोटा मुलगा नाही तर मी आता मिस्टर राज म्हणून तयार होऊन आलो होतो..वयाने 18वर्षांचा पण विचारांनी मी 35 वर्षांचा होतो.

मुंबईत पोचून मी काकाला सगळ्यात पहिला धक्का दिला की त्याचे एक अवैध कंसायनमेंट म्हणजे त्याची एक एक्स्पोर्ट ऑर्डर पोलिसांना फोन करून कळवली..ती ऑर्डर पकडली गेल्यावर त्याचे करोडो रुपयांचे नुकसान झाले...

याच्या मागे मी आहे हे कळायला काकाला 8 महिने लागले तोपर्यंत त्याच्या अश्या अनेक ऑर्डर्स मी पकडून दिल्या होत्या...एवढ्या 8 महिन्यात मी स्वतः अनेक लोकांशी संपर्क साधला आणि बाबांच्या पुण्याईने मी माझा बिझनेस परत बसवू लागलो..

आता माझा क्लायंट बेस वाढू लागला होता..मुंबई तुम्हाला सगळ्या बाजुंनी सामावून घेते जेव्हा तुम्ही काही नव्याने करत असता...

आणि आठ महिन्याच्या अंतरा नंतर एके दिवशी माझा काका आणी माझी समोरासमोर गाठ पडली..त्या दिवशी काकाने मला धमकी दिली की जसे तुझे आई बाबा गेले तसाच तुलाही एके दिवशी मारून टाकीन...

माझा काका किती खुनशी आहे हे मला माहिती आहे..त्यामुळे मला अनेक पद्धतीने योग्य खबरदारी घ्यावी लागते..

मी पैसे कमवायला लागल्यावर सगळ्यात महत्वाचे काम काय केले तर बाबांनी जी वेगवेगळ्या शहरांत घेतलेली अनेक घरे होती ती तीच परत भाड्याने घ्यायला सुरुवात केली..माझ्या मित्राच्या नावावर घरे घ्यायला सुरुवात केली जेणेकरून माझी ओळख गुप्त राहील..

आता आपण ज्या घरात राहत आहोत हे बाबांनी घेतलेले आहे पण मी मित्राच्या नावावर घेतले असल्याने इथे माझी ओळख नाही आहे...इथल्या नोकरदारांना माझी माहिती आहे कारण ते सर्व लोक मी पोंडीचेरी वरून आणून इथे ठेवलेले आहेत...

त्यांचे हिंदी मी इथे येऊन पक्के करून घेतले आहे जेणेकरून त्यांना कोणी ओळखू शकणार नाही..

ते अधून मधून त्यांच्या भाषेत बोलताना तू ऐकले असशील तर ते त्यांची स्थानिक भाषा बोलत होते..पण ते सगळे माझे विश्वासू लोक आहेत..!

हा 18 वर्षे ते 25 वर्षांचा जो माझा काळ गेला तो फार वेगळा गेला आहे, नैना..यात अनेक गोष्टी आहेत ज्या मी तुला सांगतोच आहे आणि सांगणार पण आहे फक्त एकच गोष्ट आहे नैना, आज जवळपास 12 वर्षांनंतर मी कोणाशी एवढे मनमोकळे पणाने बोलत आहे याचे कारण एवढंच कि माझा तुझ्यावर अतीव विश्वास आहे..!"

तिने त्याच्या हातावर अलगद हात ठेवून थोपटल्या सारखे केले...

"मला एक स्ट्रॉंग कॉफी हवी आहे तीसुद्धा मोठा कप भरून ...आणतेस?"

"लगेच..." ती हसत म्हणाली..

"पुढचे सगळे तुला कॉफी पिता पिता सांगतो..."

ती कॉफी करायला स्वयंपाक घरात गेली तसे थकून त्याने मान मागे टेकवली आणि काही जुन्या गोष्टी आठवता आठवता त्याचे डोळे मिटले...!

नैना त्या दोघांसाठी स्ट्रॉंग कॉफी घेऊन आली..सोबत काही कुकीज पण होत्या..राज भिंतीला मान टेकवून डोळे बंद करून बसला होता...त्या अंधाऱ्या रात्री आणि रूम मधल्या दिव्याच्या प्रकाशात राज च्या बंद डोळ्यांच्या पापण्यात किंचित पाणी साठलेले तिने पाहिले...

क्षणभर चोरून त्याच्याकडे पाहत तिने त्याला अलगद हाक मारली, "राज, उठताय ना? कॉफी तयार आहे..."

तिच्या आवाजाने राज ने डोळे उघडले... एक क्षण तो तिला ओल्या डोळ्यांनी पाहता झाला आणि दुसऱ्या क्षणाला तिला कळू नये अश्या पध्दतीने चेहऱ्यावर हात फिरवत डोळे पुसून तयार झाला..त्याने कॉफीचा मग उचलला आणि गरमागरम कॉफी फटाफट प्यायला सुरुवात केली...

"बिस्कीट घ्या ना..." नैना त्याला म्हणाली..

तसे तो किंचित हसला..

"काय झाले हसायला...काही चुकले का माझे?"

यावर त्याने नाही म्हणून मान डोलावली.. तिच्या भोळेपणा ची त्याला गंमत वाटली... पण आता तिला तो यावेळेस कसे सांगणार होता की ही बिस्किटे नाहीत तर कुकीज आहेत...दोन्ही मध्ये फरक असतो..

"आता पुढे सांगा ना काय झाले..." तिने विषय काढलाच..

त्याने कॉफी संपवली, घसा खाकरून नीट केला आणि तिला खोलीतील दिवा बंद करायला सांगितला.. तोपर्यंत त्याने जवळच्या ड्रॉवर मध्ये असणारी मोठी कॅंडल काढली आणि ती पेटवली..

आता खोलीतला अंधार हा त्या मेणबत्ती ने दूर झाला होता..

ती त्याच्या जवळ बसली आणि त्याने परत सांगायला सुरुवात केली...

"माझ्या काकाला जेव्हा कळले की मी इथे मुंबईत परत आलोय आणि त्याच्या कामात ढवळाढवळ करत आहे तेव्हा त्याने माझ्या मागे अनेक वेळेला गुंड सोडले पण मी प्रत्येक

वेळेला चोरावर मोर ठरलो..तो कसे वागेल याची मला कल्पना होती त्यामुळे त्याची पावले मला ओळखता यायची म्हणून काका मला कधी पकडू शकला नाही..

बाबांनी घेतलेल्या अनेक जागा काकांना माहिती नव्हत्या त्याचा मला फायदा झाला..तुला वाटले असेल की इंदोर, भोपाळ, विदिशा जिथे जाऊ तिथे याला रस्ते माहिती, लोक माहिती.. याचे कारण एवढंच की इथे कुठेना कुठे बाबांनी काहीतरी जागा घेतलेली आहे..."

ती नुसतंच हसली...तिच्या मनातील प्रश्नांचा उलगडा हळूहळू होत होता..

"त्या आठ महिन्याच्या काळा नंतर मी मुंबईत राहू शकलो नाही कारण काका मुंबईत होता..म्हणून मुंबईच्या जवळ अशी दोन घरे मी निर्माण केली...एक पुण्याला तर दुसरे नाशिक ला...तुझ्या सिन्नर पासून जवळच!

काकाने सगळ्यात पहिली चाल खेळली ती मी 19वर्षाचा असताना..मला कल्पना ही नव्हती की काका असे काही करेल..

राज क्षणभर थांबला आणि म्हणाला, "त्याने माझ्या आजी आजोबांना माझ्यापासून कायमचे दूर केले...अन्नात विष घालून त्यांना मारले..." राज च्या डोळ्यातून खळकन पाणी गळाले...

नैना पुढे झाली आणि तिने त्याच्या हाताला घट्ट पकडले आणि त्याच्या शेजारी बसून राहिली..

"माझे आजी आजोबा यांचा दोष एवढा होता की त्यांनी मला 13 वर्षांपासून बिझनेस आणि इतर गोष्टी समजावून सांगितल्या होत्या... मी तेव्हा तुटून पडलो नैना...अक्षरशः असे वाटले की त्या काकाला भर चौकात पकडावे आणि बेछूट गोळ्या घालून त्याला मारावे..तिथे माझे बाबांचे संस्कार मध्ये आले..बाबा कायम म्हणायचे, राज लक्षात ठेव कोणालाही खऱ्या अर्थाने त्रास तेव्हा होतो जेव्हा आपण त्याच्या मनावर आघात करतो, शरीरावर नाही...

आणि मी तेच केले..मी त्याच्या सगळ्या बिझनेसला शह देण्यात सुरुवात केली ती माझ्या विचारांनी..माझे डोके वापरून.

19 व्या वर्षी मी माझ्या 8 विश्वासू लोकांची टीम तयार केली जी केवळ आणि केवळ माझ्या निर्णयांवर सगळ्या गोष्टी करतील...आपल्या देशाच्या चारही भागात प्रत्येकी 2 अश्या पध्दतीने त्यांना विभागले आणि तिथला प्रदेश त्यांच्या हवाली दिला...त्यांचे काम केवळ एकच होते ते म्हणजे, काका जे काम करेल तेच काम करायचे.. फक्त काका पेक्षा स्वस्त आणि फास्ट..त्या लोकांनी हळूहळू काकांचे कॉन्टॅक्टस तोडायला सुरुवात केली...तुला माहिती आहे नैना, बिझनेस करताना बऱ्याच वेळा साम-दाम-दंड-भेद अश्या नीतीचा वापर करावा लागतो...

यात माणसाला जीवानिशी मारणे हे सोडून इतर सगळ्या गोष्टी करायला त्या 8 जणांना मुभा होती..

काका तोपर्यंत मोठा बिझनेसमन झाला होता..त्याला हात लावणे एवढे सोपे नव्हते म्हणून आम्ही आमचे संघटनात्मक कौशल्य दाखवायला सुरुवात केली... आमचे हे 8 लोक त्याच्या माणसांना वेगवेगळे आमिष दाखवून त्यांच्याकडून माहिती घ्यायला लागले...

काकाने अवैध मार्गाने वस्तू विकण्या सोबत, काळा पैसा कसा वापरता येईल याचेही मार्ग शोधले होते. शहरातील मोठ्या लोकांना त्यांचे पैसे काळ्याचे पांढरे करून देण्याचा धंदा त्याचा जोरात चालू होता..त्यासाठी त्याने परदेशात अनेक बँका मध्ये अकाऊंटस निर्माण केली होती...

मी पोलिसांत ओळखी करायला सुरुवात केली आणि हळूहळू पोलिसांचा छुपा इंफॉर्मर बनलो जो काकांच्या या अकाउंट मधल्या पैस्याबद्दल ची माहिती पोलीसांना कळवायला लागलो... यामुळे काकाच्या त्या बिझनेस वर पोलिसांची नजर राहायला लागली.. साहजिकच त्याला तो बिझनेस आवरता घ्यावा लागला..

नंतर त्याने अवैध पद्धतीने दारू आणि सिगार याचा बिझनेस सुरू केला..मी त्या बिझनेसच्या पूर्ण धज्या उडवल्या, कारण माझ्या 8 विश्वासू लोकांपैकी एकाचा सख्खा भाऊ कस्टमस मध्ये होत्या..काकाला कळत होते की या सगळ्या मागे मीच आहे पण त्याला मला पकडता येत नव्हते...

पण मग त्याने एक चाल खेळली जी समजायला मला उशीर लागला...

नैना ने फक्त भुवया उंचावून काय असे विचारले..!

"मोहिनीअस्त्र!" तो हळूच म्हणाला.

"म्हणजे? " तिला काही कळले नाही तसे त्याने विचारले.

"म्हणजे एका सुंदर स्त्री ला पाठवून लक्ष विचलित करायचे...!"

"आणि तुम्ही विचलित झालात?" तिने चकित आणि थोड्या अविश्वाससाने विचारले..

तिच्या विचारण्यात असलेल्या संशयाची त्याला गंमत वाटली...त्याने गंमतीने विचारले "तुला, काय वाटते?"

तसे तिने मोठमोठ्याने मान हलवत "शक्यच नाही" असे म्हणाली.

तो हलकेच हसला आणि म्हणाला, "पण माझ्याकडून चूक झाली नैना..."

"चूक.. काय चूक? " तिच्या डोळ्यांत घाबरल्याचे भाव होते.

"मी काकाची ही चाल समजू नाही शकलो... वयाच्या 21व्या वर्षी मला हा सेटबॅक लागणे गरजेचे होते त्याशिवाय मी पुढे नसतो जावू शकलो...

"असे कोड्यात का बोलत आहात? " तिच्या आवाजात एक अधीरता निर्माण झाली होती..

"सपना...त्या मुलीचे नाव! ती आली आणि अनेक वादळे निर्माण झाली..."

"आता सांगता का काय झाले ते राज..?" तिच्या आवाजात आता त्रागा होता.

"मी त्यावेळेस माझ्या पुण्याच्या ऑफिस साठी काही स्टाफ हवा होता तेव्हा पेपरमध्ये जाहिरात दिली होती..त्यावेळेस ही सपना सुद्धा इंटरव्ह्यू साठी आली...ती दिसायला,

बोलायला, वागायला एकदम स्मार्ट वाटली तसे तिला आम्ही सिलेक्ट केली...पहिल्या 3 महिन्यात तिने कामाने आमच्या सर्वांचा विश्वास जिंकला...तिथे मी एक मॅनेजर ठेवला होता..ह्या सपना ने त्या मॅनेजर ला गळाला लावला आणि आमची खूप सारी महत्वाची माहिती तिने चोरली...ही सपना म्हणजे काकाची खास स्त्री होती...ती सगळे आमचे कारभार आणि त्याचे इन आउट काकाला सांगायची...

ती फोनवर बोलत असताना एकदा मला तिच्यावरती संशय आला आणि मी तिच्या पाळतीवर माणसे ठेवली तेव्हा मला कळले की ही सपना म्हणजे काकाने आमच्याकडे पेरलेली त्याची खाण होती...फक्त त्याच्यासाठी!

मी माझ्या मॅनेजरला विश्वासात घेतले आणि तिला लगेच नोकरीवरून काढले पण तोपर्यंत आमचे बरेच नुकसान झाले होते...त्यानंतर आम्ही कानाला खडा लावला की अश्या पध्दतीने लोकांना निवडायचे नाही..."

"पण मग ते तुम्ही मोहिनीअस्त्र म्हणाला होता त्याचे काय..?"

"माझ्या मॅनेजरला तिने तिच्या मोहिनीने गळाला लावले ना..?"

"पण तुम्ही म्हणाला की चूक तुमच्याकडून घडली..."

"अगं म्हणजे नोकरीवर घ्यायची चूक...."

"आणि..?"

"आणि काय नैना..काहीच नाही..."

"आणि काहीच नाही ना..मला वाटले कि ते मोहिनीअस्त्र तुमच्या साठी...."

यावर तो मोठमोठ्याने हसायला लागला..यात त्याचा काही रोल नाही हे कळल्यामुळे तिचा आवाजसुद्धा त्याच्या हसण्यात मिसळला होता...!त्या मुलीबरोबर याची काही लिंक नाही हे ऐकून तिला हायसे तर वाटलंच पण मनोमन आपण का खुश झालो हे तिला कळेना. त्या आनंदात तिने विचारले " आणखी एक कॉफी घेणार का?"

"नेकी और पुछ पुछ!" तो हसतच तिला म्हणाला तसे एक गोड स्माईल देऊन ती उठली आणि किचन कडे गेली. तिचे ते लोभस हसणे, सात्विक रूप बघून तो सुखावला. ज्या पद्धतीने ती त्याचे मन लावून ऐकत होती ते त्याने पहिल्यांदा अनुभवले होते की कोणीतरी किती जवळीकीने त्याला समजून घ्यायला प्रयत्न केला आहे.

तिला पाठमोरे जाताना तो बघतच राहिला. किती मिनिटे गेली त्याला कळलंच नाही ती पुन्हा कॉफीचे मगस् घेऊन आली तरी हा त्याच दिशेने बघत होता.

ती त्याच्या समोर येऊन बसली आणि तिने कॉफी मग पुढे केला आणि नजरेने खुणावले तसे तो भानावर आला.

"बिस्किटे पण खा..." कुकीज पुढे करत ती म्हणाली तसे तो मोठ्याने हसला...

"मी बिस्किटे दिली की तुम्ही का हसता हो? मगाशी पण हसला..." तिने भाबडेपणाने विचारले..

"कारण ही कुकीज आहेत बिस्किटे नाही...आणि यात काय फरक असतो हे प्लिज मला विचारू नको कारण मी आत्ता नाही सांगू शकत" तो हात जोडत म्हणाला तसे तिने नाक फेंदारून तोंड वेडावून त्याला लटका राग दाखवला...

तिच्या चेहऱ्यावर असलेली एक्सप्रेशन्स पहात पुढची काही मिनिटे शांत गेली त्याने कॉफी चा आस्वाद घेत स्वतःला थोडे रिलॅक्स केले.

"राज!" ती म्हणाली तेव्हा त्याने फक्त तिच्याकडे पाहिले.

"पुढे?"

"सांगतो..." राज ने बोलायला सुरुवात केली " नैना काका हे प्रकरण माझ्या जीवापेक्षा जास्ती महत्वाचं होतें मला. माझ्या आईबाबाचा बळी घेतला होता त्याने....त्याच्या स्वार्थीपणाने. पुढे वयाची 21 ते 25 ही चार वर्षे मी संपूर्ण भारतभर फिरत होतो.

काकांचे जे पसरलेले सगळे जाळे होते त्याला छेदून एक एक भोक पाडत होतो जेणेकरून त्याला पुन्हा उभे राहता येऊ नये. पण तो माझ्या पेक्षा खूप जास्त अनुभवी होता. त्याचा चालुपणा, त्याचे नसते धंदे यात तो माहिर होता त्यामुळे बरेचदा मी मागे पडत होतो शिवाय त्यात त्याला पैशाचे अफाट बळ होते.

कधी मात खात तर कधी वरचढ ठरत, कधी नवीन शिकत तर कधी अनुभव घेत मी पुढे जात राहिलो. पण इतके नक्की काकांच्या साम्राज्याला खिळ बसली होती.

मजल दरमजल करत मी सगळीकडे फिरत होतो. काका आता मात्र चवताळला होता त्याला असे झाले होते की कधी मी यालाही संपवतो."

नैना एकटक त्याच्याकडे बघत एकचित्ताने तो काय सांगतो ते ऐकत होती.

"मागे 4 महिन्यांपूर्वी काकाचा सोन्याने भरून येणारा कंटेनर मी पकडवून दिला होता त्यावेळी तर त्याचे करोडोंचे नुकसान झाले. त्याने त्याची अनेक माणसे माझ्यामागे लावली की कसेही करून याला मारा आता जिवंत सोडू नका. त्यावेळी मी वेवेगळ्या रुपात, वेष बदलून नाना तऱ्हेने आयुष्य जगलो. लपत छपत फिरलो वेगवेगळ्या भाषा शिकलो आणि लोकांची पारख करायला शिकलो.

याच दरम्यान माझ्या सोबतचे काही लोक माझ्यापासून फिरले तर काही ठामपणे माझ्यासोबत राहिले.

तो थांबला तसे ती लगेच म्हणाली, "सांगा ना..."

"तुला मी तिथे कसा आलो याचे आश्चर्य नाही वाटले का?"

"वाटले ना..खूप वाटले...पण विचारून मला तुमच्यावर अविश्वास दाखवायचा नव्हता हे नक्कीच! "

"गेल्या 4 महिन्या पासून माझ्या मागावर काकाची माणसे लागली होती...मी लपूनछपून काम करायचो..पण एके दिवशी मला कळले की माझ्या नानूची तब्येत जरा बिघडली आहे तसे मी त्याला भेटायला मुंबईतील आमच्या घरी गेलो होतो...कोणी तर खबर दिली की मुंबईत आहे... तेव्हा ते लोक मला मारायला मुंबईला पोचले...

तसा मी मुंबईवरून नाशिक ला आमचे घर आहे तिथे जायला निघालो होतो. कसारा घाटातून पुढे येत असताना एक छोटासा दगडी मार्ग आहे..त्या लोकांना चकवण्यासाठी मी आधी खूप वेळा तो मार्ग वापरला आहे...पण कसे काय त्या दिवशी माझी वाट चुकली.

त्या दगडांचा टायरवर मार बसला असेल हे माझ्या ध्यानीमनीही आले नाही.पाऊस सतत पडत होता त्यात तो डोंगराचा रस्ता.

मी तेव्हा कुठल्या रस्त्यावरून गाडी चालवत होतो हे तेव्हा मलाच कळत नव्हते.. शेवटी टायर फुटून गाडी दगडावर आदळली आणि नंतरचे बाकी पुढे तुला माहीत आहेच. तू होतीस म्हणून मी वाचलो हे मात्र नक्की".

ती डोळ्यांची पापणी न लवता त्याच्याकडे बघत होती त्याचे लक्ष गेले तसे तिने पटकन नजर वळवली आणि डोळ्यातील पाणी लपवले...

"नैना...इकडे बघ.."

तसे तिने पटकन डोळे पुसून पुढे विचारले,

"राज तुम्ही तर म्हणाले की आजी आजोबा गेले मग हे नानु कोण की ज्याचे नाव घेत तुम्ही सँडविच, फ्रुट्स खायला दिले?"

"ते होय! मुंबईतील घरात एक वयस्कर काम करणारे आहेत जे खूप आपुलकीने माझे करतात. त्यांनाच मी नानु म्हणतो ते त्या लोकांपैकी आहेत की जे माझ्या आजी आजोबाच्या काळापासून आहेत..त्यांनीच माझी काळजी घ्यायला नानु ला पाठवले आहे."

"तुम्ही कोणत्यातरी विचित्र भाषेत बोलताना मी अनेक वेळा ऐकले आहे"

"अगं रशियन भाषा आहे ती. काकाचे काळे धंदे हे रशियाच्या बॉर्डर जवळ चालतात.तिथल्या लोकांना माझा विश्वास वाटावा म्हणून मी ती भाषा शिकलो आणि रशियन भाषेत बोलतो जेणे करून माझा संशय त्यांना यायला नको. एक मात्र झाले यात की काकाला टक्कर देताना मला मार्केट मधून पैसे उचलावे लागले. घेतलेले पैसे परत देतानाचा शब्द मला पाळता आला नाही त्यामुळे मला खूप जड जातंय"

"आणि ती विचित्र दिसणारी लोक ज्यांच्यासोबत तुमची रात्रभर मिटिंग चालायची आणि तो रस्त्यावर चाकू दाखवणारा माणूस?"

"तीच ती लोक ज्यांच्याकडून मी पैसे घेतले आहेत आणि अजून परत करू शकलो नाही आहे. तीच लोक मला मारायच्या मागे लागलीत, त्यांना वाटत आहे की मी पैसे द्यायला बघत नाही आहे...ही लोक पैस्यांसाठी काही पण करतात"

एव्हाना नैना च्या जवळपास सगळ्या शंकांना उत्तर मिळाली होती. बऱ्यापैकी ती आता स्थिर झाली होती तर मनमोकळे केलेला राज शांत पणे डोळे मिटून बसला होता.

पण राजला ते लोक मारतील का या भीतीने तिला ग्रासले तसे ती म्हणाली " राज ती लोक पुन्हा आली तर? तुम्हाला काही केले तर?"

तो फक्त हसला. तिच्या चेहऱ्यावरचे बालिश भाव त्याला छान वाटले आणि आपली कोणी तरी काळजी करणारे आहे याचे समाधानही वाटले.

"मी काय विचारते तुम्हाला? मस्करी नाही आहे ही!" वैतागत ती म्हणाली.

"काय होईल मारतील मला!"

जसे तो बोलला तसे तिच्या हातातील मग खाली पडला आणि तिने तिच्याही नकळत उठुन पटकन त्याच्या तोंडावर हात ठेवला.

त्याच्या तोंडावर तिचा हात होता तर त्या दोघांचे डोळे एकमेकांच्या नजरेचा खोलवर ठाव घेत होते. दोघांनाही एकमेकांचे श्वास जाणवत होते इतक्या ते जवळ होते.. आज पहिल्यांदाच नैना राजच्या एवढ्या जवळ गेली होती..स्वतःहून...!

तिचा असे अचानक तोंडावर हात ठेवून त्याला गप्प करणे त्याला आतून खूप सुखावुन गेले.. तो तिच्या डोळ्यात खोलवर बघत राहिला आणि तीही नकळत त्याच्या डोळ्यात बघत राहिली... हलकेच त्याने तिचा हात आपल्या हातात घेत तोंडावरून बाजूला घेतला.

"राज पून्हा असे बोलू नका! तुम्हाला काहीही होता कामा नये" आवेशाने ती म्हणाली.

तो फक्त हसला.

"नैना काका मुळे मला फार काळ कुठे थांबता येत नाही, त्याचे लोक सतत मला शोधत असतात"

"राज भोपाळ चे हे घर त्यांना माहिती आहे का?"

"नाही!"

"राज मला सांगा विदिशा चे रस्ते, सगळी ठिकाणे तुम्हाला कसे माहीती होते?"

"नैना तू विसरते आहेस का की मी तुला सांगितले की तिथेही माझे एक घर आहे पण फक्त ते अजून ताब्यात आले नाही आणि मी गेली 4 वर्षे सतत इथून तिथे फिरतो आहे त्यामुळे रस्ते काय आणि ठिकाण काय मला सगळंच माहीती आहे"

"राज इथली नोकर माणसे अचानक कुठे गेली?"

"मीच त्यांना दुसऱ्या ठिकाणी पाठवले कारण इथे जास्ती वर्दळ दिसणे हे घातक होते"

" म्हणजे? त्या दिवशी सगळी माणसे गेल्यावर तुम्ही डोक्याला हात लावून बसलेला कि आता कसे होणार ?"

"मग तसे केले नसते तर तुला माझ्यावर संशय आला असता ...आणि झालेही बघ तसेच"

" राज ती लोक जी तुमच्या मागे जीप घेऊन येत होती ती?"

" तीच...आणि एक गोष्ट मी चुकलो जे मला आत्ता लक्षात आले.."

"काय..?"

"नैना, माझे बाईकवर बाहेर जाणे माझ्यासाठी खूप धोकादायक आहे. आजवर कार किंवा कॅब मुळे मी लपलो होतो त्यांना दिसलो नाही. पण आपण बाईकवर गेल्या मुळेलल त्यांना कळले आहे की मी इथे आहे"

त्याला मध्येच थांबवत ती म्हणाली " राज आजपासून तुम्ही बाईक चालवणार नाही" म्हणत तिने त्याच्याकडील बाईक ची किल्ली घ्यायला हात पुढे केला तसे त्याच्याही

नकळतपणे त्याने पटकन किल्ली तिच्या हाती दिली.

"नैना आता आपल्याला लवकरच हे घर सोडून दुसरीकडे जावे लागेल. त्यांना कळले आहे की आपण इथे आहोत"

ती चकित नजरेने त्याच्याकडे बघत होती. तिच्या नजरेत राज बद्दल काळजी आणि थोडी भीती असे संमिश्र भाव होते.

"घाबरू नकोस नैना, आपण जिथंही जाऊ ती अपलीच जागा असेल. आता आपण इथून राजस्थान ला जाणार आहोत"

"राजस्थान?"तिने मोठे डोळे करत त्याच्याकडे बघितले.

"हो...राजस्थान.... तिथे जैसलमेर ला! वाळवंटात..."

" राज आपण कधीतरी महाराष्ट्रात पुन्हा येऊ ना?"

तो हसला आणि म्हणाला, "हो नक्की येऊ पण काही काळानंतर. जैसलमेर पासून जवळच एक गाव आहे..तिथे आपले घर आहे... जिथे आपण असू तिथे सगळं वाळूच साम्राज्य आहे...तिथल्या एका बंकर मध्ये आपण राहू"

हे सगळं तिच्या आकलन शक्तीपलिकडे होते ती फक्त त्याच्याकडे बघत होती.

"राज पण आपण तिथे का चाललो आहे? काय होईल तिथे गेल्याने ? आणि तुमचे ते काम? त्या रशियन भाषेतील लोक ज्यांच्याशी तुम्ही बोलत असता त्याचे काय?"

नैना त्यांच्यासाठीच आपण तिथे जातोय..मी त्यांना आता डायरेक्ट तिथेच बोलावले आहे...जोधपूर एअरपोर्ट ला ते परवा संध्याकाळी सहा वाजता पोचतील तिथून पुढे जैसलमेर... माझ्या बाबतींत त्यांना तिथे येणेच जास्त सोईस्कर पडेल.

आता तिचे डोकं थोडे गरगरायला लागले होते. तिचे ते वागणे बघुन राज तिच्या जवळ गेला. तिच्या खांद्यावर हलकेच हात ठेवून नजरेने "रिलॅक्स नैना...तुला हे सगळे नवीन आहे मला माहिती आहे...पण माझ्यासाठी हे नवीन नाही..." डोळ्यानेच शांत राहा असे तिला खुणावले. तिला पाणी प्यायला देत म्हणाल " मी आहे नैना सोबत,काळजी करू नकोस"

त्याचा तो स्पर्श तिला खूप आधार देत होता. तिच्या आयुष्यात अचानक प्रचंड वावटळ आली होती ज्याच्यात ती झाडाच्या पानासारखी इकडून तिकडे भरकटत होती आणि अचानक राज नावाचा आधार तिला मिळाला होता.

"राज मला तुमची खूप काळजी वाटते आहे" ती त्याच्या नजरेत हरवून बघत असताना पटकन बोलून गेली.

तिचे ते शब्द,ती नजर त्याला खूप आवडली होती. ती भावना छान होती की आपली कोणी इतकी काळजी करत आहे ...तो खूप काळाने ही भावना अनुभवत होता.

" राज मला तुमचा स्ट्रॉंग सपोर्ट व्हायचे आहे.. ना की तुमची जवाबदारी. तुम्ही मला सगळे शिकवा जी काम तुम्ही करता ती सगळी. मी सगळं शिकेन, मला गाडी चालवायला शिकवाल का?"

तो कौतुकाने तिच्याकडे बघत होता आणि त्याने हो म्हणून मान डोलावली. आयुष्यात पहिल्यांदा त्याला कोणी मनापासून सपोर्ट करायला बघत होते,कोणी आपलेसे असे फीलिंग त्याला देत होते जे त्याला सगळे नवीन असले तरी मनापासून आवडत होते.

"नैना पुढचा काही काळ खूप महत्त्वाचा आहे, पुढील किमान सहा महिने आपल्याला खूप काळजी घ्यावी लागेल"

"म्हणजे?"

"काका खूप चिडलेला असणार त्यामुळे ह्या ना त्या मार्गाने तो माझा पत्ता शोधून काढेल"

"मग पत्ता शोधला तर काय त्यात..तुम्ही त्यांना पुरून उरणार आहात..."

"एवढे सोपे नाही आहे नैना...त्याने त्याच्या माणसांना माझ्या मागावर पाठवले आहे..त्याला मला कायमस्वरूपी उडवून लावायचे आहे..तो संधी मिळाली की सोडणार नाही..त्याच्यासाठी मी आता सगळ्यात मोठा काटा झालो आहे..जो त्याला काढून टाकायचा आहे यासाठी तो काहीही करेल..."

"राज असे बोलू नका. मी तुम्हाला काही होऊ देणार नाही. तुम्ही माझ्यावर विश्वास ठेवा. नक्की काय उद्योग आहे काकाचे?"

"अगं एक असेल तर सांगेल मी. तो काळ्या साम्राज्याचा खूप मोठा भाग आहे. त्याचे काही उद्योग तर मी सांगूही शकत नाही...आता एकच गोष्ट त्याच्या मनात असेल की मला कसे दूर करायचे... "

"असे कधींच होणार नाही राज कारण तुमच्या बरोबर तुमच्या आई वडिलांचे आशीर्वाद आहेत.."

"ते तर आहेतच गं.. म्हणून तर मी अजून सुखरूप आहे..पण एक लक्षात घे की काका या काळ्या साम्राज्याचा बेताज बादशाह आहे..."

"असेल! पण तुम्ही आता त्याला शह देत आहात आणि तुमचे हे सगळे करणे एक चांगला उद्देश आहे तर मग कधीच घाबरू नका आणि पाऊलही मागे घेऊ नका. मला हवेय की तुम्ही तुमचे ध्येय पूर्ण करावे"

"नैना तुझे शिक्षण पूर्ण कर मी तुला मदत करेन,पण थोडा वेळ दे मला. एकदा का हे थोडं स्थिर झालं की तुझी ॲडमिशन करू आपण इथेच भोपाळ च्या कॉलेजमध्ये जिथे मी तुला घेऊन गेलो होतो.."

"राज.. मला भोपाळ चे काही आकर्षण नाही..आता मी ठरवले आहे की जिथे तुम्ही असाल तिथे मी असेल..त्यामुळे शिक्षण पुढे ठरवूयात.."

त्याने एक कटाक्ष तिच्याकडे टाकला तसे पटकन तिने खाली पाहिले, तिचे गाल आरक्त झाले होते आणि ती गोड हसत होती त्याच्याही गालावर मिश्किल हसू आले.

तेवढ्यात त्याच्या मोबाईल वर काहीतरी मेसेज आला, तो थोडा गंभीर झाला. वेळ फार वेगळी होती

त्याच्यातील बदल टिपत नैना म्हणाली," काय झाले राज..?"

" नैना आपल्याला लगेच निघावे लागेल. तू जा पटकन सगळे आवर तुझे.थोड्याच वेळात आपण इथून निघू. आपल्याला जाताना एका ट्रक मधून जायचे आहे जेणेकरून कोणाला संशय येणार नाही" तो तिला सूचना देत होता.

त्याचे मनोमन काही प्लॅनिंग सुरू होते तर ती अजूनही कसल्याशा विचारात गढून गेली होती.

"राज एक बोलू?"

"हम्मम" मोबाईल मध्ये काहीतरी करत तो बोलला.

"ते तळघर! तिथे तुम्ही काम करत असतात ते काय? " जरा चाचरत ती बोलली.

तसे राज ने पटकन तिच्याकडे पाहिले आणि बोलला "नैना काही गोष्टी तिची योग्य वेळ आल्यावरच समजल्या पाहिजेत. तुझा माझ्यावर विश्वास आहे ना?"

तिने त्याच्या हातावर हात ठेवत "पूर्ण" म्हणत त्याला स्माईल दिली...

"मी सांगेन तुला नैना काही गोष्टी..पण थोडा धीर धरावा लागेल तुला.."

"तुमच्या शब्दासाठी मी आयुष्यभर धीर धरायला तयार आहे राज..." ती असे बोलली आणि राज ने एकदम तिच्याकडे पाहिले...

आपण काय बोलून गेलो ह्याची जाणीव होताच ती स्वतःची जीभ चावत आपले सामान आवरायला रूम कडे पळत गेली..राज ला तिचे बोलणे फार आवडले होते आता कधी एकदा तिच्या सोबत प्रवास करतो असे त्यालाही झाले होते...!

नैना चा हात कामात फार चटपटीत होता. तिने वर जाऊन भराभर तिचे होते ते सामान एका बॅग मध्ये भरले आणि पुढच्या 20 मिनिटात ती खाली आली. बघते तर राज चा पत्ता नाही, तसे वर जाऊन पाहिले तर राज अजूनही आवरत होता. त्याला बराच मार लागला होता त्यामुळे आवरणे त्याला जमत नव्हते .. तिने पुढाकार घेत त्याला बाजूला सारले आणि खुर्चीत बसवले.

"राज मला सांगा यातून काय घ्यायचे आणि काय नाही ते पटकन सांगा. तुम्ही आणि मी एकत्र काम करण्यापेक्षा तुम्ही सांगा मी करते" असे म्हणत तिने भराभर कपड्यांची घडी घालत एकीकडे

जीन्स,दुसरीकडे शर्ट आणि टीशर्ट चा गठ्ठा केला शिवाय इकडे तिकडे पटापट हालचाल करत बाकी आवरले.

तिची ती लगबग बघण्यात तो इतका गर्क झाला की त्याचे त्यालाच कळले नाही की ते आवरून नैना त्याच्याशी बोलते आहे. "राज कुठे हरवला आहात तुम्ही? केव्हाची विचारते आहे मी की हे सगळे भरायचे ना त्या दोन बॅग मध्ये?" त्याच्या वागण्याला वैतागत थोड्या लटक्या रागाने तिने विचारले तसे तो भानावर आला.

"अं...हो" इतकेच तो बोलला तसे ती पुन्हा त्याच्याकडे पाठ करून भराभर कामाला लागली.

तिचा तो उत्साह, राज चे काम करण्यात मिळत असलेला आनंद जो चेहऱ्यावर दिसत होता हे सगळं बघून राज चे नकळत डोळे थोडे पाणावले. त्याच्या आजी आजोबा नंतर ही पहिलीच त्याला भेटलेली की जी इतक्या काळजीने आणि आपुलकीने मन लावून त्याच्यासाठी करत होती.

पुढच्या 10 मिनिटात तिने दोन्ही बॅग त्याच्यासमोर उभ्या केल्या.

"नैना!सुपर! किती जबरदस्त स्पीड आहे तुझा!" तो कौतुकाने बोलत होता तसे ती लाजली. "मला नसते जमले तुझ्यासारखे पटापट करायला"

"हो का...? झालं असेल तर निघायचे का आपण? ट्रक केव्हा येतो आहे"तिने विचारले.

"नैना, किती भोळी गं तू..! ट्रक कधी घरी येईल का? आपल्याला जाणारा वाटेतील एक ट्रक पकडायचा आहे...जसे त्या पापाजींचा आपण पकडला होता.."

"मग आता..?"

"माझा एक माणूस येईल आणि आपल्याला हायवेला सोडेल...तो निघाला आहे काही वेळात पोचेल..तोपर्यंत जरा निवांत राहा...पूर्ण रात्र आपण दोघेही झोपलो नाही आहे आणि आता सकाळ व्हायची वेळ झाली आहे..."

तसे नैना पटकन त्याच्या बेडवर बसली आणि मोठा श्वास घेतला. गेल्या काही मिनिटात तिची खूप धावपळ झाली होती.

मनातून तर ती खूप हळवी झाली होती. त्या हवेली मध्ये तिला खूप नवीन अनुभव मिळाले होते, नवीन आयुष्य मिळाले होते. तिला आपलेपण, प्रेम मिळाले होते. तिच्या अगणित सोनेरी आठवणी तिथे निर्माण झाल्या होत्या. त्या हवेली पासून दूर जाणे खरंतर तिला जड जात होतं.

ती उठली हलकेच बाजूच्या भिंतीवरून हात फिरवला, नंतर समोरच्या भिंतीवरून फिरवला..मग ती दारे..बाजूच्या खिडक्या याला ती स्पर्श करत राहिली.... त्या खिडकीतून खाली गार्डन कडे बघताना तिचे डोळे थोडे ओलावले.

ते कळू नाही म्हणून ती पटकन खाली जायला निघाली तसे राजने तिचा हात पकडत थांबवले.

"नैना!"

"हम्म"

"आपण इथे नक्की परत येऊ काळजी करू नको. या ठिकाणी मी सुद्धा आधी राहिलो पण यावेळी चे इथले वास्तव्य होते ते फार वेगळे ठरले. नकळत जिव्हाळा वाटायला लागलंय इथे" तो थोडा भावनिक होत बोलत होता.

दोघांनाही एकमेकांचे भाव कळत होते, याच ठिकाणी त्याचे असे नवे जग निर्माण व्हायला लागले होते. नैना ने त्याच्या हातावर हलकेच आपला हात ठेवून त्याला हलकी स्माईल दिली. दोघेही भावनिक झाले होते पण जाणे अत्यंत गरजेचे होते.

"कॉफी मिळेल का?" तिला आणि स्वतःला नॉर्मल आणायला तो म्हणाला तसे मानेनेच हो म्हणत ती खाली निघाली.एक बॅग तिने तर दुसरी त्याने हाताला धरत खाली आणली.

नैना ने त्याला हातानेच काहीतरी दाखवत खुणावले, त्याला ते काळले नाही नाही.. तसे" काही नाही " म्हणत ती किचनमध्ये गेली.

थोड्यावेळाने कॉफीचे 2 मग् घेऊन ती आली, पहाते तर राजने गार्डन मधील काही गुलाबाच्या फुलांचा बंच करून आणला होता. ते बघून ती एकदम खुष झाली,राज ने हात पुढे करत तिला तो दिला तसे लहान मुलींसारखं तिने ते हातात घेत पटकन उडी मारली. तिच्यातला हाच अल्लडपणा, साधेपणा तर त्याला भावला होता.

कॉफी चा मग् हातात घेऊन ती घरभर फिरत ते नजरेत साठवून घेत होती जणू तिची आज पाठवणी होणार होती इथून.

राज ला तिची अवस्था कळतं होती आयुष्यात फार कमी वेळा तो सुद्धा असा भावूक झाला होता. तो तिच्यामागे जाऊन तिच्या खांद्यावर हलकेच हात ठेवला तसे ती मागे होऊन पटकन त्याला बिलगली.

"नैना, आपल्याल जाणे भाग आहे"

"हम्मम" आपल्याला असे कमकुवत होऊन चालणार नाही तिचे मन तिला सांगत होते.

"चलायचे ना..?"

"राज मला आता जवाबदरीने वागले पाहिजे. मला जवाबदारी नाही तर खंबीर आधार व्हायचे आहे तुमचा. मी पुन्हा अशी वागणार नाही" डोळ्यांची कड पुसत ती बोलली.

राजचा फोन वाजला तसे त्याने तिला खुणावले की आता आपल्याला निघायचे आहे.

दोघांचेही मन जड झाले होते तिथून निघताना पण एकमेकांच्या सोबत आहोत हे सगळ्यात मोठा आनंद पण होताच. नवीन सुरवात,नवीन प्रवास,नवीन दिशा त्यांची वाट पाहत होती.

आलेल्या माणसाने यांच्या बॅग मागे डिकी मध्ये ठेवल्या....गाडी निघाली तेव्हा सकाळचे झुंजूमुंजू व्हायला सुरुवात झाली होती.त्या गाडीने कुठल्यातरी आतल्या रस्त्याने सगळे महत्वाचे रोड टाळत हायवेला गाडी काढली...

हायवे ला एक ढाबा च्या इथे गाडी थांबली तिथे पुढे 2 ट्रक उभे होते.. त्या माणसाने खूण केली तसे राज एका ट्रक पाशी गेला आणि स्वतः चढला...राजच्या आधाराने ती ट्रक मध्ये चढली तसे तिला काही दिवसांपूर्वी घडलेले आठवले जेव्हा ते दोघे असेच ट्रक मध्ये होते .. तिने पटकन राजकडे पाहिले. तिच्या हाताला हलकेच दाबत "चल मी आहे" हेच खुणावत त्यानेही आपले पाऊल पुढे केले.

ट्रक मध्ये चढताच त्या ड्राइव्हरने त्यांच्या पाठोपाठ काही सामान चढवले. ट्रक मध्ये त्यांना बसायला दोन गाद्या अंधारल्या होत्या. दोन्ही कडेला त्यांच्या बॅग्स ठेवल्या जेणेकरून त्यांना हादरे बसणार नाहीत. ती दोघे तिथे स्थिरावल्यावर काही उंच बॉक्स त्यांच्या आणि मागच्या दाराच्या मध्ये ठेवण्यात आले. ते बघून तिने राज कडे पाहिले तसे

"आपण इथे आहोत हे कोणालाही दिसता काम नये यासाठी ही सोय केलीय" तो म्हणाला तसे तिला पटले असे भाव चेहऱ्यावर आणत ती गादीवर बसली.

पुढच्या 5 मिनिटातच ट्रक मार्गी निघाला पण ती फार अस्वस्थ झाली होती. तिच्या चेहऱ्यावरचे भेदरलेले भाव होते..सगळ्यात पहिल्यांदा केलेला त्या दिवशीचा तो ट्रक चा प्रवास सतत तिच्या डोळ्यासमोर येत होता.

राहून राहून तिला ते आठवत होते आणि तिच्या मनाला यातना देत होते. तिने डोळे घट्ट मिटून घेतले होते तरी डोळ्याच्या कडातून अश्रू ओघळत होतेच..तिने राजचा हात पकडला.

राज ने तिच्याकडे पाहिले, त्याला काही कळेना, "नैना काय झाले?"

ती गप्प पणे बसली होती पण राज च्या हातावरील तिची पकड घट्ट झाली होती.

"नैना तू ठीक आहेस का?"

तसे ती पटकन त्याला बिलगून रडत म्हणाली " राज त्या दिवशी मी अशीच ट्रक मध्ये होते जेव्हा शुद्धीत आले तेव्हा कळले की मला पळवून नेत आहेत..."

तसे त्याला कळले की ती का घाबरली आहे.

"नैना शांत हो! तो दिवस संपला त्यानंतर खूप दिवस आणखी येऊन गेलेत. तू एकदम सुखरूप आहेस. त्या दिवसात आणि आज मध्ये काही फरक आहे ना?"

"हो" ती हळूच म्हणाली.

"मग रडायचे नाही. मी आहे तुझ्या सोबत आता,आणि हो असाच राहीन तू काळजी करू नकोस. तो वाईट काळ होता पण बघ, त्यानंतरच आपण भेटलो ना?

हे सगळं त्या विधात्याने जणू काही मुद्दाम घडवून आणले असेच वाटते मला. तुझे असे ट्रकमधून पळून जाणे माझा नेमका तिथे अकसिडेंट होणे,आपले भेटणे आणि पुढे असे सोबत असणे" तो फक्त बोलत होता आणि तिच्या मनातील मळभ हळूहळू दूर सरत होते.

त्याचे बोलणे खूप परिणामकारक करत होते. तिच्याही मनात आलेच की "जे होते ते चांगल्यासाठीच!" तिच्या काळजीची जागा लाजणाऱ्या स्माईल ने घेतली तसे तो रिलॅक्स झाला.

थोडा वेळ दोघेही शांत बसून होते,राज आपल्या विचारात तर ती त्याचे चोरून चोरून निरीक्षण करण्यात गर्क होती.

"नैना त्या दिवशी ते पापाजी देवासारखे भेटले नाही का? जर ते नसते भेटले तर?"

"सगळे विधिलिखित आहे राज. पण हे नक्की की ते भेटले म्हणून सगळे छान झाले नाहीतर ते जंगल, तो पाऊस अजूनही अंगावर काटा येतो आठवून " ती म्हणाली.

"खरंय..." तो हसत म्हणाला.

"राज किती वेळ लागेल आपल्याला पोचायला?"

"वेळ? अग दिवस विचार?"

"काय"डोळे मोठे करत तिने विचारले तसे तो हसायला लागला.

त्याच्या हसण्याला वठणीवर आणण्यासाठी तिने राजच्या हातात त्याची औषधे आणि पाण्याची बाटली दिली आणि घे असे डोळ्याने खुणावले तसे त्याने तोंड वाकडे केले.. त्याचा तो लहान मुलासारखा अवतार बघून ती खळाळून हसली.

त्याने औषध घेतले पण गोळ्यांमुळे राज ला ग्लानी यायला लागली होती. तो हळूहळू तिरका तिरका होत होता तसे तिने त्याचे डोके आपल्या मांडीवर घेत त्याला झोपते केले. त्याच्या त्या झोपलेल्या निरागस चेहऱ्याकडे बघून तिला भरून येत होते. आपला हात त्याच्या डोक्यावर, केसात कुरवाळत ती ते क्षण आनंदाने अनुभवत होती. तिची नजर त्याच्या चेहऱ्यावर स्थिर झाली होती जणू ते क्षण तिला गोठवून टाकत होते.

प्रवास सुरु झाला होता एक नव्या दिशेला जिथे ते आणि फक्त ते दोघेच सोबतीला होते आणि सोबत त्यांचे नशीब!

आयुष्यातील एक पर्व संपले होते पण नवीन पर्वाची सुरवात झालेली होती त्या दोघांनाही एकत्र आणून!

सकाळ च्या वातावरणात ट्रकने स्पीड पकडला होता आणि त्या स्पीड मुळे नैना ला पण झोप लागली. तिच्या मांडी वर तो आणि तिची पाठ ट्रक ला टेकलेली, अश्या अवस्थेत दोघे जण गाढ झोपले.कालची पूर्ण रात्र त्यांनी जागून काढली होती, त्यामुळे झोप येणे साहजिकच होते...

असा किती वेळ गेला कोणास ठाऊक? आणि एकदम एका मोठ्या खड्यातून ट्रक गेल्या मुळे जो जर्क बसला,त्याने दोघांची झोप मोड झाली.

त्याला जाग आली तर कळले की तो तिच्या मांडीवर डोके ठेऊन झोपला आहे. क्षणभर तो लाजला, ती मात्र तिला काहीच कळले नाही या अविर्भावात त्याच्याकडे पाहत होती.

"सॉरी, मी नकळत तुझ्या मांडीवर डोकं ठेऊन झोपलो"

"मग काय तर! "मी बिचारी साधी भोळी तिकडे बाजुला बसले होते तर तुम्ही सरकत सरकत माझ्या मांडीवर येऊन झोपलात". एकदम सात्विक संताप दाखवत ती म्हणाली.

"सो सॉरी..मला कळलंच नाही मी हे कधी केले..."

त्याच्या या बोलण्यावर ती तोंडात जीभ घोळवून गुपचुप हसायला लागली.

तिचे हसणे पाहून त्याला थोडी शंका आली पण नक्की काय त्याला कळेना.

"काय ग ? का हसत आहेस ? "

"काही नाही..."

" नाही कसे...काहीतरी नक्की झाले आहे जे तु लपवत आहेस. "हे ऐकून ती मोठमोठ्याने हसू लागली.

"नैना तू काही तरी खोडी काढत आहेस माझी."

"कुठे काय राज,मी एवढी सरळ साधी सज्जन आणि तुमच्या पासून काय लपवणार?" असे म्हणून तिचे हसणे अजून वाढले.

"नैना...मी खरंच स्वतःहुन झोपलो ना..का...?"

आता मात्र नैना चे हसू गगनाला भिडले..

"नैना..तू पण ना.....?" तो कोपरापासून हात जोडत म्हणाला..

तेवढ्यात ट्रक थांबला. ड्रायव्हर उतरला तसे राज ने सुद्धा मागून उडी मारली आणि तिला हात देऊन उतरवले.

सकाळचे अंदाजे 10.30 वाजले होते. त्यांनी पाहिले तर तो एक हायवेवर असलेला छोटा ढाबा होता. ड्रायव्हर ने जवळपास 4 तास नॉन स्टॉप गाडी चालवत भोपाळ पासून त्यांना लांब आणले होते. थोड्या वेळात ते राजस्थान राज्यात प्रवेश करणार होते.

ड्रायव्हर ने राजला सलाम केला आणि एका गाडीवर बसून तो निघून गेला. तो गेला तसे त्याच्याकडे पाहत नैना म्हणाली, " राज हा गेला...आता आपल्याला पुढे कोण नेणार? ट्रक पूढे कसा जाणार? आपण इथंच थांबायचे काय?"

तिच्या प्रश्नांवर त्याला हसायला आले आणि त्याने फक्त एके ठिकाणी बोट दाखवले...

नैना ने पाहिले तर, त्या ढाब्या मधून एक उंच माणूस बाहेर येत होता...तो माणूस राज पाशी आला आणि त्याला नमस्कार करून म्हणाला, "सलाम साहेब, इथून पुढच्या स्टॉप पर्यंत मी तुम्हाला घेऊन जाईन..."

राज मे मान डोलावली आणि नैना कडे बघितले. राजचे प्लॅनिंग ती थक्क होऊन पाहत होती.

फ्रेश होऊन ते त्या ढाब्याच्या आता गेले तर एक टेबल तयार होते. त्या टेबलावर गरमागरम पराठा, शेव टमाटर ची भाजी, दाल मखनी, मिरची तडका, देशी घी, लोणचे असा मेनू तयार होता.

ते बसले तसे 2 माणसे आले आणि त्यांना वाढायला लागली. नैना डोळे विस्फारून त्या अन्नाकडे पाहत होती. एवढे कसे खायचं हा मूलभूत प्रश्न तिच्या मनात डोकावत होता.

तसे तिच्याकडे पाहत राज म्हणाला, "एवढे कसे खायचे याची काळजी करू नकोस...तू खायला लागल्यावर तू किती खाल्ले हे तुलाच कळणार नाही...आणि आत्ता भरपूर खाऊन घे कारण आता आपला पुढचा स्टॉप अजून लांब असेल.."

ती काहीच न बोलता खाणे खाण्यासाठी बसली...

जेवण फारच उत्तम होते..पराठा खूप मोठा होता पण देशी घी मधला तो पराठा म्हणजे पाकशास्त्राचा उत्कृष्ठ नमुना होता. ते दोघेही मनापासून जेवत होते.

जसे जेवण झाले तसे लगेचच दोघेही ट्रक मध्ये जाऊन बसले. ट्रक निघाला आणि नैना ने राज कडे बघितले.

राज खूपच निर्धास्त वाटत होता. त्याच्या चेहऱ्यावर कसलेही प्रश्नचिन्ह दिसत नव्हते. उलट तो जास्तच रिलॅक्स वाटत होता.

नैना ला एवढे खाण्याची सवय नव्हती. त्यामुळे तिचे डोळे पेंगायला लागले. तिला झोप कधी लागली हे तिलाच कळलं नाही.

बऱ्याच वेळेनंतर तिला जाग आली तेव्हा तिला कळले की यावेळेस ती राजच्या मांडीवर डोके ठेऊन आहे.

"आं... हे कसे झाले?" तिने चकित होत राज ला विचारले.

"जसे मागच्या वेळेस मी आलो होतो.." राज हसत म्हणाला.

यावर नैना ने एक क्षण त्याच्याकडे पाहिले आणि ती जोरजोरात हसायला लागली. राज ही तिच्या हसण्यात सामील झाला.

ते दोघेही त्यांच्याच तंद्रीत हसत असताना एकदम यांच्या ट्रक ला धक्का जाणवला...त्या धक्क्याने ते दोघेही एकमेकांच्या अंगावर जोरात धडकले. नैना एकदम ओरडली तर राज त्यातून लगेच सावरण्याचा प्रयत्न करायला लागला. तेवढ्यात अजून एक धक्का बसला. त्या धक्क्याने नैना शेजारच्या लोखंडी कडीवर आदळली आणि बेशुद्ध झाली...

राज उठून बसायचा प्रयत्न करत होता पण मागून परत धक्के लागत होते. त्याने आतमध्ये असलेल्या ट्रकच्या एका स्टँड ला घट्ट पकडून ठेवले होते. त्यांचा ट्रक जातच होता आणि मागून धक्के येतच होते..

असे बराच वेळ चालले होते आणि एका क्षणाला त्याला त्यांच्या ट्रक चा स्पीड वाढलेला आढळला.

नंतर धक्के बसले नाहीत आणि 10 मिनिटांत ट्रक एका जागेवर थांबला...

"सुखी..." त्याने आवाज दिला.

"आया साब..." तिकडून आवाज आला.

तो ड्रायव्हर येईस्तोवर राज नैना कडे धावला. नैना अजून बेशुद्ध होती ,तसे त्याने सुखीला येताना पाणी आणायला सांगितले.

सुखी आला त्याने नैना च्या चेहऱ्यावर थोडे पाणी शिंपडले तसे ती शुद्धीत आली...

ती प्रचंड घाबरलेली होती. सुखी ला समोर बघून तिने लगेच राजकडे पाहिले आणि त्याला घट्ट मिठी मारली. राज ने तिला थोपटत तिच्या केसांवरून हात फिरवला. तिला दरदरून घाम सुटला होता,तिची होणारी थरथर राज ला जाणवत होती. त्या दोघांना तसेच तिथे ठेऊन सुखी ट्रकच्या पुढच्या दिशेने गेला.

राज ने तिला कुरवाळत शांत होऊ दिले. तिने अजूनही राज ची कॉलर घट्ट धरून ठेवली होती. राज तिच्याकडे एकटक बघत होता आणि तिला शांत करायचा प्रयत्न करत होता.

राजच्या आयुष्यात असे प्रकार अनेकदा घडले होते पण आज तो एका मुलीला जी त्याला इतकी बिलगून होती तिचा स्पर्श अशा परिस्थितीत अनुभवत होता. त्या स्पर्शात भीती, आपुलकी, प्रेम, काळजी सगळेच होते.

काही मिनिटाने सुखी आला आणि त्याने राज ला काही खुणावले तसे राज ने तिला थोडे सरळ नीट उभे केले. तिला नीट उभेही राहता येत नव्हते,तिच्या कपाळाला लागले होते आणि त्यातून रक्त वाहत होते. त्या रक्ताचे काही थेंब राज च्या शर्ट ला सुदधा लागले होते...ते पाहून ती आणखीच घाबरली.

"नैना, हे तुझे रक्त आहे माझे नाही. मला काही झाले नाही" त्याने तिला हात कपळावर हात नेत दाखवले तेव्हा तिला कळले.

सुखी ने त्याच्या हातातला फर्स्ट एड बॉक्स राज च्या दिशेने दिला.

राज ने त्यातून डेटॉल काढून तिची जखम पुसली, खूप मोठी नाही पण थोडी खोल जखम ती कडी लागल्याने तिला झाली होती. त्यावर त्याने मलम लावले, पट्टी बांधली आणि तिला एक गोळी पाण्याबरोबर दिली.

"सुखी, हे काय होते नक्की?"

"राज साहेब, बहुतेक त्या लोकांना कळले आहे की तुम्ही या ट्रक ने जात आहेत ते. मागून येणारा ट्रक मुद्दाम धक्के देत होता जेणेकरून आपला ट्रक पलटी होईल. पण काळजी करू नका मी माझ्या हातावरच्या स्टेयरिंग ची ग्रिप अजिबात सोडली नाही...आतातरी मी त्यांना चकमा दिला आहे. एका मधल्या रस्त्याने मी गाडी जंगलात घुसवली... मला वाटते, आता आपण अंधार होईस्तोवर इथेच जंगलात थांबू यात आणि मग नंतर बाहेर पडू".

"ठीक आहे" म्हणत राज ने तिच्याकडे पाहिले,तिची नजर त्याला खूप भेदरलेली जाणवली.

"नैना असे होते... घाबरू नकोस, मी आहे ना...हा सुखी खूप जवळचा आहे तो आपल्याला बरोबर पोहचते करेल"

त्याच्या शब्दांनी तिला थोडा धीर आला तोवर सुखी एक मोठा थर्मास, कप आणि बिस्किटाचे पुडे घेऊन आला. एव्हाना दुपारचे चार वाजून गेले होते. त्याने गरम चहा कपात ओतून नैना पुढे धरला आणि बिस्कीट खा असे तिला खुणावले. अजूनही ती शांतच होती पण तो म्हणेल तसे करत होती.

गरम चहा बिस्किटे पोटात गेल्यावर तिला बरे वाटले.

एका सध्या घरातून आलेली, मामीच्या जाचात जगणारी नैना अचानक आयुष्यात घडलेल्या घटनेने खूप वेगळ्या जगात आली होती. जिथे प्रेम होते,नाविन्य होते, थ्रिल होते आणि नविन प्रदेश जिथे ती आता निघाली होती.

सुखी आणि राज यांनी काहीतरी चर्चा सुरू होती ती त्यांचे निरीक्षण करत होती. एव्हाना संध्याकाळ व्हायला आली होती, त्या जंगलात पक्ष्यांचा किलबिलाट सुरू होता जे आपल्या घरट्याकडे परतत होते, स्वच्छ ताजी हवा आणि त्यात तो सूर्यास्ताचा तांबूस प्रकाश! सगळे कसे तिला मोहून टाकत होते.

आणि राज परत तिच्यापाशी आला.

"आपण परत प्रवासाला निघत आहोत नैना...हा ट्रक आपल्याला हायवे ला सोडेल...तिथे सुखी ने आपल्यासाठी सुमो ची सोय केली आहे..ती सुमो आपल्याला पुढे घेऊन जाईल..ह्या ट्रक मधून जाणे आता योग्य नाही..."

तिने हो म्हणून मान हलवली..ते करण्याशिवाय तिच्या हातात दुसरे काय होते.

"सुखी" ने म्हणल्याप्रमाणे त्यांना हायवे ला सोडले. तोपर्यंत अंधार पडला होता. पूर्ण वेळ नैना राज चा हात पकडून होती. तिला सारखे वाटत होते की परत ट्रक ला मागून कोणीतरी धक्का देईल.

राज ला तिची मनस्थिती कळत होती. क्षणभर त्याला वाटून गेले की, आपण उगाचच नैना ला या परिस्थितीत आणून ठेवले आहे. तिला सिन्नर ला परत पाठवणे योग्य होते. पण तिथे तिचे कोणी नाही हे ही त्याच्या लक्षात आले. आता ती आपली जवाबदारी आहे हे त्याला पूर्णपणे कळत होते.

जिथे सुखी ने सोडले तिथे एक सुमो उभी होती. पांढऱ्या रंगाच्या सुमो चा ड्रायव्हर सुखी सोबत हळू आवाजात काही बोलला. त्याने मान डोलावली आणि तसेच तो राजपाशी आला. राज शांतपणे तो काय बोलत आहे हे ऐकत होता. सुखीचे बोलणे झाल्यावर राज ने होकार कळवला.

नैना ला त्या सगळ्या वागण्याने बरीच काळजी वाटायला लागली. तिने राज ला विचारले, " राज काय झाले? अजून काही धोका आहे का..?"

"काही धोका नाही नैना..." राज हसत म्हणाला.

"मग, हे लोक काय म्हणत आहेत?"

"सुमो चा ड्रायव्हर सुखी ला म्हणाला, "तुम्ही जास्त अनुभवी आहात त्यामुळे तुम्हीच सुमो चालवत पुढे न्या..तो ट्रक परत नेत आहे.."

"म्हणजे आता सुखी आपली बरोबर असेल का..?"

"हो.." राज निर्धास्तपणे म्हणाला.

का कोणास ठाऊक, पण नैना ला सुद्धा सुखी सोबत आहे हे फार छान वाटत होते. तो आपल्याला नक्की सुखरूप पोचवेल हा विश्वास तिला वाटत होता.

सुखी ने सुमो चे स्टेयरिंग पकडले तसे राज आणि नैना आत शिरले. आतली सजावट पाहून नैना खूपच चकित झाली...सुमो चे मधले सीट काढले होते आणि आत सीट च्या गाद्या केल्या होत्या ज्या खाली अंथरल्या होत्या. त्यावर पांढरी शुभ्र चादर आणि स्पॉंज उशी ठेवल्या होत्या. त्यावर झोपले की खिडकीतून व्यू येणे शक्यच नव्हते, त्यामुळे गाडीला ओव्हरटेक करून जाताना आतमध्ये ड्रायव्हर शिवाय कुणीच नाही असे वाटले असते.

बाजूला एक छोटा फ्रीज होता. आत मध्ये इलेक्ट्रॉनिक कनेक्शन होती त्यामुळे एका साईड ला इंडक्शन स्टोव्ह आणि सोबत इलेक्टरीक केटल होती ज्यामध्ये दूध पाणी गरम करता आले असते. पाणी पिण्यासाठी बिस्लेरी च्या छोट्या बॉटल्स ठेवल्या होत्या.

नैना ने फ्रीज उघडून बघितला तर आत फ्रुटस, केक्स, कोल्ड्रिंक्स, चिप्स आणि ड्राय स्नॅक्स ठेवले होते.

"मी केक खाऊ? " तिने राज ला निरागसतेने विचारले.

तिची निरागसता पाहून त्याच्या हृदयाला पीळ पडला.

क्षणभर तिला बघत त्याने तिला आपल्याकडे वळविले आणि सांगितले, "नैना, आपल्या दोघांत काहीही व्यवहार नाही आहे की तू मला काही विचारुन करावे..जे आहे ते तुझेही आहे..आणि हे सगळे तुझ्या साठीच आहे.."

"आपल्यासाठी .." तिने त्याच्या वाक्याला पुरे केले.

जे होते ते त्या दोघांनी खायला सुरुवात केली तसे नैना ने त्यातले थोडे सुखी ला देऊ केले...

"मेमसाब, मैं नहीं खा पाउंगा | अभी जबतक आप लोगोंको छोड नहीं देता तबतक सिर्फ पानी..|"

नैना ने राज कडे पाहिले तशी त्याने नुसती मान डोलावली. दोघांनी सकाळी धाब्यावर जे खाल्ले होते त्यानंतर ते दोघे आत्ता खात होते. जास्त विचार न करता त्यांनी भरपूर खाणे केले.

जेव्हा खाणे झाले त्याच वेळेला ते बॉर्डर क्रॉस करत होते. आता त्यांचा प्रवेश राजस्थान मध्ये झाला होता.

"सुखी, 10 बजे हैं रात के... यहां से कितना..?"

"साब, मैं कोटा के रास्ते नहीं लेता हूँ |

"फिर..?"

"हम भिलवाडा -पाली होकर जोधपूर बायपास से पोखरण होते हुयें जैसलमेर जायेंगे.."

"समय..?"

"12 घंटे.."

"12 बहोत है सुखी..."

"आप सो जाईए साब जी मैं कोशिश करता हूँ .."

राज ने नैना कडे हसत पाहिले तेव्हा सुखी ने त्याचा पाय अक्सीलेटर वर मॅक्सिमम ठेवला होता.

त्याने स्पीड वाढवला आहे हे फक्त गाडीच्या आवाजावरून कळत होते नाहीतर त्याचे ड्रायव्हिंग असे होते की ब्रेक दाबला आहे हे ही कळत नव्हते.

"राज...एक विचारू?" नैना ने विचारले.

"हो नैना..बिनदिक्कत "

"नको, तुम्ही रागावला तर..?"

"नाही रागावणार... प्रॉमिस!"

"तुमच्या काकाला तुम्हाला मारायचे आहे कारण तुम्ही त्याचे नुकसान केले पण तुम्ही जसे वागत आहात हे पाहून मला वाटते की तुम्हालासुद्धा त्या पैस्यात रुची आहे..हे खरं आहे का?"

तिच्या बोलण्यावर त्याने क्षणभर विचार केला आणि मग म्हणाला, "नैना, हा पैसा फक्त काकाचा आहे का, आई बाबांचा नाही? "

"पण राज हा पैसा काकांनी चुकीच्या पद्धतीने मिळवला आहे..तो आई बाबांचा कसा? आई बाबा तर हे नाही करायचे ना?"

"चुकीच्या पद्धतीमध्ये याचा अर्थ हा ही असतो ना नैना की धोका देऊन..तू विसरत आहेस का त्यानी माझ्या आई बाबांना कसे मारले? आजी आजोबांसोबत काय केले? मग मी सूड उगवला तर काय झाले? "

"तुमचा सूड उगवणे हे योग्य आहे...आणि यात मी तुमची साथ देणार आहे कायमस्वरूपी हे तुम्हाला सुद्धा माहिती आहे..माझा प्रश्न हा आहे की जे तुमचे नाही.. जसे ते पैसे जे काकांनी चुकीची कामे करून मिळवले आहेत ते मिळवण्यासाठी तुमचा अट्टाहास का..? तुम्हाला काही कमी नाही कशाचीच.. मग त्या पैस्यांसाठी तुम्ही त्रास का करून घेत आहात? "

तिच्या या प्रश्नावर तो शांत झाला.

बराच वेळ तो काहीच बोलेना हे पाहून ती म्हणाली, "बघा मी म्हणाले होते ना तुम्हाला राग येईल.."

"नाही नैना, तुझ्या प्रश्नाने मी माझेच अवलोकन करत होतो की मी जे करतो आहे ते का आणि कशासाठी..? आता हा प्रश्न जो तुला पडला तो माझ्यासाठी योग्य आहे कारण याचे उत्तर माझ्याकडे नक्की आहे."

"काय उत्तर आहे..?"

"तुला योग्य वेळ आल्यावर कळेल.."

"ही योग्य वेळ कोणती आहे नक्की? तुम्ही मला हे उत्तर भोपाळच्या हवेलीत असलेल्या तळघरा बद्दल पण दिले होते.."

तसा राज गूढ हसला.

"हसता काय आहात राज..? सांगा ना" तिने अधीरतेने विचारले.

"नैना,काही दिवस थांब..तुला नक्की कळेल"

नैना काही न बोलता तशीच बसून राहिली..गाडीचा स्पीड कळत होता आणि रोड पण स्मूथ छान होता. राज पण शांतपणे डोळ्यांवर हात ठेवून झोपायचा प्रयत्न करत होता तर नैना एकटक त्याच्याकडे पाहत होती.

कधीतरी तिला विचार करता करता झोप लागली. गाडी फक्त धावत होती. कुठेही न थांबता..धावण्याऱ्या ..हलणाऱ्या गाडीच्या हेलकाव्यामुळे तिला झोप छान लागली होती.

आणि गाडी थांबली तसे तिला जाग आली..तिने उठून बघितले तर बाहेर उजाडले होते..

आपण किती वेळ झोपलो हे तिलाच कळले नाही. बाजूला राज पण झोपला होता. तिने समोर पाहिले तर सुखी दरवाज्यातून उतरला होता.

राजच्या हातातील घडाळ्यात तिने पाहिले तेव्हा 7 वाजून 10 मिनिटे झाली होती.

"सुखी भैया..." तिने आवाज दिला तसा पुढच्या खिडकीतून आत डोकावत सुखी म्हणाला, "जी मेमसाब.."

"हम कहाँ पहूँचे..?"

"जैसलमेर..." सुखी उत्तरला.

तसे तिने राज ला हलवले आणि उठवले..

राज डोळे चोळत उठला तेव्हा नैना म्हणाली, "राज आपण जैसलमेर ला पोचलो.."

राज खाडकन जागा झाला. घडाळ्यात 7.10 झाले होते. त्याने अभिमानाने सुखी कडे पाहिले आणि म्हणाला,"कमाल कर दि सुखी तुमने | ...9 घंटे में पहूँचा दिया..| "

सुखी त्यावर गालातल्या गालात छान हसला.

राज उतरला तशी नैना पण उतरली. पांढरी सुमो धुळीने माखली होती..तिचा रंग कोणीही डोळे झाकून आता करडा सांगितला असता अशी ती झाली होती.

राज गाडीच्या रंगाकडे बघुन हसायला लागला. तशी नैना पण हसायला लागली.. सुखी सुद्धा त्या हसण्यात सामील झाला..

तेवढ्यात मागून त्यांना आवाज आला, "राम राम सा...मालिक..."

राज ने वळून पाहिले तर एक राजस्थानी पगडी घातलेला माणूस त्याच्याकडे हसत बघत हात जोडून उभा होता.."

त्याला पाहून राज ने त्याला घट्ट मिठी मारली आणि म्हणाला, "समशेर...तुम्हाला पाहून आनंद झाला.."

समशेर ने मान वाकवून नमस्कार केला.

"सब ठीक..?"

"बिलकुल सही सलामत..|" तो हसून म्हणाला.

"कुछ दिन अभि राजस्थान रहना पडेगा समशेर.."

"बंदा हाजीर है..| " समशेर हसत म्हणाला.

नैना ते सगळे पाहत होती...राज ने तिच्याकडे बघत तिला सांगितले, "मुंबईत नानु आणि राजस्थान मध्ये समशेर हे दोघेही माझ्या जीवाचे प्राण आहेत नैना...यांच्यामुळे मी आत्ता एवढे काही करू शकतो..."

नैना ने त्यांना नमस्कार केला. समशेर ने सुद्धा तिला नमस्कार केला आणि मागे वळून एक जोरात शिट्टी वाजवली. तशी 2 माणसे एक मोठी जीप घेऊन आले.

समशेर ने सांगितले तसे ते लोक ती सुमो घेऊन निघून गेले आणि सुखी ती जीप चालवायला बसला.

समशेर सुखी सोबत पुढे तर राज आणि नैना जीपमध्ये मागे बसले. राजस्थान मधील त्यांच्या प्रवासाला आता खऱ्या अर्थाने सुरुवात झाली होती.

जैसलमेर! वाळवंटात वसलेली सुवर्ण नगरी. छोटेसे शहर पण अनेक गोष्टीने युक्त.. एका बाजूला सोनार किल्ला आणि दुसऱ्या बाजूला अथांग पसरलेले वाळवंट. जवळच असलेली पाकिस्तान बॉर्डर आणि अनेक प्रकारचे लोक.... हा प्रदेश इतका सुंदर की कोणीही याच्या प्रेमात पडावे..कधी कधी दिवसभर तापून वातावरण 50 डिग्री होईल तर रात्रीच्या

वेळेस थंडीने कुडकुडायला लागेल. इथे खास बांधलेले तंबू आणि मुबलक प्रमाणात दिसत असलेले उंट याची रेलचेल सगळीकडे पाहायला मिळते.

त्यांची जीप निघाली तसे मिनिटांच्या आत कसलाही विचार न करता सुखी ने जवळ असलेल्या घासीराम च्या कचोडी सेंटर वर गाडी थांबवली. त्याने गाडी थांबवली तसे राज खदखदून हसायला लागला. त्याच्या हसण्याने समशेर पण हसायला लागला. नैना ला काहीच कळत नव्हते..त्या लोकांचे हसणे काही थांबत नव्हते तसे ती फक्त त्याच्या हसण्याकडे थक्क होऊन पाहत होती.

शेवटी हसणे आवरून राज तिला म्हणाला, " नैना, हा सुखी पक्का खादाड आहे..याला सारखे खायला लागते..आपण काल त्याला ढाब्यावर भेटलो तेव्हा सुद्धा हा भरपेट खाऊन बाहेर येत होता. आता याला इतका वेळ खायला मिळाले नाही म्हणून बघ कसा आता कचोरी सेंटरकडे आलाय..तू फक्त गंमत पहा आता..."

"राज, हा आपल्यासाठी कुठेही न थांबता नॉन स्टॉप गाडी चालवत आला आहे..याला भूक लागणार च! त्यातून तो एवढा उंच, धिप्पाड..कमीत कमी साडे सहा फूट असेलच..असे दुसऱ्याच्या भुकेला हसू नये..उगाच का हसता तुम्ही त्याला..?"

"उगाच का हसतो ना...कळेल तुला आता..!" राज तिला चिडवत म्हणाला.

तोपर्यंत घासीराम च्या ठेल्या पाशी सुखी पोचला होता. घासीराम च्या दुकानाबाहेर 2 मोठे काऊंटर लावले होते. एका काउंटरवर एक मोठी कढई होती त्यात एक माणूस गरमागरम कचोरी तळत होता तर दुसऱ्या काऊंटर वर अजून एक माणूस जिलबी तळत होता. त्याचा वास इतका खमंग होता की कोणाच्याही पोटातले कावळे ओरडायला लागले असते. कचोरीचा घमघमाट तर जणू पूर्ण जैसलमेर मध्ये घमघमत होता.

सुखीने तिथे ठेवलेली कचोरी ची अख्खी टोपली उचलली आणि तो एका पाठोपाठ एक कचोरी डायरेक्ट तोंडात टाकायला लागला. त्याचा खाण्याचा स्पीड इतका जबरदस्त होता की तो एक महिन्याच्या उपाशी आहे असे पाहणाऱ्याला वाटले असते.

जवळपास 25 कचोऱ्यांची टोपली त्याने म्हणता म्हणता संपवली..त्याचे ते राक्षसी खाणे पाहून नैना हबकली तर राज आणि फक्त समशेर हसत होते..

पुढच्या कचोऱ्या तळेस्तोवर त्याने आपला मोर्चा गरमागरम जिलब्या कडे वळवला होता. ईथल्या जिलब्या म्हणजे पूर्ण साजूक तुपात तळलेल्या, पिवळ्या धमक, गोड आणि कुरकुरीत कडक जिलब्या..! आकाराने छोट्या पण चवीने मोठ्या..सुखी ने तयार असलेल्या जिलब्या बकाबका खायला सुरुवात केली..जिलब्या कश्या संपल्या हे कोणालाही कळले नव्हते आणि ते पाहून नैना ने कपाळाला हात लावला..

"आता बोल.." राज ने तिला विचारले, तसे तिने कोपरापासून सुखी ला नमस्कार केला. तिच्या हसण्याच्या स्टाईल मुळे आता सगळेच हसायला लागले.

सुखीचे पूर्ण पोट भरल्यानंतरच राज ने त्याच्यासाठी आणि नैना साठी 2-2 कचोऱ्या आणि पाव किलो जिलेबी बांधून घेतली.

तिकडे असलेल्या वॉशरूम वर जाऊन फ्रेश झाल्यावर सगळे परत जीप मध्ये येऊन बसले. सुखी ने गाडी चालवायला घेतली तसे राज ने बोलायला सुरुवात केली.

"नैना, आमच्या अनेक घरांपैकी एक घर इथे जैसलमेरला आहे..इथल्या घराबद्दल कोणालाच माहिती नाही कारण मी जेव्हाही इथे आलो आहे ते रूप बदलून आणि अनेक वेगवेगळ्या मार्गांनी आलो आहे. ह्या घराचे एक वैशिष्ट्य आहे ते तुला दिसेलच..महत्वाचे म्हणजे, आपल्याला हे घर लगेच सोडायचे नाही आहे. इथून आपल्याला बरेंच काही डावपेच आखायचे आहेत.कदाचित आपण इथे 2 महिने असू किंवा 6 महिने..पण निर्धास्त राहा कारण हा समशेर सगळ्यांना पुरुन उरेल"

नैना ने सगळे समजले अशी मान डोलावली. जीप जशी पुढे पुढे जात होती तशी ती खिडकीतून बाहेर बघत होती.

जैसलमेर तिला खूप शांत शहर वाटले. रस्ते बरेंच सुनसान होते. कसलीही घाई, गर्दी, गोंधळ इथे दिसत नव्हते. बऱ्याच लोकांनी इथे डोक्यावर मुंडासे बांधलेले दिसत होते. अनेक जण आपल्याच नादात आणि कामात जाताना दिसत होते. यांची जीप शहरातून बाहेर पडली आणि सुरू झाला सुनसान रस्त्याचा प्रवास. लांबच्या लांब पसरलेला रोड आणि दोन्ही बाजूला वाळवंट..रस्त्यावर दूरवर कोणी नाही..नैना ने वाळवंटाबद्दल बऱ्याच पुस्तकांमधून वाचले होते पण प्रत्यक्षात ती आजच पाहात होती.

राज, जैसलमेर ला पोचून खूपच रिलॅक्स वाटत होता. जीप च्या सीट वर मान टेकवून तो डोळे बंद करून निवांत पणे हलकेच गाणे गुणगुणत होता. सुखी चे पोट भरल्याने तो खुष होता. त्याला आता जिथे थांबणार तिथे भरपूर झोप घ्यायची होती. समशेर चा काही प्रश्नच नव्हता तो ईथलाच होता.

नैना क्षणभर विचारात पडली.. कोण कुठले लोक हे..यांची काही ओळख पण नाही..काही दिवसांपर्यंत राज ची पण ओळख नव्हती. पण राज भेटतो काय आणि आपले आयुष्य एकदम बदलते काय..सिन्नर ते कसारा घाट. तिथून इंदोर नंतर भोपाळ आणि आता एकदम राजस्थान.. जैसलमेर च्या भूमीवर आपण पाय ठेवले आहेत..तिचे तिलाच नवल वाटले आणि हसायला पण आले.

आणि काही क्षणांत जीप ने रस्ता सोडला आणि एका हमरस्त्यावरून ती आत जायला लागली. नैना पाहत असतानाच जीप एका भल्या मोठ्या पडक्या घरापाशी आली. घर बाहेरून भग्नावस्थेत होते. त्या घराला पाहून असे वाटले असते की अनेक वर्षे घर बंद आहे.

सुखी ने गाडी थांबवली आणि सगळे जण उतरले. राज स्वतः त्या घराच्या तीन पायऱ्या चढत आतमध्ये गेला. नैना त्याच्या मागोमाग होतीच. आत एक मोकळी जागा होती. राज ने तिला पॅसेज मध्येच थांबायला सांगून तो एका कॉर्नर ला गेला. तिथल्या बाजूच्या कोनाड्यात जाऊन राज ने एक लिव्हर पूल केली आणि त्या मोकळ्या जागेतील जमीन सरसर करत बाजूला झाली...आतमध्ये एक गोलाकार जिना गेला होता आणि खाली काही लोक त्यांच्याकडे पाहत होती.

नैना डोळे विस्फारून त्या गोष्टीकडे पाहत होती.

राज फक्त हसला आणि तिच्या हाताला धरून त्या जिन्यावरून खाली गेला. खाली गेल्यावर नैना ला दिसले जेवढी जागा वर आहे तेवढीच जागा ही त्या जमिनीखाली आहे.

तिथे चार लोक काही काम करत होते..

राज सगळ्यांचा सलाम स्वीकारत आत शिरला. खाली एक भला मोठा हॉल होता. सूर्याचा प्रकाश वाटावा एवढा प्रकाश तिथे होता. प्रचंड गार हवा तिथे होती आणि सगळ्यात महत्त्वाचे म्हणजे त्या हॉल पासून पुढे एका तळघरातील मोठ्या घराला सुरुवात होत होती.

लहान गावातून आलेली नैना, ह्या सगळ्याची स्वप्नातही कल्पना करू शकली नसती. राज हा प्रचंड हुशार आणि सामर्थ्यवान तिला त्या क्षणाला भासला.

हॉल मध्ये ठेवलेल्या एका मोठ्या बैठकीवर राज बसला. नैना त्याच्या बाजूला बसली..समोर सुखी आणि समशेर बसले. तिथे घराची राखण करणारा भंवरलाल, राज च्या बाजूला उभा होता.

शेवटी ना राहवून नैना ने विचारलेच, "राज, हे काय आहे सगळे..?"

"नैना, हा माझा गुप्त अड्डा...इथे प्रवेश फक्त माझ्या विश्वासू लोकांना..! काका काय करेल हे माहिती नाही.....भंवर इथली सगळी काळजी घेतो. इथे काही लोक कामाला आहेत ते आपल्या कामा संदर्भात असलेल्या गोष्टी इथून निर्यात करतात. ही बॉर्डर ला लागून असलेली जागा आहे त्यामुळे आपल्याला अनेक गोष्टी लपूनछपून कराव्या लागतात. भंवरलाल इथला स्थानिक माणूस आहे. पोलीस पासून गुंडा पर्यंत सगळे तो मॅनेज करतो. "

"राज हे सगळे काल्पनिक आहे असे मला वाटते...! खरतरं अनाकलनीय आणि अविश्वसनीय आहे असे वाटते..."

"तुझे म्हणणे खरं आहे नैना..पण मला पण अशी जागा निवडणे क्रमप्राप्त होते जिथे कमीत कमी लोक येऊ शकतात..हा धंदा, हे लोक आणि काकाच्या काळ्या कारवाया या पासून सरंक्षण हवे असेल तर या गोष्टींचा विचार हा करावाच लागतो. "

"पण राज, आपण जमिनीखाली अंदाजे 30 फूट आहोत, मग इथे हवा कुठून येते? हा प्रकाश आहे तो कसा येतो? इथे इलेक्ट्रिसिटी कशी येते..?"

तिच्या प्रश्नावर राज कौतुकाने हसला. तिला घेऊन तो हॉल च्या बाहेर असलेल्या विहिरीपाशी आला. त्या विहिरीकडे बोट दाखवत तो म्हणाला, "नैना इथल्या विहिरीला 12 ही महीने पाणी आहे..या पाण्याचा उपयोग करूनच आपण अनेक गोष्टी केल्या आहेत. या मागे अभियांत्रिकी कल्पकता आहे आणि अनेक छोट्या छोट्या गोष्टी.."

नैना चे डोके आता गरगरायला लागले होते. तिने राज ला घट्ट पकडले. राज च्या लक्षात आले की जेवढी साधी नैना आहे त्या मानाने तिला अनेक नव्या गोष्टी कळत आहे..अजून गोष्टी जर तिला आत्ताच कळल्या तर हे धक्के ती पचवू नाही शकणार.

"चल नैना, तुला मी तुझी रुम दाखवतो.."

"राज..." नैना थोडी घाबरत म्हणाली.

"काय गं..?"

"राज प्लिज, मी तुमच्याच रूम मध्ये झोपेन..मो इथे एकटे नाही झोपू शकणार...मला खूप भीती वाटेल एकटीला इथे..."

राज ने तिच्याकडे क्षणभर पाहिले आणि त्याने भंवर ला इशारा केला... तसे भंवर ने जाऊन राजच्या रूम मध्ये अजून एक बेड तिथे लावला. राज सुद्धा तिला एकटीला सोडायला आता अजिबात तयार नव्हता.

"राज आपण नक्की कुठे आहोत आणि हे काय आहे सगळे?" रूम मध्ये येताच नैना ने अपेक्षेप्रमाणे विचारले.

राज तिच्यासमोर स्वस्थ बसला आणि म्हणाला, "नैना, तुला मी सांगितले होते ना की आपण बंकर मध्ये राहणार आहोत, तसा हा बंकरच आहे. जमिनीपासून 30 फूट खाली. हा बंकर मी खास बनवून घेतला आहे. तुला आठवत असेल की मी हे सुद्धा सांगितले होते की, माझे 2 -2 विश्वासू लोक देशाच्या चारही बाजूला आहेत.

सुखी आणि समशेर त्यातलेच. त्यांनी खास त्यांच्या नजरेखाली हा बंकर बनवून घेतला आहे. भंवर हा त्यांचा माणूस. तो इथली देखरेख करतो.

हा बंकर प्रचंड सुरक्षित आहे. इथल्या खोल्या या सुद्धा साऊंडप्रूफ आहेत. इथे कोणी येण्याआधी त्याला अनेक दिव्यातून पार व्हावे लागेल.

न दिसणारे सिक्युरिटी कॅमेरा इथे आहेत. सगळे कॅमेरे येणाऱ्या प्रत्येक माणसाकडे नजर ठेवून असतात. कोण काय करतो हे सगळे टिपले जाते. इथे येण्यासाठी फक्त एकच रोड आहे पण इथून इमर्जन्सी साठी बाहेर पडण्यासाठी 4 रस्ते आहेत.

इथून एक भुयार 15 किमी चे आहे जे डायरेक्ट जैसलमेर शहराच्या जवळ जाते.

इथे सगळे अन्न आत बनवले जाते. अन्न बनवायला खास आचारी ठेवले आहेत. स्वयंपाकाचा यातून निघणारा धूर हा एका पाईप मधून सहजपणे वाळवंटात सोडला जातो.

कोणीही माणूस कुणालाही न कळता आपल्या कामासाठी हवे तेवढे दिवस राहू शकतो.

या रूम मध्ये मोठे वॉशरूम आहे. बाजूला किचन आहे. या किचन मध्ये फ्रीज पासून ते मायक्रोवेव्ह पर्यंत सगळे आहे.

हा बंकर बनवायला मला अडीच वर्षे लागली. त्यावेळेस मी फक्त सूचना द्यायला आलो होतो, बाकी सगळे काम ह्या दोघांनी केले. हां ही गोष्ट वेगळी की, हा बंकर बनल्यावर मी इथे आतापर्यंत 12 वेळा येऊन गेलो आहे.

तुला अजून गंमत दाखवतो...असे म्हणून त्याने बाजूचे एक बटण दाबले. तशी त्या खोलीच्या प्रवेशाची एक भिंत सरसर वर गेली आणि तरीही तिथे अनेक भिंत होती. आता त्यांना बाहेर बसलेले भंवर, सुखी आणि समशेर दिसत होते. त्यांचे लक्ष दुसरीकडे होते.

"नैना, आपण त्यांना पाहू शकत आहोत पण ते आपल्याला नाही पाहू शकणार ना की आपला आवाज ऐकू शकणार"

"काय...?" नैना किंचाळत म्हणाली.

"तुला विश्वास नसेल तर तू हाका मारून बघ काय होतो आहे ते..?"

नैना ने पडत्या फळाची आज्ञा मानून हाका मारायला सुरुवात केली, " सुखी भैया, ओ सुखी भैय्या..."

सुखी निवांत आळोखे पिळोखे देत बाहेर बसला होता. नैना च्या कुठल्याही हाकेने तो इकडचा तिकडे झाला नाही...

नैना ने राज कडे पाहिले तसा राज हलकेच हसला.

"असे कसे शक्य आहे...?" ती चकित होत म्हणाली.

"का शक्य नाही..? ही खास सोय मी बंकर बांधताना करून घेतली होती. इथे काहीही करणे शक्य आहे..आणि या रुम मध्ये सुद्धा काहीही करणे शक्य आहे..इथे तू मला मारले तरी कोणाला दिसणार नाही आणि तू मला येऊन घट्ट मिठी मारली तरी कळणार नाही..."

त्याच्या या बोलण्यावर ती धावत राजच्या गळ्यात येऊन पडली..

"अगं-अगं हे काय..?"

"का, काय झाले...?आपल्याला कुणी पहात नाही आहे.." नैना हसत म्हणाली.

तसे राज थोड्या गंभीर आवाजात म्हणाला, "नैना मी सांगितले आणि तुला खरंच वाटले का..? अशी भिंत कुठे असते का...आणि इथले कॅमेरे..ते तर सगळे टिपत आहेत ना..."

असे म्हणल्यावर नैना लगेच बाजूला झाली.."राज, तुम्ही मजा केली माझी..अशी मजा करते का कुणी..आता ते लोक माझ्याबद्दल काय विचार करतील ...? आता माझे कसे होणार...?" नैना घाबरत म्हणाली.

तसे राज जोरजोरात हसायला लागला..त्याचे हसणे पाहून नैना चिडली..तसे राज ने तिला स्वतःकडे ओढले आणि म्हणाला, "किती भोळी भाबडी गं तू....तुझा लगेच सगळ्या गोष्टींवर विश्वास बसतो..मी मजा केली तरी आणि नाही केली तरी..."

"म्हणजे..?" नैना साधेपणाने म्हणाली.

"म्हणजे हे की मी मजा केली..तू मला येऊन मिठी मारली, कोणालाही कळलेले नाही..ह्या रूम मधले कोणालाही दिसत नाही..इथे कुठलेही कॅमेरे नाहीत..." तो हसत मिश्कीलपणे म्हणाला.

तसे नैना सात्विक संतापाने त्याला मारायला लागली..."माझी मजा करता..मला त्रास देता..." असे म्हणून ती त्याला थोडे थोडे मारायला लागली.."

तिच्या सात्विक संतापाने तो अजून हसायला लागला.. त्याच्या हसण्याने ती अजून त्याला मारायला लागली आणि ते सावरता सावरता त्याचा तोल जाऊन तो बाजूला असणाऱ्या दिवाणाच्या गादीवर पडला आणि त्याच्या अंगावर ती पडली...

क्षणभर ती त्याच्याकडे आणि तो तिच्याकडे पाहत राहिले. दोघांचे श्वास आता एकमेकांना जाणवत होते आणि अलगदपणे राज चे ओठ तिच्या ओठांवर टेकले. दोघेही एकमेकांच्या असे किती जवळ होते ते दोघांनाही नाही कळले..

थोड्या वेळाने बाहेरून दरवाज्यापाशी सुखीचा आवाज आला तशी ती एकदम बाजूला झाली आणि तिने आपले तोंड दोन्ही हातांनी झाकून घेतले.

"नैना.." त्याने हळुवार हाक मारली..

नैना तिच्या तोंडावर हात ठेवून तशीच होती...

"नैना..."राज ने परत आवाज दिला तसे नैना ने त्याला घट्ट पकडले आणि म्हणाली, "राज..मला सोडणार नाही ना कधी...? कायम माझ्याबरोबर राहा..."

"कायम राहीन..." तो अलगद तिचा चेहरा पकडत म्हणाला..

तसे त्याचे हात पकडत ती त्या हातांना तिच्या चेहऱ्याजवळ ठेऊन त्यावर आपले गाल घासायला लागली.

बाहेरून सुखी परत दरवाजा वाजवायला लागला तसे तो तिला थांब असे दर्शवत उठला..

त्याने दरवाजा उघडला तसे सुखी त्याला म्हणाला, " साहेब मी आता झोपायला जात आहे, पण रात्री हा भंवर बिकानेर ला जाईल.. खबर आहे की , काकांनी काही सामान अफगाणिस्तान वरून मागवले आहे..ते आज बिकानेर ला येणार आहे तिथून ते पुढे जयपूर आणि नंतर दिल्ली ला जाणार आहे.. भंवर साठी काय आज्ञा आहे? "

"समशेर आणि भंवर दोघांना बोलाव.."

तसे त्याने दोघांना हाक मारली.

ते दोघे आल्यावर राज त्यांना म्हणाला, " भंवर आणि समशेर तुम्ही बिकानेर ला जा..सुखी इथे आहे माझ्याबरोबर... बिकानेर ला गेल्यावर तिथे बद्री आहे त्याला भेटा..त्याची 8 माणसे घेऊन त्या मालाला पकडवून द्या आणि हे लक्षात असुदे की कुठल्याही परिस्थितीत मला माणसे मेलेली नकोत.."

दोघेही त्याला नमस्कार करून निघून गेले. सुखीने तोपर्यंत जेवण आणले होते. त्यातले एक ताट त्याने राज आणि नैना साठी दिले. त्या ताटावर अजून एक ताट झाकून ठेवले होते. अजून एक ताट त्याने स्वतःसाठी ठेवले. ते जेवण जेऊन सुखी आता उद्या दुपारपर्यंत उठणार नव्हता हे नक्की..

राज ने दरवाजा बंद केला तसे नैना लाजली.. तिला स्वतःला काही वेगळे फिलिंग येत होते.

राज तिच्यापाशी गेला तसे तिने स्वतःला थोडे आखडून घेतले...तो तिच्या शेजारी बसला आणि तिच्या कानापाशी हळूच म्हणाला, "नैना..." त्याच्या आवजातील वेगळे पण पाहून ती मनोमन शहारली..

त्याने परत आवाज दिला, "नैना..."

"काय.." हळूच ती म्हणाली

"सुखी ने खायला दिले आहे आहे आपल्यासाठी.. आपण खाऊन घ्यायचे का..?"

त्याच्या बोलण्यावर तिला हसावे का रडावे हे कळेना.. ती फक्त स्थिर नजरेने त्याच्याकडे पाहायला लागली..

राज ने तिच्याकडे पाहत परत हातांची ऍक्शन करून दाखवली आणि विचारले की "जेवायचे का..?"

तिने काहीच न बोलता मान डोलावली.

राज ने ताट उघडले त्यात त्याचे आवडता मेनू होता.

झाकून ठेवलेले एक ताट त्याने घेतले आणि त्यात त्याने अन्न काढायला सुरुवात केली.

फुलके, पचकुटा ची सब्जी, राबुडी ची भाजी, गट्टा ची भाजी, कढी, पापड, दाल बाटी चुरमा आणि पंचररत्न पुलाव असा मेनू होता.

ते जेवण पाहून नैनाला पण जाणवले की तिला भूक लागली आहे. दोघेही जेवायला लागले.

पहिला घास खाल्यावर नैना म्हणाली, "लाजवाब...!"

राज हसला आणि म्हणाला, "मला मारवाडी जेवण खूप आवडते नैना.. "

"मी शिकेन ना तुमच्यासाठी बनवायला..." ती हळूच म्हणाली तसे तो मनापासून खुष झाला. एक घास त्याने दाल बाटी चुरमा चा स्वतःच्या हातून तिला भरवला आणि तिने सुद्धा तो आवडीने खाल्ला.

आता तिने एक हात त्याला भरवला. नंतर त्याने परत भरवला. मग तिने परत भरवला. असे त्यांचे सुरू झाले आणि मग त्या दोघांनी एकाच ताटातून खायला सुरुवात केली. आजचे जेवण त्यांचे एकमेकांना भरवण्यात चालले होते त्यामुळे त्यांचे पोट हे भरतच नव्हते.

शेवटी अन्न संपले आणि तसे ते दोघे एकमेकांना भरवायचे थांबले. जमिनीखाली 30 फूट त्या बंकर मध्ये बसून आज त्या दोघांनी जेवण जे केले होते त्याची काहीच तोड नव्हती.

राज 25 वर्षाचा होता तर ती 18 वर्षाची. दोघांच्या मध्ये 7 वर्षाचे अंतर होते. पण राज ला खात्री होती की त्याच्या सोबत राहून ते अंतर कमी होणार होते कारण नैना मुळातच समजूतदार होती. त्यांच्या एकमेकांवरील असलेल्या विश्वासाच्या भावना अफाट होत्या आणि अजूनही व्यक्त न केलेले प्रेम होते!

त्या रात्री रूम मध्ये ते दोघेही झोपले. दोघांचे बेड वेगवेगळे होते पण दोघांची नजर एकमेकांना चाचपडत होती. रात्री रूम चा दिवा चालू ठेवून ते दोघेही एकमेकांकडे पाहत होते.झोप येत असूनही न झोपायचा प्रयत्न त्यांचा चालू होता. मध्येच नैना उठून बसली आणि त्याला म्हणाली, "राज, तुम्हाला गाणी म्हणता येतात का..?"

"गाणी..?"

"हो म्हणजे आपण अंताक्षरी खेळलो असतो..."

"आत्ता...?" राज अक्षरशः किंचाळत म्हणाला.

"हो त्याला काय झाले..? अंताक्षरी रात्री च खेळतात.

"तुला वेड लागले आहे नैना..." तो हात डोक्यावर लावत म्हणाला.

"राज प्लिज..."

"नाही.." तो ठामपणे म्हणाला.

तशी ती हिरमुसली. तिने तिकडे तोंड केले आणि त्याला पाठ दाखवून झोपायला लागली.

तिचे तसे वागणे पाहून त्याला हसायला आले. अगदी अल्लड होती ती.

"नैना.." त्याने हाक मारली.

अपेक्षेप्रमाणे त्याला उत्तर मिळाले नाही.

त्याने परत आवाज दिला...

त्याला उत्तर न देण्याचा तिचा निर्धार ठाम होता.

शेवटी तो उठला आणि तिच्या जवळ गेला..तिचा हात त्याने हातात घेऊन तिला त्याच्याकडे वळवायचा प्रयत्न केला पण तिने तिचा हात जोरात ओढला...

त्याने खांद्याला धरून तिला वळवायचा प्रयत्न केला पण तिने जोरात धक्का दिला त्याला..

शेवटी तो शांतपणे त्याच्या बेड वर जाऊन बसला...

राज हा खूप परिपक्व होता. त्याला नैना एवढे लहान होता येत नव्हते. गाणी त्याने ऐकली होती पण गेल्या चार वर्षात पिक्चर, गाणी यापासून तो बराच लांब होता. काही जोक्स त्याला येत होते पण गाणी कशी म्हणायची असा प्रश्न त्याला पडला.

नैना खूपच साधी होती. 18 वर्षाच्या त्या मुलीला अजून जग कळायचे होते. पण राज ला तिला कुठल्याही परिस्थितीत दुखवायचे नव्हते म्हणून तिला तो कशालाही नाही म्हणू शकायचा नाही. तिचे हट्ट तो सर्वार्थाने पुरवायचा. नैना तिकडे तोंड करून फुरंगटून बसली होती. त्याला आता कळेना की नक्की काय करावे?

नैना ला सुध्दा त्यावेळेस त्याचा खूप राग आला होता. तिचे मनातल्या मनात विचार सुरू होते. तो माझ्यासाठी एक गाणे म्हणू शकत नाही..एवढा कसा शिष्ठ तो...आता मी सुद्धा बोलणार नाही ...कळेलच त्याला ही नैना कशी वागू शकते त्याच्याशी... आणि त्याच क्षणाला एक भसाडा आवाज ऐकू आला..

"ये राते ये मौसम नदी का किनारा ये चंचल हवा...."

नैना ताडकन उठून बसली आणि तिने त्याच्याकडे पाहिले.

तो आपला घसा खाकरून ठीक करत होता..बिचाऱ्याच्या चेहऱ्यावर इतके केविलवाणे भाव होते की ते पाहून कुणालाही वाटले असते त्याला कोणीतरी शिक्षा दिली आहे...

त्याने पुढे म्हणायला सुरुवात केली,

"कहा दो दिलों ने के मिलकर कभी हम न होंगे जुदा...

ये राते ये मौसम नदी का किनारा ये चंचल हवा "

त्याचे म्हणून झाल्यावर तिने टाळ्या वाजवून त्याला समर्थन दिले. तिच्या डोळ्यात एक अभूतपूर्व चमक होती.

तिने "व" या अक्षरा वरून जोरात गाणे म्हणायला सुरुवात केली..

"वादा रहा सनम...होंगे जुदा न हम..चाहे न चाहे जमाना.."

आणि नंतर त्यांची जी अंताक्षरी रंगली ती डायरेक्ट पहाटेचे चार वाजेपर्यंत. तोपर्यंत राज ला हा नवीन शोध लागला होता की तो सुद्धा अनेक वेगवेगळी गाणी म्हणू शकतो आणि त्याला अनेक गाणी आठवू पण शकतात.

नैना च्या साथीने त्याने आज अतीव समाधान मिळवले होते. त्याला हे कळले की गाणी म्हणून आणि ताल सूर लय यांची साथ ठेऊन आपण अनेक काळज्या चिंता यांना दूर सारू शकतो. त्याला गाणी म्हणून खूप हलके वाटत होते. गाणी अत्यंत भसाड्या आवाजात म्हणून सुद्धा त्याला काहीतरी अचीव्ह केल्याचे समाधान होते.

"कभी अलविदा ना कहना" हे गाणे म्हणून दोघेही झोपले तेव्हा घड्याळाचा काटा बरोबर 4 वाजून 15 मिनिटे ही वेळ दाखवत होता.

राज झोपताना एका असीम समाधानात झोपला त्याच्या चेहऱ्यावर एक हसू होते.

जेव्हा त्याला जाग आली तर समोरच्या बेड वर नैना अजूनही झोपली होती. तिच्या मोहक चेहऱ्याकडे तो तसाच बघत राहिला. नंतर हळूच उठून तिच्यापाशी गेला आणि गालावर आलेली बट त्याने हाताने अलगद हाताने करून हळूच तिच्या गालावर त्याचे ओठ टेकवले. तिच्या कानापशी जाऊन तो अगदी हळू आवाजात पुटपुटला, "नैना......झोपेत तू किती सुंदर दिसतेस ग..."

कानापाशी झालेल्या गुदगुल्या मुळे नैना ताडकन उठून बसली ज्यामुळे तिचा चेहरा त्याच्या नाकाला आपटला. तो जोरात "ओययोयोयो" असे ओरडला तसे नैना सुद्धा एकदम ओरडायला लागली.."चोर चोर..."

राज नाक चोळत म्हणाला, "चोर...कुठे आहे चोर...?"

"अहो तुम्ही नाही का ओरडला एकदम..? मला वाटले चोर आहे म्हणून... " तिच्या सरळ आवाजात ती म्हणाली.

"ते मी तुझ्या कानापाशी आलो होतो आणि तू धाडकन उठलीस.. त्यामुळे माझ्या नाकाला लागले म्हणून मी ओरडलो... "

"..मला नाकाला गुदगुल्या झाल्या..असे वाटले की मुंग्या फिरत आहेत.. म्हणून मी उठले.."

"मुंग्या नव्हत्या त्या..मी होतो तो..." अजूनही नाक चोळत तो म्हणाला.

"पण तुम्ही माझ्या कानापाशी काय करत होता..?"

"ते मी ...ते ...हां ते तुला सांगत होतो की, सूर्य उगवला आहे केव्हाच...तर तू पण उठ..." तो चाचपडत म्हणाला.

"अय्या....मला तर कळलंच नाही ते कधी सूर्य उगवला ते......" ती हसत म्हणाली.

तिला काही कळले नाही म्हणून तो खूष झाला. त्याने घड्याळात बघितले तर सकाळचे साडे अकरा वाजले होते.

दोघेही रूम च्या बाहेर आले तर सुखी मस्तपैकी घोरत होता.

त्याला तसे घोरताना पाहून नैना ला हसायला यायला लागले...

त्याच्याकडे पाहत राज म्हणाला, "हा काही संध्याकाळ शिवाय उठणार नाही..रात्री जेवेल आणि मग परत झोपेल...की पुढचे 3 ते 4 दिवस त्याला न झोपता गाडी चालवायला सांग..पठ्या तयार!"

त्याला कोपऱ्यापासून नमस्कार करत ती तिचे आवरायला गेली.

राज ला राजस्थान मध्ये येऊन बऱ्याच महत्वाच्या गोष्टी करायच्या होत्या. तिथे असलेल्या एका खोलीत तो शिरला. त्याने फोन फिरवायला सुरुवात केली.

आज संध्याकाळी 6 वाजता त्याने काही लोकांना भेटायला जैसलमेर मधील "ओऍसिस" रेस्टॉरंटमध्ये बोलावले. त्याच्या लॅपटॉपवर त्याने मॅप उघडला आणि काही लोकेशन्स चेक करायला सुरुवात केली. बाडमेर, बालोतरा, जोधपूर, रामदेवरा आणि जैसलमेर हा भाग त्याने स्क्रिन वर सर्कल काढून नोट केला. त्याने त्याच्या साम, लोंजेवाला आणि मोहनगड वाल्या स्पेशल कॉन्टॅक्टस बरोबर कॉन्फरन्स कॉल केला आणि त्यांना काही सूचना देऊन संध्याकाळी जैसलमेर ला बोलावले.

एवढे करून त्याने काही ऑफिशियल कॉल्स करायला सुरुवात केली. सगळे झाल्यावर तो निर्धास्त झाला.

जवळजवळ 1 वाजायला आला होता. त्याला भुकेची जाणीव झाली. नैना चा विचार आला तसे त्याने बघितले तर तिचे अजून आवरणेच सुरू होते.

तो किचन मध्ये गेला आणि तिथे तळून तयार असलेले बिकानेरी पापड खायला सुरुवात केली.

तो तिथे बसून निवांत खात असताना त्याला मागे चाहुल लागली तसे त्याने पाहिले तर नुकतीच न्हाऊन आलेली नैना त्याच्याकडे येत होती. तिचे ओले केस तिने एका खांद्यावरुन सोडले होते. तिचा मूळचा गोरा चेहरा अजूनच टवटवीत वाटत होता.

तो तिच्याकडे बघत आहे हे पाहून ती लाजली आणि तिने नजर दुसरीकडे करत विचारले, " आपण आपले सगळे सामान आणले बरे झाले ना! नाहीतर इथे या बंकर मध्ये आपल्याला आहे त्या कपड्यांमध्ये राहावे लागले असते.."

यावर तो हसला आणि म्हणाला,"ये माझ्या सोबत.."

तिला घेऊन तो एक रूम पार करून दुसऱ्या रूम मध्ये गेला. त्या रूम मध्ये भिंतीला काही कपाटे लावली होती. त्यातील एका कपाटाच्या बाजुला असलेले डोअर तिने स्लाईड केले आणि ते पाहून नैना थक्क झाली.

आतमध्ये असंख्य ड्रेस आणि साड्या होत्या. त्याच्या खालच्या बाजूला शूज आणि पर्सेस होत्या. ती त्या गोष्टींकडे पाहत असताना तो तिला म्हणाला, "यातले जे तुला हवे ते तू कधीही घाल...या समोरच्या भिंतीवर माझ्यासाठी कपडे आहे..आणि यातल्या बाजूच्या भिंतीवर असलेल्या वार्डरोब मध्ये 1000 पुस्तके आहेत..तुला हवी ती पुस्तके तू वाच.."

नैना ने फक्त मान डोलावली. तेवढ्यात राजचा फोन वाजला तसे तिला तिथेच सोडून तो बाहेर आला...महत्वाचा फोन होता त्यामुळे त्याचे फोनवर काही बोलणे बराच वेळ सुरू

होते..एवढ्या वेळात नैना त्यातील एक ड्रेस चेंज करून आली होती. त्याला मागून हाताने पाठीवर खुणावत तिने त्याला बोलावले.. त्याने वळून पाहिले आणि तो थक्क झाला. मगाची न्हाऊन आलेली नैना पूर्णपणे बदलली होती. आत्ता या क्षणाला ती 100 टक्के राजस्थानी मुलगी दिसत होती.

तिच्या त्या राजस्थानी लूक कडे पाहून तो फारच खुष झाला. त्याने सुद्धा बाजूला असलेल्या कपाटात जाऊन एक साफा काढला. सरसर करत त्याने डोक्यावर बांधला.

"व्वा..छान दिसत आहे..याला काय म्हणतात?" नैना चमकत्या डोळ्याने त्याच्याकडे पाहत म्हणाली.

तसा तो हसत म्हणाला, "जसे आपल्याकडे फेटा म्हणतात ना तसे इथे साफा म्हणतात..."

"तुम्ही तर अगदी सफाईने साफा बांधलात की.." हाताच्या बोटानी उत्तम अशी खूण करत ती म्हणाली.

"बघू जरा मला सुद्धा..." असे म्हणत त्याने त्याच्या मोबाईल कॅमेरा चा सेल्फी मोड मध्ये मिरर व्ह्यू बघितला..

"खरंच बरा बांधला आहे की मी..." त्या कॅमेरा मध्ये पाहत तो म्हणाला.

तशी मागून ती पण आली बघायला की राज त्या मोबाईल कॅमेरा मध्ये कसा दिसत आहे...

त्या फ्रेम मध्ये ते दोघेही दिसायला लागले तसे त्याने आपल्या मोबाईलचा कॅमेरा ऑन केला आणि त्या दोघांचा एक सेल्फी फोटो काढला.

तिला त्याची ही ट्रिक खूप आवडली... त्याने नैनाला तो फोटो कसा आला आहे ते दाखवले.

"खूप मस्त आला आहे फोटो... हा आपला पहिला एकत्र फोटो आहे ना राज..?" नैना प्रचंड उत्स्फूर्तपणे म्हणाली.

तशी त्याने मान डोलावली. "तुला ही पाठवून ठेवतो तुझ्या मोबाईल वर म्हणजे तुझ्याकडे पण आठवण राहील.."

ती काहीच बोलली नाही तसे त्याला लक्षात आले की, नैना कडे मोबाईल कुठे आहे.

विषय बदलत तो म्हणाला, " नैना, माझी मीटिंग आहे जैसलमेर मध्ये ..मी रात्री उशिरा येईन .तू जेवून झोपून जा. इथे कायमस्वरूपी एक खानसामा आहे, त्यांचे नाव बिंदीया दिदी. तू त्यांच्या सोबत जाऊन गप्पा मारू शकतेस. त्यांना मराठी येत नाही पण हिंदी चांगले बोलतात त्या..खूप विश्वासू आहेत त्या. त्यांच्या भरवश्यावर आपण ह्या बंकरचे किचन ठेवलेले आहे. "

नैना ऐकत होती. राज ने जैसलमेर ला जायचे नाव घेतले तसे तिच्या चेहऱ्याचा रंग उडाला. काही क्षणापूर्वी आनंदाने चमकणारा तिचा चेहरा एकदम काळवंडून गेला. तिचे ते भाव राज ने टिपले पण तो शांत राहिला.

"राज तुम्ही कसे जाणार? कोण कोण असेल सोबत? मला खूप भीती वाटते आहे राज?" न थांबता ती बोलत होती.

" नैना मी काय काय सांगितले आहे ते नीट आठव... या आपल्या बंकर मधून जैसलमेर ला जायला एक 15 किलोमीटर चे भुयार आहे. ते थेट तिथेच उघडते आणि माझ्यासोबत सुखी आहे त्यामुळे काळजी नको. बिंदीया दीदी आपल्या खूप जवळची आहे तू तिच्या सोबतच इथे असणार आहेस"

"राज मी येते ना तुमच्या सोबत! मी काहीही बोलणार नाही किंवा काहीही विचारणार नाही" अजीजीने तिने विचारले.

"नाही!" ठामपणे राज बोलला.

ती हिरमुसली पण राज चा निर्णय बदलला नाही.

एवढ्यात सुखी आळोखे पिळोखे देत उठला. त्याला उठलेले पाहून ती सुखी जवळ आली तसे तिला बघून तो हसला. तिच्या मनाची चलबिचल त्याला कळत होती पण तो खूप निर्धास्त होता.

"कैसे हो नैना दीदी!" तो म्हणाला

"सुखी भैय्या, आप मुझे सिर्फ नैना बोलीये मै आपकी छोटी बहन हूँ ना"

तसे तो हसला आणि आपुलकीने तिच्या डोक्यावर हात ठेवत म्हणाला " नैना, क्या हुआ?"

"राजसाब, जैसलमेर जा रहें हैं | मुझे बहोत चिंता हो रही है |"

"बहेन, आज का जाना बहुत जरुरी है। आज वहां जाके राज साब पीयर प्लॅनिंग बतायेंगे के आगे जाके क्या क्या करना हैं| देखो हमे राज भैय्या को जिंदगी मे जिताना है | उनके लिये हमारी जान भी हाजीर है" तसे तिने पटकन हात दाखवत त्याला थांबवले.

"भैय्या आप हो तो राज सुरक्षित है, आप और राज दोनो हमे हमारे अपने है और सुरक्षित चाहीयें। कभी ऐसें बोलना मत की आपकी जान किंमती नही, उलटा आप हो इसी लिये हम निश्चिन्त है |"

"नैना बहेन, हम है राज भैय्या के साथ, चिंता ना करो, और वहा और भी लोग होंगे जो हमारे अपने है। उनके चाचा जी को हराना इतना आसान भी नही हैं।ये छोटी छोटी जंग जीत के ही आगे बडी जंग जीत पाएंगे। सच के साथ भगवान भी होता है, हम उनका पुरा ख्याल रखेंगे। पर आप हमार खयाल रोको ना" पोटावर हात ठेवत तो मोठ्याने हसत म्हणाला तसे तिला आठवले की राज ने सांगितले की तो किती आणि कसा खादाड पण आहे.

तसे ती सुद्धा हसत "आप हात धो लो मै खाना लगाने के लिये बोलती हूँ " म्हणत आत गेली.

सुखी शी बोलून ती थोडी नॉर्मल झाली होती. तिच्याही नकळत तिचा सुखीवर खूप विश्वास निर्माण झाला होता. तिला तो राज साठीचा मोठा आधार वाटत होतं.

"बिंदीया दीदी" आवाज देत ती आत गेली तसे पूर्ण राजस्थानी अवतारातील एक मध्यमवयाची स्त्री बाहेर आली. तिला नैनाबद्दल कळले होते त्यामुळे तिने हसत नैना ला प्रतिसाद दिला.

"दीदी..कल का दाल बाटी चुरमा बहोत बढिया था| " तसे हसून बिंदीया दीदी ने तिचा हात हातात घेतला आणि मायेने हात फिरवला. नंतर तिला घेऊन सगळे किचन आणि त्यात असलेली तयारी दाखवली... सुखी बद्दल नैना ने सांगितले तसे त्या दोघींनी मिळून सुखीच्या जेवणाची तयारी केली.

राज आज खूप शांतपणे वावरत होता. धीरगंभीर बनलेला तो आपल्याच विचारात होता. त्याचे जेवणात पण लक्ष नव्हते पण बिंदीया दिदीने त्याला आग्रहाने जेवायला घातले. नैना ला ती खूप प्रेमळ वाटली.

जेवण होताच राज आपल्या रूम मध्ये गेला आणि दरवाजा लावून घेतला. नैना ला जायचे होते पण ती बाहेरच थांबून राहिली. थोड्या वेळात तो दरवाजा उघडला तसे ती राज चे कपडे आणि त्याचा नवीन अवतार नैना बघतच राहिली.

फिट ब्लॅक पॅन्ट,त्यावर ब्लॅक शर्ट आणि ब्लॅक जॅकेट! जॅकेट ला दोन्ही बाजूने आत काहीतरी खोचले होते. त्याच्या पॅन्ट चा ब्लॅक बेल्ट ही वेगळाच भासला तिला. त्यात त्याने घातलेले हंटर शूज तेही ब्लॅक आणि त्यावर राजची आजची वेगळीच भासणारी करारी नजर! सगळंच वेगळं, जणू या राजला ती आजच पहिल्यांदा बघत होती.

तो फक्त नैना कडे बघून अर्थपूर्ण हसला आणि त्याने सुखीला आवाज दिला. सुखी सुद्धा आज आला तो वेगळ्याच अवतारात होता जणू राज चा कमांडो!

दोघेही काहीतरी बोलले आणि काही आणायला सुखी आत गेला तोवर त्याने बिंदीया दिदीला सांगितले की, नैना ला सोबत कर आणि नीट सांभाळ.

तिने मान डोलावली. जसा सुखी परत आला तसे बिंदीया दीदी ने त्या दोघांना हातावर दहीसाखर दिले आणि काहीतरी धागा राज च्या हातावर बांधला तसे राज ने वाकून तिला नमस्कार केला.

नैना चे डोळे पाणावले होते , राज ने तिला जवळ घेत, " मी लवकरच येतो" म्हणाला. यावेळी त्याचेही पाऊल जड भासले त्याला पण जाणे गरजेचे होते.

मागे वळून राज ने भिंतीवरील एक हुक खेचले तसे ती भिंत बाजूला सारली गेली आणि राज सुखीसोबत आत चालता झाला.

नैना ने डोळे मिटून मनापासून आपल्या देवाला काही मागितले, डोळे उघडून बघते तर भिंत पूर्ववत झाली होती. तिने चकित होऊन बिंदीया दीदी कडे पाहिले तर ती म्हणाली, "नैना, हे भुयार खूप मोठे आहे..यांना नेण्यासाठी 100 फुटांवर आतमध्ये एक जीप गाडी असेल ती त्यांना घेऊन जाईल. त्या जीपचे लाईट्स इतके पॉवरफुल आहेत की भुयार सगळे प्रकाशित होईल...राज साहेब आधी पण या रोड ने गेले आहेत..तू काळजी करू नकोस.."

सुखीने सांगितले, बिंदीया दीदी ने पण सांगितले तरी नैना काळजी करणार होतीच..तिचा स्वभाव होता तो आणि राज च्या बाबतीत तर तिची काळजी ही पराकोटीची होती!

भुयारात आत शिरल्यावर सुखी ने टॉर्च ऑन केला. अंधाराला छेदत टॉर्च चा प्रकाश आतमध्ये पसरला. 100 पावले चालून गेल्यावर एक लाल रंगांची जीप तिथे होती. सुखी ने त्या जीप च्या बॉनेट वर एक थाप मारली आणि जीप च्या फ्रंट स्टॅंड ला धरून आतमध्ये ड्रायव्हिंग सीट च्या इथे शिरला.

राज बाजूने येऊन बसला. सुखीने स्टार्टर मारत गाडी स्टार्ट केली आणि त्या रस्त्यावर गाडी निघाली.गाडीच्या हेडलाईट ने भुयार अक्षरशः उजळून निघाले. आतला रस्ता थोडासा ओबड धोबड होता पण जीप त्यांना अगदी सहजपणे घेऊन चालली होती.

अंदाजे 25 मिनिटांत भुयार संपले. तिथे बाजूला असलेल्या जागेत सुखी ने जीप बंद करून पार्क केली. राज ने खुण करताच त्याने मान डोलावली आणि एका भिंतीत हात घालून असलेली कळ दाबली. ती कळ दाबल्यावर समोरची भिंत सरकली आणि तिथे वर घेऊन जाणारा एक जिना दिसायला लागला.

ते दोघेही त्या जिन्यावरून सरसर वरती चालायला लागले आणि 2 च मिनिटात ते जमिनीच्या पृष्ठभागावर पोचले...तिथे एक दगडी भिंत होती...त्या भिंतीला बाहेरून एक बटण होते ते सुखी ने दाबले आणि भिंत सरकली..आता त्यांच्या समोर एक छोटासा पडलेला वाडा होता.. त्या वाड्यातून ते चालत निघाले. जसा वाडा पार झाला तसे ते आता जैसलमेर मार्केट मध्ये होते. दोघेही एकमेकांना ईशारा करत पांगले. मोजून 7 व्या मिनिटाला दोघेही हॉटेल ओऍसिस च्या लॉबी मध्ये होते. नंतर ते एकत्र कॉन्फरन्स रूम कडे गेले.

कॉन्फरन्स रूम मध्ये आत त्यांच्या आधी 14 लोक आले होते. पाली, बाडमेर, जोधपूर आणि साम वरून 2-2लोक होते. 4 जण जैसलमेर चे होते. भंवर आणि बद्री दोघेही बसलले दिसत होते. राज आल्यावर सगळे उठून उभे राहिले. राज सेंट्रल चेयर वर जाऊन बसला. त्याने हात दाखवताच सगळे जण खालती बसले.

प्रत्येक खुर्ची समोर पाण्याची बॉटल , लिहण्याची वही आणि पेन ठेवले होते.

"काय खबर बद्री..?"

"राज साब, बिकानेर ला माल पोचला आहे. या वेळेस काकांनी खूपच फिल्डिंग लावली आहे. आम्ही तिथपर्यंत पोचू सुद्धा शकलो नाही.."

"म्हणजे..अजून माल तसाच आहे..?" राज ओरडत म्हणाला.

हो साहेब..." बद्री मान खाली घालून बोलला.

राज च्या मुठी आवळल्या होत्या आणि त्याच्या डोळ्यात एक जबरदस्त अंगार फुलला होता. त्याचा राग पाहून सगळेच हादरले.

सुखी ने अलगद त्याच्या हातावर हात ठेवला तसा राज थोडा शांत झाला.

"किती वेळ लागेल..बद्री?"

"उद्या सकाळच्या आत संपला असेल.." तो म्हणाला.

राज ने त्यांना सांगायला सुरुवात केली.." आपण आत्ता राजस्थान मध्ये आहोत पण मला खात्री आहे की काका त्याची हालचाल नॉर्थ ईस्ट मधून करेल. त्याला तिकडचा प्रदेश चायना आणि रशिया साठी सोपा पडेल. तुम्ही सगळे राजस्थान सांभाळता.मला हवे आहे इथे असलेला काकाचा प्रत्येक धंदा मग त्या दारूच्या भट्ट्या असो, बार, स्मगलिंग, काळे धंदे, बेकायदा गोष्टी सगळे सगळे संपले पाहिजेत. मी तुम्हाला 1 महिन्याचा वेळ देतो यात मला पूर्ण राजस्थान आपल्या अधिपत्याखाली हवा आहे.

सगळयांनी मान डोलावली.

"सुखी, मला कोणीतरी आपला कॉन्टॅक्ट अरुणाचल प्रदेश मध्ये बनलेला हवा आहे. पुढच्या 15 दिवसांत कदाचित आपल्याला तिथे एकदा जावे लागेल.."

"होऊन जाईल साब" सुखी लगेच उत्तरला.

राज ने बद्री ला सांगितले.."बद्री मला तुझ्या कामात हलगर्जीपणा झालेला खपणार नाही.. जर तुला जमणार नसेल तर तसे सांग मी दुसऱ्या कुणाला सांगतो.

"राज साब, तुमच्या साठी काही पण... जर उद्या माल नाही पकडून दिला तर ही माझी मान तुमच्या हातात असेल.."

त्याच्या उत्तरावर राज समाधानी झालेला दिसला.

सगळ्यांना तिथे स्नॅक्स सर्व्ह झाले. सुखी ने त्याच्यासाठी 2 डिशेस घेतल्या होत्या. ते ही त्याला कमी पडेल असे दिसत होते.

राज ने खाता खाता राजस्थान च्या नकाशावर नजर फिरवली. कोटा-जयपूर आणि भरतपूर या क्षेत्रांत त्याचा काहीच प्रभाव नव्हता. तिथे काय करता येईल याचा विचार त्याच्या मनात सुरू होता.

स्नॅक्स आणि चहा कॉफी झाल्यावर राज उठला. त्याच्या पाठोपाठ सगळे उठले. पुढच्या काही क्षणात राज त्या रूम मध्ये नव्हता. सुखी सुद्धा जसा दिसला नाही तसे भंवर आणि बद्री सुद्धा तिथुन गेले. नियमाप्रमाणे सगळे जण एक एक करून निघून गेले.

अंधार झाला होता आणि राज ला आता परतायची घाई झाली होती. मार्केट मधून पडक्या वाड्या पर्यंत येईपर्यंत सुखी त्याच्या मागे पोचला होता. रस्त्यावर वर्दळ कमी होती पण अंधारात दिसत काहीच नव्हते..

आता जसे ते वाड्यात शिरणार तेवढ्यात मागून एक गोळी आली आणि राजच्या खांद्यात शिरली. नकळतपणे आलेली त्या गोळीने राज एकदम खालती कोसळला. सुखी ला काय झाले आहे ते लक्षात यायला एक क्षण वेळ लागला आणि जसे लक्षात आले तसा तो धाडकन राजच्या अंगावर लोळत त्याला बाजूला घेऊन गेला. दोन बाजुंनी लागोपाठ गोळ्या येत होत्या तसे थोडा आडोसा पाहून सुखी तसाच पडून राहिला.

अंधारात त्याला कळत नव्हते की नक्की कुठून गोळ्या येत होत्या. तो राज ला घेऊन तसाच बसून राहिला. काही वेळा नंतर गोळ्या यायच्या थांबल्या तसे सुखी ने राज ला हलवत वाड्याच्या आतमध्ये नेले...

आता फक्त भिंती पर्यंत पोचायचे दिव्य होते कारण जर मागून कोणी आले तर त्याला कळणार होते की इथून पुढे भुयारी रस्ता आहे.

तरी सुखी ने धाडस करत राजला खांद्यावर टाकले आणि भिंतीपर्यंत पोचला. अजून तरी मागून कोणतीही गोळी आली नव्हती. त्याने भिंतीला असलेली कळ दाबली आणि भिंत सरकली. तो आत शिरला आणि पूर्णपणे रिलॅक्स झाला.

पायऱ्या उतरून तो जीप पाशी आला. त्याने खांद्यावर ठेवलेल्या राज ला जीप च्या आत ठेवले आणि जीप निघाली...राज ला गोळी लागली होती त्यामुळे बऱ्यापैकी रक्त वाहून गेले होते.

सुखी ने जीपच्या ऍक्सीलेटर वर पाय ठेवला आणि तुफानी स्पीड ने गाडी त्या भुयारातून आणली.

बरोबर पुढच्या 15 मिनिटात तो बंकर मध्ये शिरत होता. तो बंकर मध्ये आत आला. दरवाज्या समोर नैना भुयाराच्या त्या वाटेवर डोळे लावून बसली होती. सुखी आत शिरला तसे तिने पाहिले की त्याचा शर्ट रक्ताने माखला आहे आणि राज त्याच्या खांद्यावर आहे.

ते पाहून ती जोरात ओरडली,"राज...राज..काय झाले माझ्या राज ला...?" ती रडत किंचाळत ओरडत म्हणाली..तिचा हात राज च्या खांद्यावरून फिरायला लागला तसे सुखी ने तिला हाताने थांबवत राज ला खांद्यावर उतरवून समोर असलेल्या बेड बर ठेवले.

बिंदीया दीदीने धावत जाऊन पाणी आणले आणि राज च्या डोळ्यावर मारले..

राज जरासा शुद्धीत आला आणि डोळे किलकिले करत पाहायला लागला तर त्याला रडणारी नैना आणि डोळयात पाणी साठलेली बिंदीया दीदी दिसली.

नैनाच्या चेहऱ्यावर भीती स्पष्ट दिसत होती तर बाजूला उभा असलेला सुखी शांतपणे त्याच्या उठण्याची वाट पाहत उभा होता.

"नैना..." थकलेल्या आवाजात राज म्हणाला तसे नैना ने धाडकन त्याला घट्ट मिठी मारली आणि ओक्साबोक्शी रडायला लागली...

"म्हणत होते ना मी राज...जाऊ नकोस तू...का गेलास तू? तुला किती सांगितले की जाऊ नकोस..तरी तू गेलास आणि आज तुला काही झाले असते तर....असे म्हणत ती त्याच्या चेहऱ्यावर अनेक चुंबनाचा वर्षाव करत त्याला घट्ट पकडून रडत बसली.

तिच्या पाठीवरून हात फिरवत तो म्हणाला, "नैना..मी ठीक आहे..मला काही झालेले नाही..."

एकीकडे नैना चे रडणे थांबत नव्हते आणि दुसरीकडे राज च्या खांद्यावर झालेल्या जखमेतुन रक्त!

तोपर्यंत दीदी ने फर्स्ट एड चा बॉक्स आणला होता. सुखी ने फोन करून त्यांच्या डॉक्टर ला बोलावून घेतले.

इकडे नैना ने त्याचे डोके आपल्या मांडीवर घेतले होते आणि त्याच्या केसांतून हात फिरवत राहिली...

पुढच्या 15 मिनिटात एक ओळखीत असलेला डॉक्टर सुखी ने आणला होता.

डॉक्टरांनी सांगून सुद्धा नैना ने एक क्षण सुद्धा राज ला बाजूला ठेवायला तयार नव्हती जणू काही त्यामुळे राज ला काही होणार होते... पूर्ण वेळ ती त्याचे डोके मांडीवर घेऊनच होती. शेवटी तिथेच बाजूला ठेऊन डॉक्टरांनी त्याच्या खांद्यातली गोळी काढली आणि त्याचे ड्रेसिंग केले. त्याला पेनकिलर चे इंजेक्शन देत तिथेच झोपवले. ..

सुखी सोबत बोलत डॉक्टर बाहेर गेले. बिंदीया दीदीं गरमागरम कॉफी बनवायला आत गेली आणि नैना राज च्या कानात पुटपुटत राहिली..." राज, लवकर उठ...मी वाट पाहत आहे तुझी..ही नैना तु जागे व्हायची वाट पाहत आहे ...राज..लवकर उठ...उठ ना रे...!"

राज ची ती अवस्था पाहून नैना नुसती रडत होती. बिंदीया दीदी ने गरमागरम कॉफी करून आणली..तिच्या हातात कॉफी देऊन तिला राज ला कॉफी भरवण्यासाठी सांगितले. पण नैना तशीच रडत राहिली.

आता बिंदीया दीदी ला राज कडे बघायचे का नैना ला सांभाळायचे हेच कळेना..

राज तेवढ्यात हळूच आवाजात "पाणी" मागितले. तिने नैना ला पाणी आणायला सांगितले पण नैना काही उठेना..शेवटी तिला तिथेच सोडून पाणी आणायला आत गेली. नैना ने राज चा हात पकडून ठेवला होता..तो शांत होता पण तिचे रडणे काही थांबत नव्हते.

डॉक्टरांनी राज ला पाणी द्यायला सांगितले आणि म्हणाले "पाणी दिल्यावर राज परत झोपेल कारण त्याला औषधाची ग्लानी येईल, त्यावेळेस गरम पाण्याने तुम्ही स्पंजिंग करून घ्या."

सुखी ने "हो" म्हणून डॉक्टरांना सिक्रेट गेट पाशी सोडून आला. त्यांना सोडून आल्यावर इकडे सुखी चे फटाफट फोन्स सुरू झाले. कोण होती ती माणसे? कोणाला कळले की राज इथे आहे? राज राजस्थान मध्ये आहे हे कोणालाही कळणे शक्यच नव्हते कारण सुखी मध्य प्रदेश पासून पूर्णपणे जैसलमेर पर्यंत नॉन स्टॉप गाडी चालवत आला होता. येताना कोणी पाठलाग केला नाही याची त्याला खात्री होती. मग इथे राज वर झालेला हल्ला हा त्याला मुळापासून हलवून टाकणारा होता.

त्याच्या फोन ने सगळेच जण जबरदस्त हादरले होते. कोणालाही कळेना कि असे कसे झाले? राज ला काही होणे हे कोणालाच खपण्यासारखे नव्हते. सगळे जण कामाला लागले. सुखी ने सकाळची डेडलाईन फोनवर दिली आणि सांगितले की उद्या सकाळपर्यंत तो माणूस माझ्या पायाशी हवा.

सुखी फोन करून परतला तसे त्याने बघितले नैना अजून रडतच होती. पाणी पिल्यावर राज परत बेशुद्ध झाला होता. बिंदीया ने त्याला खूण केली तसे सुखी नैना शेजारी बसला आणि तिला म्हणाला, "बहेन...."

"सुखी भैय्या, तुम्ही असताना असे कसे घडले..राज साहेबांचा आणि माझा तुमच्यावर किती विश्वास आहे हे माहिती आहे ना तुम्हाला...? तरीही असे कसे झाले? नैना चवताळून म्हणाली.

"ते मागून गोळी आली बहेन..मला पण कळले नाही.." सुखी हळू आवाजात म्हणाला.

"सुखी भैय्या, मागून गोळी आली आणि खांद्याला स्पर्शून गेली. जर नेम अजून बरोबर बसला असता तर काय झाले असते हे वेगळे सांगायची गरज नाही .."

सुखी मान खालती बसून राहिला.

" काय झाले असते सुखी भैय्या...बोला ना..?"

"आपल्या राज साहेबांना काहीही होणार नाही..कधीच! हा या सुखी चा वादा आहे तुम्हाला बहेन..."

"आज मला कळले भैय्या... बंदुकीच्या गोळीने माणसाला काहीही होऊ शकते.." नैना रडत म्हणाली.

तिच्या रडण्याचा भर असाच सुरू राहिला. शेवटी सुखी म्हणाला, "बहेन, असे रडल्याने राज साहेबांना बरे वाटणार आहे का? उलट त्यांचा त्रास अजून वाढेल. त्यांना लवकर उभे राहायला पाहिजे..त्यांनी तुम्हाला काय शिकवले आहे , की प्रत्येक परिस्थितीत खंबीर राहा आणि आता त्यांना तुमची गरज आहे तर तुम्ही रडत बसला आहात..."

ती थोडी शांत झाली..

"बहेन, माझ्या समोर तुम्ही राज साहेबांना सांगितले होते की तुम्ही यापुढे त्यांचा भक्कम आधार असाल आणि आज हा आधार रडत का आहे.? राज साहेबांनी पाहिले तर त्यांना काय वाटेल? तुम्ही त्यांना समोर ठेऊन वागा आता..ते थोडे आजारी आहेत तर रडत राहण्यापेक्षा त्यांना बरे कसे करता येईल याचा विचार करा..तुमच्या या गोष्टींचे साहेबांना खूप कौतुक वाटेल..हो ना बिंदीया? "

"अगदी बरोबर.. त्यांचे दुखणे असे पळून जाईल" बिंदीया म्हणाली तसे नैना खुदकन हसली. ती उभी राहिली आणि म्हणाली, "झाले माझे रडून..खूप दिवस रडले नव्हते म्हणून एवढे रडले.." ती असे म्हणताच सुखी आणि बिंदीया दोघेही हसायला लागले.

मग सुखी ने राज ला उचलून बेडवर निजवले. राज चे अंग जरा गरम लागत होते पण हे होणे साहजिकच आहे हे सुखी ला माहिती होते. त्याने बिंदीया ला काय ते नीट समजावले आणि तो त्याच्या कामासाठी निघून गेला.

नैना स्वतःचे आवरायला निघून गेली. तिला आता आतून बाहेरून स्वतःला तयार व्हायचे होते. आतून खंबीर तर बाहेरून फ्रेश दिसायचे होते. काही क्षणात तिचे आवरून आली तर आता ती जबरदस्त वेगळ्या रुपात दिसत होती.

ती राज शेजारी बसली आणि त्याच्याकडे बारकाईने पाहायला लागली.राज तसा ठीक होता. खांद्याला लागलेली जखमेचे आता ड्रेसिंग सुद्धा झाले होते..औषधांनी आता त्याचे दुखणे फारच सौम्य होणार होते. तिच्या तार्किक मनाला आता लक्षात आले की रडण्यासारखे काहीच राहिले नाही आहे.आपल्याला राज च्या उद्देशात त्याला मदत करायची आहे. काही निश्चय करून ती उठली आणि तिचे लक्ष एकदम बाजुला ठेवलेल्या राजच्या जर्किन कडे गेले.

ते जर्किन तिने तिथुन उचलायचे म्हणून हातात घेतले आणि तिच्या लक्षात आले की जर्किन खूपच जड आहे.

तिने सहज म्हणून जर्किन च्या खिशात हात टाकला तर एक गन तिला सापडली. त्या गन कडे पाहत ती पहिल्यांदा घाबरली. गोळी वगैरे सुटायला नको म्हणून तिने आहे त्या जागी ठेऊन दिली.

बाजूच्या खिशात हात घातला तर एक मोठा चाकू निघाला. तो ही तिला काही हातात नीट पकडता आला नाही..तिने परत तिथेच ठेऊन दिला.

आतल्या खिशात हात घातला तसे तिच्या हातात 2000 च्या नोटांची 2 बंडले आली. त्यातल्या कशाला हात न लावता ती तशीच ठेऊन ती पुढच्या खिशाकडे वळली.

तिथे चार ते पाच देशांचे पासपोर्ट होते. इंडिया, रशिया, चायना, थायलंड आणि मलेशिया. तिने उघडून पाहिले तर तिला गंमत वाटली. तिने पासपोर्ट आधी पाहिला नव्हता पण हे तिला कळत होते की प्रत्येक माणसाला एकच पासपोर्ट मिळतो. इथे सगळे पासपोर्ट राज चे होते. प्रत्येक पासपोर्ट वर त्याचा फोटो आणि नाव वेगळे होते.

तिने स्वतःशीच चकित होत ते सारे पासपोर्ट आहे त्या ठिकाणी ठेऊन दिले.

जर्किन ला आतमध्ये एक चेन होती ती तिने उघडली...आत दोन फोटो होते. एक फोटो होता तो एका मुलाचा आणि त्याच्या आई बाबांचा तर दुसरा फोटो होता त्याच मुलाचा आणि त्याच्या आजी आजोबांचा..

तिच्या लगेच लक्षात आले की हा लहान मुलगा म्हणजे राज आहे आणि ते त्याचे आई बाबा आणि आजी आजोबा आहेत. त्याने हे दोन्ही फोटो स्वतःच्या जवळ ठेवले आहेत कारण त्याला कधी विसरायचे नसेल की ह्यांना कोणी मारले.

त्या जर्किन मध्ये अजूनही गोष्टी होत्या जसे काही वेगळ्या भाषेत लिहलेल्या चिठ्या, काही नंबर्स, एक काळा दोरा आणि एक लॉकेट.लॉकेट खूपच छान होते. त्या लॉकेट मध्ये आत एका खूप गोड मुलाचा फोटो होता..अगदी 2 वर्षाचा मुलगा..आणि पाहिल्यावर कळत होते की हा राज चा फोटो आहे.

ते लॉकेट तिने जवळ ठेवले आणि तो दोरा त्याच्या हातावर बांधला.

बिंदीया दिदी तोपर्यंत गरम पाणी आणि स्पंजिंग चे सामान घेऊन आली होती. तिने ते सामान नैना कडे दिले आणि तिला त्याचे स्पंजिंग करायला सांगितले आणि कढी खिचडी करायला निघून गेली.

नैना ला स्पंजिंग कसे करायचे हे माहिती नव्हते पण तिला आज राज साठी करायचे होते. राज पूर्णपणे ग्लानी मध्ये होता. डॉक्टरांनी त्याचा शर्ट काढून पट्टी बांधलेली होती.आता त्याच्या अंगावर एक बनियान होता. तिने त्याला हळूच एका साईड ला वळवले आणि त्याच्या जखमेवर दाब पडणार नाही अश्या पध्दतीने त्याचा बनियान काढायचा प्रयत्न करू लागली. पण तिला काही ते जमेना.

आता स्पंजिंग कसे करायचे हा प्रश्न तिला पडला. शेवटी जेवढे शक्य आहे तेवढे फक्त स्पंजिंग तिने बनियान च्या बाजूने केले.

आता त्याची पॅन्ट काढून कसे स्पंजिंग करायचे हा भला मोठा प्रश्न होता.

तिने हिंम्मत करून त्याची पॅन्ट हळूच काढली आणि स्वतःचे डोळे घट्ट मिटून घेतले. ती डोळे बंद करूनच त्याचे अंदाजाने स्पंजिंग करू लागली.

ते करत असताना ती चुकत होती पण तरीही तिने त्याचे व्यवस्थित स्पंजिंग केले.

डोळे उघडून बाजूला असलेले पांघरूण त्याच्या अंगावर घालून तिने स्वच्छ पाण्याने त्याचा चेहरा पुसून घेतला.

त्याच्या चेहऱ्याकडे पाहत असताना तिच्या लक्षात आले की " निर्विवाद हँडसम आहे तो..मूळचा गोरापान रंग आणि त्याला शोभेल असे फीचर्स.."

ती तशीच बघत असताना मागून बिंदीया दीदी ने घसा खाकरला. तसे ती एकदम बाजूला झाली आणि म्हणाली, " दीदी, मी स्पंजिंग करत होते..आत्ताच झाले.."

तसे बिंदीया दीदी गालातल्या गालात हसली.

आपली चोरी पकडली गेली या आविर्भावात तिचा चेहरा एकदम गोरा मोरा झाला. बिंदीया दीदी सोबत ती नजर मिळवू शकत नव्हती.

तेवढयात सुखी आला आणि म्हणाला, "बहेन, आपल्याला ही जागा 2 दिवसांत सोडावी लागेल असे वाटत आहे.."

"का भैय्या..?"

"साहेबांच्या सुरक्षिततेसाठी.. त्या लोकांना कळले आहे की आपण इथे आहोत.."

"मग आता..?"

"आता काय..साहेब सांगतील तिथे जायचे..."

"पण कुठे...?"

"काश्मीर..."

मागून आवाज आला तसे सगळ्यांनी वळून बघितले तर राज शुध्दीवर येत उठत उठत म्हणाला होता..."काश्मीर.."

....................नैना चे आयुष्य प्रचंड वेगात वळणे घेत होते. तिचे तिलाच कळत नव्हते की काय सुरू आहे. सिन्नर जवळ राहत असलेली नैना आज जैसलमेर मधील एक बंकर च्या आत आपले आयुष्य सर्वार्थाने वेगळ्या पद्धतीने जगत होती आणि याला कारणीभूत असलेला "राज" आज आतल्या खोलीत निवांत पणे पहुडला होता. मगाशी शुद्धीवर येत त्याने "काश्मीर" हा शब्द उच्चरला आणि ग्लानी मध्ये असल्याने लगेच झोपी गेला. त्याच्या या बोलण्याने नैना अक्षरशः वेडी झाली..

जगावेगळा प्रवास करून ती जैसलमेरला पोहचली होती. इथे चार महिने राहण्याचा प्रोग्रॅम होता आणि आता 4 दिवसाच्या आतच राज ने "काश्मीर" हे नविन नाव डिक्लेयर करून टाकले होते.

तिने चक्रावून बिंदीया दीदी कडे पाहिले तर ती हसायला लागली.

"दीदी..तुम्ही हसतांय.."

"हसू नको तर काय करू..तुझा चेहरा बघ..." दीदी नैना कडे पाहत हसत म्हणाली.

"चेहरा काय बघू दीदी...इथे ह्या राज चे बोलणे बघ..आता झोपेतून उठून डायरेक्ट काश्मीर म्हणाला आणि झोपून गेला...याला काय चेष्टा वाटते का एका गावातून दुसरे गाव..एका शहरातून दुसरे शहर...दोन दिवस सुद्धा एका ठिकाणी नीट राहणे नाही..फक्त पळायचे...लपून राहायचे...हे असे कधीपर्यंत चालणार? "

"जोपर्यंत काका मरत नाही तोपर्यंत..." दीदी ठाम आवाजात म्हणाली.

"दीदी..." तिच्या आवाजातील राग पाहून ती दचकून म्हणाली.

"त्या हलकट हरामखोर व्यक्तीला भर चौकात हत्तीच्या पायाखाली दिले पाहिजे..."

"दीदी..एवढा राग?"

"त्याचे तुकडे करून कुत्र्यांना खायला दिले पाहिजेत... त्या लायकीचा पण तो नाही.. " दीदी चे शब्द आग ओकत होते.

नैना धावत दीदी पाशी गेली आणि तिला घट्ट पकडत म्हणाली, "दीदी..एवढा राग तुम्हाला येतो..? काय झालंय एवढे..? एवढ्या चिडलेल्या मी तुम्हाला पाहू शकत नाही.."

तिच्या बोलण्याने दीदी थोडी शांत झाली पण आतून ती धुमसत होती.

"काय झाले दीदी..मला सांगणार का...?" तिच्या पाठीवर प्रेमाने हात फिरवत नैना म्हणाली.

दीदी 2 क्षण शांत बसून होती मग तिने बोलायला सुरुवात केली.

"अंदाजे 3 वर्षांपूर्वी ची गोष्ट! मी आणि माझा नवरा इथे जैसलमेर ला एक ढाबा चालवायचो. आमचा ढाबा खूप फेमस होता कारण माझ्या हाताला असलेली चव. तू जेवली आहेसच त्यामुळे तुला माहिती आहे. आम्ही नवरा बायको खूप आनंदाने राहायचो. आम्हाला मुलं बाळ नव्हते पण तरी आम्ही खूष होतो. लोकांच्या वर्दळीत आम्हाला कळायचे नाही की आम्ही दोघेच असतो.

ढाब्याच्या मागे लागूनच आमचे घर होते त्यामुळे आम्ही कायम तिथेच असायचो.

जैसलमेर वरून पाकिस्तान बॉर्डर खूप जवळ, त्यामुळे स्मगलिंग खूप केले जायचे. मी आणि माझा नवरा यापासून कायम लांब राहायचो. आमच्या दृष्टीने आमचा ढाबा हेच खूपच आनंदाने राहायचे ठिकाण होते.

त्या दिवशी रात्री 11च्या सुमारास आम्ही ढाबा बंद केला आणि मागे घरी जाणार तेवढ्यात एक मोठी गाडी आमच्या समोर येऊन थांबली. अशी गाडी मी त्या आधी बघितली नव्हती. त्यातून २ लोक उतरले.

ते आमच्या जवळ आले आणि म्हणाले, आमच्या साहेबांना जेवण हवे आहे ते मागे बसले आहेत."

मागे एका काळ्या काचेच्या आत एक माणूस बसलेला दिसत होता. डोळ्यावर गॉगल आणि हातात सिगार. जरी तो माणूस नीट दिसत नव्हता तरी त्या माणसाकडे पाहून मला क्षणभर भीती वाटली. माझा नवरा त्यांना खूप नम्रपणे म्हणाला,"ढाबा बंद झाला आहे..आता उद्या सकाळी उघडेल.." यावर त्यांनी लगेच एक बंदूक काढली आणि माझ्या नवऱ्याला धमकावले आणि सांगितले की पुढच्या 20 मिनिटात जेवण नाही मिळाले तर तुला गोळी मारू असे.

त्या माणसाकडे पाहून मला आधीच भीती वाटली होती आणि आता तर त्या लोकांच्या धमकीने मी घाबरले होते.

माझ्या नवऱ्याला मी सांगितले की मी करते स्वयंपाक म्हणून... परत ढाबा उघडला...एकदा बंद केलेली भट्टी आता परत पेटणार नव्हती..मी छोटीशी चूल पेटवली आणि स्वयंपाक करायला घेतला. माझ्या नवऱ्याने सुद्धा लगेच भाजी चिरली आणि मला जी लागेल ती मदत करत होता. त्या चुलीवर मला स्वयंपाक करायला वेळ लागत होता. तोपर्यंत ती माणसे माझ्या नवऱ्याला आणि मला त्रास द्यायला लागली होती.

मी जवळपास अर्ध्या तासात स्वयंपाक केला तर तोपर्यंत त्या लोकांनी नको नको ते बोलून मला खूप हैराण करून ठेवले होते.

जेवण जेवायला होते फक्त 3 लोक पण जवळपास 8 लोकांचे जेवण ते जेवले. त्यातून काही नॉन व्हेज नसल्याने त्यांनी खूप आरडाओरडा केली.

जेवण झाले आणि माझ्या अपेक्षेप्रमाणे पैसे न देता निघाले. माझा नवरा त्यांना पैसे मागायला गेला तर त्याला लाथ मारून खालती पाडले. मी त्याला उचलायला गेले तर त्याला बाजूला केले आणि मला उचलून गाडीत घालून घेऊन गेले." दीदी हुंदका देत म्हणाली.

नैना ने तिच्या पाठीवर हात फिरवून तिला शांत केले.

"त्या रात्री मला पळवून नेले आणि नंतर काय झाले ते मला माहिती नाही...पण मला सकाळी जेव्हा परत ढाब्यावर सोडले तेव्हा तिथे ढाबा नव्हता..सगळा ढाबा पूर्णपणे उध्वस्त केला होता आणि घराच्या आतमध्ये पंख्याला माझा नवरा लटकत होता." दिदी रडत रडत म्हणाली.

नैना डोळे मोठे करून ते ऐकत होती.

"त्या 3 लोकांनी रात्रभर माझ्यावर रेप केला नैना, अनेक वेळा..माझ्या नवऱ्याला मारले आणि आमचा ढाबा उध्वस्त केला ...कारण केवळ एकच! आमच्याकडे जेवायला द्यायला नॉन व्हेज नव्हते आणि जेवण 20 मिनिटांत तयार नव्हते.."

नैना थक्क होऊन ऐकत होती. तिच्याकडे बोलायचे काही शब्द नव्हते.

"तो मागे बसलेला माणूस दुसरा तिसरा कुणीही नसून राज साहेबांचा काका होता...! "

आता नैना च्या आश्चर्याला पारावार राहिला नाही.

"नैना, 12 दिवस मी न खाता पिता त्या वाळवंटात अंगावरच्या कपड्याने फिरत होते. कुणाला दया आली नाही..त्यावेळेस राज साहेबांनी मला पाहिले. ते या बंकर च्या कामा

निमित्ताने आले होते. माझ्यात त्यांना काय विश्वास वाटला कुणास ठाऊक पण त्यांनी मला त्यांच्या बरोबर घेतले. तेव्हा सुखी आणि भंवर हे दोघेही या बंकर मध्ये होते. खूप गुप्त काम चालू होते पण साहेबांनी सांगितले आहे म्हणल्यावर त्यांनी एकही शब्द न बोलता मला या बंकर मध्ये ठेवले.

तो माणूस हा राज साहेबांचा काका आहे हे मला साहेबांनी कधीच नाही सांगितले. हे बोलता बोलता सुखी एकदा बोलून गेले की, साहेबांना कळले होते की काकांनी काय केले तुझ्यासोबत... तेव्हा मला कळले की तो नीच माणूस काका होता...

तुला आश्चर्य वाटेल नैना, "गेल्या 3 वर्षांत मी एकदाही बंकर च्या बाहेर गेले नाही आहे. हां म्हणायला या भुयारातून जैसलमेर च्या त्या वाड्यापर्यंत पोचले आहे पण तेवढंच! तिथून मी मागे फिरले आहे. मला जे हवे आहे हे न मागता इथे मिळते... जेवण खाण, पैसे, कपडे कशालाही कमी नाही पण याही पेक्षा महत्वाचे आहे ते म्हणजे इथे मिळणारा सन्मान! "

"नैना, राज साहेब हे खूप चांगले आहेत. असा माणूस शोधून सापडणार नाही. माणसे जपणे, माणसे सांभाळणे आणि आपल्या माणसासाठी काही करणे यात साहेबांचा कोणी हात धरू शकत नाही. सुखी आणि भंवर तर साहेबांचे डावे उजवे हात आहेत. त्यांच्या साठी साहेब जीवाचे रान करतात.

हा सुखी रूप बदलण्यात माहीर आहे. कधी हा ड्रायव्हर असतो तर कधी रस्ता दाखवणारा वाटसरू. कधी बिझनेसमन असतो तर कधी गरीब...

ह्या लोकांत मी खूष आहे नैना, फक्त माझा नवरा माझ्या बरोबर नाही आहे ह्याचे मला खूप दुःख होते..."

नैना मन लावून ऐकत होती. बिंदी दीदी च्या मागे एक मोठा भूतकाळ होता जो तिला आज कळत होता.

तिने दीदी चा हात घट्ट पकडला तसे दीदी तिच्या गळ्यात पडून रडायला लागली. नैना पण तिच्या सोबत रडायला लागली. बऱ्याच वेळ त्या दोघी एकमेकांना सोबत करत होत्या. दोघींचे भूतकाळ वेगळे होते..एकीच्या आयुष्यात खूप काही घडून गेले होते तर दुसरीच्या आयुष्यात खूप काही घडले असते.

एक मात्र नक्की होते..राज प्रत्येक ठिकाणी प्रत्येकालाच वाचवण्यासाठी आणि मदत करण्यासाठी पोचला होता. अगदी देवदूत असल्यासारखा..त्याचे जीवनकार्य आता कदाचित तेच होते!

बिंदीया दीदी ची गोष्ट ऐकून नैना पूर्णपणे हबकली होती. तिच्या मनात विचारांचे काहूर माजले होते. ते 12 दिवस दीदी ने वाळवंटात कसे काढले असतील हा विचार नैना ला राहून राहून येत होता. पण हे ही नक्की होते की बिंदीया दिदीच्या सांगितलेल्या गोष्टींमुळे नैनाचा राज बद्दल असलेला अभिमान अजून वाढला होता. राज हा काहीही करू शकतो यांवर तिचा विश्वास पूर्ण होता.

तिने क्षणभर राज कडे पाहिले तर तो अजून ही ग्लानीत होता. तिने हळूच त्याच्या केसांमधून हात फिरवला, आणि त्याचे केस लाडाने अस्ताव्यस्त केले. तेवढ्यात काहीतरी आवाज आला तसे तिने मागे वळून बघितले, तर त्या भुयारातून सुखी आत मधे शिरत होता.

त्याने नैना कडे पाहत विचारले, "साहेब अजून शुद्धीवर नाही आले का?"

"मी त्याच गोष्टीची वाट पाहत आहे भैया..मगाशी शुद्धीवर आला होता,पण परत झोपला आहे.कदाचित डॉक्टरांच्या औषधांमुळे असेल."

सुखी काहीच न बोलता तसाच बसून राहिला.बिंदीया ने त्याला पाणी आणून दिले ते ही त्याने घेतले नाही.

नैनाने त्याचा चेहऱ्याकडे पाहिले..त्याच्या चेहऱ्यावरून तो थोडासा चिडलेला दिसत होता.हाताच्या मुठी थोड्या वळलेल्या होत्या,आणि कपाळावरची नस थोडी फुगली होती.या सगळ्या आविर्भावावरून तो राज उठायची वाट बघत आहे हे लगेच लक्षात येत होते.

नैनाला क्षणभर त्याची भीतीचं वाटली.ती काहीचं न बोलता राज कधी शुद्धीवर येतो यावर लक्ष देत बसली. सुखीची अस्वस्थता वाढत होती..तो उठला आणि तिथेच फेऱ्या मारत बसला. त्याला फेऱ्या मारताना पाहून नैनाला वाटले की राज ला उठवावे पण ती तशीच बसून राहिली.

आता बाहेर अंधार पडला होता. राजची बऱ्याच वेळ झोप झाली होती...कुठल्याही क्षणाला तो शुध्दीवर आला असता...आणि झाले ही तसेच! काही वेळाने राज शुद्धीवर आला आणि सुखी कडे पाहत त्याने पहिला प्रश्न विचारला, "सापडला?"

"हो"

"कोण?"

यावर सुखी काहीच बोलला नाही.

"सुखी मी तुला काही विचारत आहे."

"साहेब तुम्ही बरे व्हा, मी तुम्हाला सगळे सांगतो."

"मी बराच आहे सुखी, मला नाव हवे आहे." राज च्या विचारण्यात खूप ताठपणा होता.

सुखीने हळूच नाव सांगितले तसा राज च्या डोळ्यात अंगार फुलला.क्षण भर कोणीच काही बोलले नाही.

दोन मिनिटांनंतर राजने परत त्याला विचारले,"कारण?"

"पैसा. "सुखी हळूच उत्तरला.

राज खिन्न हसला.

नैना ही सगळं स्थित्यंतरे नीट पाहत होती.तिला कळत काहीच नव्हते, पण ह्यावेळी काही बोलणे योग्य नाही म्हणून ती शांतच बसली.

राजने बिंदीया ला हाका मारली. दीदी,इतक्या वर्षात तू बंकर मधून बाहेर नाही पडलीस, पण आता माझी ईच्छा आहे की तू नैना बरोबर राहावेस. आपण काश्मीर ला चाललो आहोत. तर तुझेही सामान तू बांधायला घे. पुढच्या एका तासात आपल्याला हा बंकर सोडायचा आहे.

बिंदीया ने मान डोलावली आणि कामाला लागली. सुखी सुद्धा आवराला निघून गेला.

नैना राज च्या उशाशी बसून राहिली.

तसे राज ने तिचा हात त्याच्या हातात घेतला आणि म्हणाला, " तुला हे सगळं खूप विचित्र वाटत असेल ना नैना!"

" नाही राज! तुम्ही जे करता ते योग्यच करता ही माझी खात्री आहे. "

"अगं, मगाशी तर तू मला अरे-तुरे करत होतीस.. आता परत तू अहो-जाहो करायला लागलीस"

तशी ती खुदकन हसली आणि म्हणाली," तुम्ही बेशुद्ध होता ना तेव्हा म्हणाले होते,आता तुम्ही शुद्धीत असताना कसे म्हणणार?"

"नैना, मला फक्त राज च म्हण!तुझ्या तोंडून माझा हा एकेरी उल्लेख मला खूप छान वाटला."

त्याच्या शब्दाने ती मोहरली, लाजून उठुन जाऊ लागली, तसे त्याने तिचा हात पकडला.

"नैना, मगाशी तू माझ्या चेहऱ्याला जे काही केले, ते मला बेहद्द आवडले बर का!"

तसे नैनाने चटकन आपला हात सोडवून घेतला आणि प्रचंड लाजत आतमध्ये निघून गेली.

राज हसला. त्याने सुखी ला आवाज दिला ..

"सुखी, सगळ्यांसाठी राजस्थानी कपडे अरेंज कर.."

"तयारी आधीच करून ठेवली आहे साहेब.."

तसे राज म्हणाला, "सुखी...आपली जीप काढ...आज प्रवास वाळवंटाच्या बाजूने करायचा आहे..."

सुखी हो म्हणून निघून गेला.

बरोबर तासाभराने त्या बंकरमध्ये कोणीच नव्हते. रात्रीच्या अंधारात वाळवंटात एक थर-जीप जात होती. त्यात सुखी व राज पुढे तर नैना आणि बिंदीया मागे बसले होते.

जर बाहेर च्या कुठल्याही माणसाने गाडीतल्या लोकांकडे पाहिले असते तर असे वाटले असते, एक राजस्थानी फॅमिली कुठे ट्रिपला चालली आहे. सगळ्यांचे कपडे हे राजने मुद्दामूनच स्थानिक राजस्थानी लोकांप्रमाणे ठेवले होते जेणे करून कोणालाही संशय येणार नाही.

वाळवंटाच्या वाळू मधून जीप जाऊ शकते याचे नैनाला अतोनात आश्चर्य वाटले.

"दीदी, वाळवंटातून जीप कशी चालली आहे..?"

तसे बिंदीया तिला म्हणाली,"राज साहेबांनी ही जीप खास बनवून घेतली आहे नैना, जी वाळवंटामध्ये पण जाऊ शकते. सुखी आणि साहेबांची ही कल्पना खूप आधीची...ही जीप बनवायला 6 महिने लागले"

तिने सुखी कडे कौतुकाने पाहिले.

सुखी हा तिला कमालीचा माणूस वाटत होता.तो कुठलीही गाडी अत्यंत शिताफी ने चालवायचा. बऱ्याच वेळेला पोटातले पाणी सुद्धा हालायचे नाही.

सुखी ने वाळवंतांचा रस्ता का पकडला होता हे नैनाला थोड्या वेळातच लक्षात आले. मागे दुरवर कुठल्या तरी गावाचे लाईटस दिसत होते..

नैनाने राज ला विचारले,"ते कुठले गाव आहे?"

राज हसत म्हणाला, "जैसलमेर ला मागे सोडले आहे आपण. आता प्रत्येक गाव आपल्याला लांबूनच दिसेल कारण कुठल्याच गावातून आपण जाणार नाही."

"आणि पुढे आपण कसे जाणार आहोत..?" तिने कुतूहलाने प्रश्न विचारला.

"आपण उद्या सकाळी हरियाणा, दुपारी पंजाब आणि रात्री काश्मीर मधे असू. तू जागी राहिलीस तर रस्ता कळेल.."

नैना फक्त ऐकत होती. शेवटी न राहवून ती म्हणाली, "राज एक विचारू का?"

राज म्हणाला, "विचार ना"

"हे सुखी भैया एवढी नॉन स्टॉप गाडी चालवतात, ते दमत थकत नाही का?"

तिच्या प्रश्नावरती ते तिघे ही जण मोठ्याने हसायला लागले.

"काय झालं आहे? तुम्ही सगळे का हसत आहात?" तिने चकित होत विचारले.

"तसे बिंदीया म्हणाली, "सुखीचे सगळे असेच आहे. झोपेल तर कुंभकर्णा सारखा. खाईल तर बकासुरा सारखा, आणि काम करेल तर एका प्रचंड कष्टाळू माणसा सारखा!"

नैना कमालीच्या आदराने सुखी कडे पाहत होती. सुखी भैय्या काय, बिंदीया दिदी काय..राज ने जमवलेली माणसे खरोखरच रत्ने होती हे नैनाला कळले होते.राज हा सर्वात मोठा रत्नपारखी होता आणि त्या रत्नाच्या कोंदणामधे त्याने नैनाला एक अनोखे स्थान दिले होते.

ते तिघेही हसत होते तसे नैना पण हसायला लागली. त्या सगळ्यांचा प्रवास छान सुरू होता. ह्या सगळ्या रत्ना मध्ये ती बसली होती. गाडी हलत होती..तसे तिचे सगळ्यांकडे लक्ष जात होते...मध्येच तिची नजर बिंदीया दीदी कडे गेली..एवढे आयुष्यात घडून सुद्धा ती किती हसमुख होती. खरंतर तिची आयुष्य गाथा ऐकून नैना सुन्न झाली होती, आजवर तिने हे असे फक्त सिनेमात पाहिले होते पण आज प्रत्यक्ष ती एका व्यक्तीच्या सहवासात ती होती जिने हे सगळे वाईट भोगले होते.

राज पुढे बसला होता. नैनाच्या मनात त्याच्या बद्दल आता तिचा आदर द्विगुणित झाला होता आणि तिला त्याचा प्रचंड अभिमान सुद्धा वाटत होता.

तिकडे सुखी काहीही न बोलता गाडी चालवत होता. नैना ला त्याचा मगाशी झालेला चेहरा आठवला. त्या चेहऱ्यावर अशी एक्सप्रेशन्स पाहून तिला हे जाणवले होते की, तो सोबत असताना सुद्धा राज वर हल्ला झाला यासाठी तो स्वतःला प्रचंड जवाबदार धरत होता. राज च्या शरीवरील जखम ही त्या क्षणाला सुखीच्या चेहऱ्यावर जणू उमटली होती. त्याचा चेहरा त्यावेळेस अतिशय म्लान झाला होता. एरवी पहाडासारखा भासणारा सुखी जणू राज च्या

काळजीने त्यावेळेस कोसळू बघत होता.

नैना ने तिच्या नकळतपणे त्याच्या खांद्यावर हात ठेवत त्याला दिलासादायक स्पर्श केला..तसे त्याने मिरर मध्ये पाहिले...नैना त्यावेळेस नजरेनेच सांगत होती "सगळे ठीक होईल"

त्याला तिची नजर कळली आणि तो हसला.

त्याला हसलेले पाहून तिने मुद्दामच विचारले,

"सुखी भैय्या, राज खरंच शुद्धीत आला आहे का?"

"का हो बहेन...?"

"नाही सकाळी हरियाणा काय, दुपारी पंजाब काय रात्री काश्मीर काय...! आपल्याला इथून दुसरीकडे जायचे हे मान्य..पण राज काही पण बोलतो असे नाही ना? "

"बहेन, साहेबांचा माझ्यावर पहाडासारखा विश्वास आहे आणि मी तो विश्वास कायम जपणार..साहेब म्हणतील मी तसेच वागणार...!"

त्याच्या बोलण्यावर राज ने तिच्याकडे पाहिले आणि तिची विश्वासात्मक नजर त्याच्या नजरेत मिळाली.

राजने परत पुढे बघायला सुरुवात केली तसे सुखी सुद्धा आरश्यामधून तिच्याकडे बघत "मी आहे" हा विश्वास देत गाडी चालवायला लागला.

ती राज च्या अगदी मागच्या बाजूला बसली होती. त्याच्याकडे एकटक बघत ती त्याचा हात हातात घेऊन गाडीत बसली होती. तिच्याही नकळत दमलेल्या तिला केव्हातरी झोप लागली.

काही वेळाने नैना ला जेव्हा जाग आली तेव्हा तिची मान त्याच्या हातावर होती. तिला त्याचा हात ला खूप जड भासला. नैना त्याच्याच हातावर डोके ठेऊन वेडीवाकडी झोपलेली. जसे तिला हे जाणवले तसे त्या भावनेने तिच्या चेहऱ्यावर हलकेसे हसू फुलले. त्याने तिच्या हातून हात सोडवायचा प्रयत्न केला तर ती ते करून देईना!

त्याने परत हात पुढे ओढायचा प्रयत्न केला तसे ती एकदम म्हणाली,

"राज!"

"बोल नैना" थोडं कण्हत तो बोलला..

"खूप दुखताय ना?"

"फारसे नाही!"

तेवढ्यात बिंदीया दिदी ने थर्मास मधून हळदीचे दुध काढले. ते पाहून राज ने लगेच तोंड वाकडे केले.

बिंदीयाला दिसू नये असा नैना ने त्याला डोळे मोठे करून एक लूक दिला तसे राजने शांतपणे तो ग्लास घेतला...काही बोलायच्या आता नैना ने त्याला गप्प केले तसे त्याने दूध प्यायला सुरुवात केली.

तसे नैना त्या दोघांकडे पाहून खुदकन हसली. लहान मुलासारखा राज ला दूध प्यायचा कंटाळा आला होता तर हक्काने बिंदीया दिदी त्याला हक्काने दूध पी म्हणत होती.

"कोणाला भूक लागली तर सांगा, मी खायचे सुद्धा जवळ ठेवले आहे" असे म्हणत दीदीने एकमोठी पिशवी बाहेर काढून दाखवली.

दोघांनाही आता खायची काहीच ईच्छा नव्हती. दोघेही एकमेकांकडे फक्त बघत होते, नैना च्या नजरेतील भीती राजला कळत होती. आपल्यासाठी अशाप्रकारे कोणी काळजी करत आहे हे त्याला थोडेसे आनंद सुद्धा देत होते तर थोडीशी काळजी सुद्धा वाटत होती.

"नैना, आपल्याला आता जाताना खूप काळजी घ्यावी लागणार आहे म्हणूनच आपण हा पेहराव घातला आहे. आपण जैसलमेर मध्ये असल्याचा सुगावा काकाला लागला आहे त्यामुळेच हा हल्ला झालाय"

"हो मला कळत आहे राज..."

"तुला कसलीही शंका मनात नसावी म्हणून मी सांगत आहे.."

"नक्की कुठे जाणार आहोत आपण?"

"काश्मीर मध्ये एक जागा आहे, आताच तुला नाव सांगता येणार नाही..

"आणि ते जैसलमेर च्या एअरपोर्ट वर जी लोक येणार होती त्यांचे काय?"

"सुखी ने समशेर ला सांगितले आहे तो बरोबर मॅनेज करेल, तू विश्वास ठेव"

ती फक्त हसली.

बिंदीया दीदी ने त्या जीप मध्ये दोघांसाठी त्या रात्री जीपमध्ये मोठे एकच ताट काढले आणि आग्रहाने त्यांनी जेवावे म्हणून सांगायला लागली.

नैना ची ईच्छा नव्हती पण जर ती जेवली तर राज सुद्धा जेवेल या हेतूने तिने ते ताट बिंदीया च्या हातून घेतले. एका भांड्यात राज ला हात धुवायला पाणी दिले आणि सांगितले की "राज प्लिज जेवून घेऊयात".

"सुखी नाही जेवणार का ?" नैनाने दिदीला विचारले तसे तिने फक्त नाही अशी मान डोलावली.

तिने सुखी कडे पाहिले आणि म्हणाली, "भैय्या जेवून घ्या ना थोडेसे ..आपण न खाता तसेच बाहेर पडलो आहोत" तसे सुखी ने नाही म्हणून मान डोलावली..

त्यांचे जेवण सुरू होते आणि तेवढ्यात सुखी ने जीप चा स्पीड वाढवला. राज ने फक्त त्याच्याकडे पाहिले आणि हसला.

आता सुखी मॅक्सिमम स्पीड ने गाडी चालवत होता. त्याची गाडी चालवण्याची पद्धत पाहून नैना घाबरली पण बिंदीया दीदी शांत होती. सुखी करतो त्यामागे काही कारण असते हे आत्तापर्यंत नैना च्या लक्षात आले होते.

सुखी ने एकदम गाडीला मेन रस्त्यावर आणले आणि तो एका गावात शिरला. गावात जायचे नव्हते तरी सुद्धा गावात गाडी घेतली म्हणून नैना ला थोडे आश्चर्य वाटले.

गाडी एका वाड्यापाशी जाऊन थांबली. सुखी उडी मारून आत गेला. राज काही हलला नाही.

थोड्यावेळाने आत मध्ये कोणी तरी ओरडल्याचे मारल्याचे जोरजोरात आवाज ऐकू येत होते..थोड्या वेळाने सुखी कोणाच्या शर्टाला धरून आणताना दिसला. सुखी ने त्याचे हात पाय बांधलेल्या अवस्थेत त्याला आणले..त्याचा चेहरा सुद्धा झाकला होता.

तो माणूस रडत रडत तिथपर्यंत आला आणि त्याने राज च्या पायाशी लोळण घातले.

राज ने फक्त नजरेनेच विचारले ..का असे का?

तसे तो फक्त "माझी चूक झाली मला माफ करा" एवढंच म्हणाला.

राज ला क्षणभर त्याची दया आली पण दुसऱ्याच क्षणी त्याची नजर खुनशी झाली आणि त्याने सुखी कडे पाहिले.

तसे जे कळायचं ते सुखी ला कळले आणि तो ओढत त्या माणसाला तिथून घेऊन गेला. थोड्याच वेळात बंदुकीच्या गोळीचा आवाज आला तसे एवढ्या वेळ हातात घेतलेला नैनाच्या जेवणाचा घास खाली पडला आणि ती घाबरली.

"जेव तू,आपलीच लोक आहेत ती" निर्विकार पणें राज बोलला.

नैना ला खरे तर जेवण जात नव्हते पण राज च्या आदरात्मक भीतीने ती खात होती.

थोड्याच वेळात सुखी परत आला. तसे त्याने पाहिले राजच्या डोळ्यात थोडेसे पाणी होते..

"साब..." तो फक्त एवढेच म्हणाला तसे राज ने मान डोलावली..

"सुखी...यावर मी किती विश्वास टाकला होता..आणि तो असे वागावा..."

"साब, सब पैसे का खेल है..कोन अपना कोन पराया"

"दीदी, तुला वाटले होते का याच्या कडे बघून..?" राज ने बिंदीया कडे पाहत विचारले.

तशी तिने पण नाही म्हणून मान डोलावली.

"यावेळी तु आमच्या सोबत आलीस म्हणून तुला कळले ...नाहीतर कळले सुद्धा नसते आपल्या घरातच शत्रू दडलाय.." राज म्हणाला तसे तिच्या चेहऱ्यावर एक विषाद जाणवला आणि तिने लगेच मान हलवून आपली नाराजी दर्शविली.

गाडी परत पुढे निघाली.

भर हिवाळ्यात काश्मीर ला जायचे म्हणल्यावर त्यांना बरीच काळजी आणि समान असे दोन्ही घ्यावे लागणार होते आणि दीदी ने ते सगळे नीट केले होते....पण त्यांचा प्रवास तरी कुठे साधा सरळ होता?

अडनेडी वाट, त्यांचे ते मार्ग आणि पद्धत सगळेच जणू निदान नैनासाठी नवीन अविष्कारच होते. पण आता ती राज सोबत सगळे नव्याने अनुभवणार होती, तिच्या आयुष्यात राज हा खूप वेगळ्या पद्धतीने तर आला होताच पण आता तो तिचे सर्वस्व झाला होता.

गाडी चालू होती आणि त्यातच त्यांनी जेवण संपवले... जेवण झाल्यावर नैना ने राज ला डॉक्टर ने दिलेली औषधे हातात दिली तसे राज तिच्या हाताला धरून विचारले "नैना भीती वाटतेय का?"

तिने फक्त त्याच्याकडे आणि मग त्याच्या खांद्याकडे पाहिले आणि नकळत त्याला मिठी मारली तसे तिचे अश्रू त्याच्या खांद्यावर गळले.

"मगाशी भैय्या ने कोणाला मारले राज...? मला त्याला पाहिल्या सारखे वाटत होते..अंधारात नीट कळले नाही"

"जाऊ दे ना नैना..." राज विषय बदलायला म्हणाला तसे ती परत म्हणाली, "सांग ना राज...?"

"बद्री होता तो...तू त्याला भेटली होतीस. माझा खूप विश्वासू होता तो..काकाने त्याला विकत घेतला आणि तो विकला गेला...आमच्या धंद्यात विश्वास सगळ्यात महत्वाचा असतो नैना..."

"आणि संध्याकाळी ती गोळी तुला लागली असती तर..." नैनाच्या बोलण्यात हुंदका होता.

"नैना मी पूर्ण ठीक आहे.मला काहीही झाले नाही आहे..आणि तू मला कमजोर नको आहेस, तुला माझी हिंमत बनायचे आहे" असे म्हणत त्याने तिला शांत केले.

त्याने नैना ला तू मागे झोप मला सुखी बरोबर काही चर्चा करायची आहे असे म्हणून त्याने जीप च्या पुढच्या आणि मागच्या भागाला वेगळे करत असलेला एक पडदा लावून घेतला.

त्या दोघांमध्ये बराच वेळ मॅप घेऊन चर्चा सुरू होती. यावेळी राज ला पूर्वीपेक्षा दक्ष राहून सगळे करायचे होते आणि सुखी इतका विश्वासू आणि रूप बदलण्यात माहिर दुसरा कोणीच नव्हता.

रात्र आता उलटून पहाट व्हायची वेळ झाली होती. वाळवंट खूप मागे पडले होते. गावे बदलत होती. आता हा स्थानिक पेहराव सुद्धा बदलायची वेळ झाली होती.

नवीन पेहराव,नवीन प्रदेश,नवीन लोक आणि नवीन मार्ग त्यांची वाट पाहत होता.

जैसलमेर वरून निघालेली त्यांची जीप माचना-तेजपुर-पुगल-रावल मंडी- श्री गंगानगर करत डायरेक्ट अमृतसर ला येऊन थांबली. जेव्हा ते अमृतसर ला पोचले तेव्हा सकाळचे साडे नऊ वाजले होते. सुखीने जवळपास चौदा तासात त्यांना इथे पोचविले होते.

अमृतसर च्या DAV सर्कल ला सुखी ने गाडी थांबवली. राज उतरला आणि त्याने कौतुकाने सुखी ची पाठ थोपटली.

गाडी थांबली तसे नैना आणि दीदी ह्या दोघी सुद्धा उतरल्या. दोघींचे पाय थोडे अवघडले होते. पण दोघींचे चेहरे टवटवीत होते. दोघी प्रथमच अमृतसर ला येत होत्या. तिथल्या गल्ली आणि घरांची रचना नैनाला आवडली. तिथे अजूनही सायकल रिक्षा होत्या आणि भरपूर टमटम सुद्धा तिला दिसल्या! आजूबाजूला असलेली लोंकांची गडबड पाहून तिला खूप छान

वाटले. नैना ने सुवर्ण मंदिरा बद्दल खूप ऐकले होते. तिने राज ला विचारले, "राज, आपण दर्शन घ्यायचे का..?"

"अर्थातच...एवढ्या पवित्र स्थळाचे दर्शन घेतल्या शिवाय आपण पुढे कसे जाणार?"

राज च्या होकाराने ती खुष झाली.

एका लॉज मध्ये फ्रेश व्हायची सोय राज ने केली होती. ती आणि दीदी एका रूम मध्ये जाऊन तयार झाल्या तोपर्यंत राज ही दुसऱ्या रूम मध्ये तयार झाला. सुखी चे काही कळले नाही पण तो सुद्धा तयार होऊन आला होता.

सगळे जण सुवर्ण मंदिरात दर्शनाला गेले. नैना तिथले वातावरण पाहून खूपच प्रभावित झाली. मंदिराचा परिसर आणि आजूबाजूचे सगळेच तिला खूपच पवित्र वाटले. ती शांतता तिला मनापासून हवीहवीशी वाटली. मंदिरात प्रवेश केल्यावर तर तिला आपण आत्तापर्यंत या ठिकाणी का नाही आलो असे वाटायले लागले...तिला तिथे आणले म्हणून तिने राजचे मनापासून आभार मानले. तिथे नैना ने राज च्या दीर्घआयु साठी पार्थना केली. विशेष म्हणजे राज सुद्धा नैना साठी पार्थना करत होता तर बिंदीया दीदी त्या दोघांच्या जोडीच्या सलामतीसाठी प्रार्थना करत होती. सुखी सुद्धा लवकरच सगळे ठीक व्हावे म्हणून हात जोडून उभा होता.

उत्तम दर्शन झाल्यामुळे ते सगळेच अति प्रसन्न होते. ती पवित्रता मनात साठवत आणि परत दर्शनाला येऊ असे सांगत ते तिथून निघाले...

आता राज त्यांना "वीर दा ढाबा" ला घेऊन आला. रात्री जीप मध्ये ते तिघे जण जेवले होते पण सुखी ने काहीच खाल्ले नव्हते. राज ने सगळ्यांसाठी छोले भटोरे ऑर्डर केले.

"इथले भटोरे खाऊन बघ नैना..."राज तिला सांगत होता.

ह्या राज ला सगळेच माहिती म्हणून ती कौतुकाने त्याचे निरीक्षण करत होती.

तेवढ्यात ऑर्डर आली. हाताएवढी मोठी गरमागरम भटोरा ची पुरी घेऊन वेटर आला. ती पुरी पाहून नैना चा जीव दडपला. मोठ्या बाउल मध्ये मसालेदार वाफाळलेले छोले सोबत टमटमलेला भटोरा उत्तम दिसत होता. सोबत लोणचे, कांदा, हिरवी मिरची आणि लिंबू होते.

"बाप रे एवढी मोठी पुरी कोणी खाऊ शकते का...?" ती दचकत म्हणाली.

यांवर बिंदीया दीदी हसली आणि म्हणाली "5 मिनिटे वाट बघ कळेल तुला.."

आणि तिला कळलेच...! यांची निम्मी पुरी संपायच्या आधी सुखी भैय्या ची 4थी प्लेट सुरू होती. नैना स्वतःचे जेवण सोडून थक्क होऊन सुखी कडे पाहत होती. तिचे पाहणे पाहून बिंदीया फक्त खुसखुसत होती.

"दीदी सुखी भैय्या ..म्हणजे...कसे काय ..?" तिला पुढचे बोलणे सुचलेच नाही..ती नुसतीच पाहत राहिली.

"तो असाच आहे नैना...आता डायरेक्ट काश्मीर ला जाऊन जेवेल बघ.."

नैना ने त्याला हात जोडले.

ब्रेकफास्ट झाल्यावर राज कुठेतरी गायब झाला. तो परत येईस्तोवर सुखी ची 6 पटियाला ग्लास लस्सी पिऊन झाली होती. राज ने सगळ्यांसाठी काश्मिरी ड्रेस आणले होते. आता हे घालून पुढचा प्रवास करायचा होता.

रात्री जीप डिझेल भरण्यासाठी एकदा थांबली होती आता परत पेट्रोल पंपाकडे गाडी वळली. तिथे गाडीची टाकी फुल्ल करून, हवा, पाणी चेक करून ते पुढे निघाले.

आता गुरुदासपूर- उधमपूर-पटणीटॉप-अनंतनाग करत त्यांना श्रीनगर ला पोचायचे होते. भरपूर घाट वळणाचा रस्ता होता. सुखी ने बिनधास्तपणे गाडी चालवायला घेतली.नैना कडे पाहत तो म्हणाला,

"बहेन, आता भारतातील सगळ्यात सुंदर रूट वरून आपण जाणार आहोत..तुम्ही जाग्या राहा आणि आजूबाजूला पाहत राहा.."

नैनाच्या चेहऱ्यावर उत्सुकता आली. तिने तिच्या लहानपणी फास्टर फेणे ची काश्मिरी करामत हे पुस्तक तिने वाचले होते. भा.रा.भागवत हे नैनाचे आवडते लेखक. त्यांनी पुस्तकातून दाखवलेले काश्मीर तिच्या मनात फिक्स बसले होते. आज खऱ्या खऱ्या काश्मीर मध्ये ती प्रवेश करणार होती.

तिला आत्ताच लांबून दिसणारे उंच डोंगर खुणावत होते. ती डोळे भरून निसर्ग पाहत होती.

राज मात्र खूप शांत होता. त्याला आजूबाजूला चाललेल्या गोष्टींनी काहीच फरक पडत नव्हता. त्याच्या मनात काही कॅलक्युलेशन्स स्ट्रॉंग चालली होती. त्याला माहिती होते की त्याचा काश्मीर ला जाण्याच्या मागे काय हेतू होता ते!

त्याने एक फोन फिरवला आणि हळू आवाजात बोलायला सुरुवात केली. तो काय बोलला हे नैना ला नाही कळले फक्त तिला ,"नसीर भाई, कॉटेज, गुलमर्ग " असे शब्द ऐकू आले. जरी दाखवत नसला तरी राज किती टेन्शनमध्ये आहे हे नैना ला कळत होते.

रस्ता खरोखरच अप्रतिम होता. डोंगरावर असणारे देवदार वृक्ष त्यांची सोबत करत होते. वळणा वळणाचा रस्ता त्यांच्या बरोबर चालत आहे असे नैना ला वाटत होते.

आपण सिन्नर पासून प्रवास करत आहोत तो थांबतच नाही आहे हे तिला प्रकर्षाने जाणवत होये. हा प्रवास छान होता पण त्या मागे असलेले टेन्शन नकोसे होते. कुठूनही गोळी येईल आणि राज ला लागेल असे नैना ला सारखे राहून राहून वाटायचे. प्रत्येक क्षणाला तिचे लक्ष फक्त राज कडेच असायचे. ती असताना त्याला काही हवे नको ह्याची ती कटाक्षाने काळजी घ्यायची.आत्तासुद्धा त्याची कॅलक्युलेशन्स सुरू असताना तिचे लक्ष त्याच्यावर आणि रस्त्यावर दोन्ही ठिकाणी होते.

राज बहुतेक बद्रीच्या विश्वासघाताने आतून दुखावला आहे असे नैनाला वाटत होते. तो काहीच बोलला नव्हता पण सुखी आणि भंवर च्या सोबत त्याने बद्री वर विश्वास टाकला होता. त्यानेच पैस्यांसाठी काकाला कळवले होते. त्याला मारताना राज ला अजिबात आनंद झाला नव्हता कदाचित खूप वाईटच वाटले होते कारण त्याला कोणाला मारायला कधीच

आवडायचे नाही.

त्याच्या मनाची स्थिती तिला कळत होते पण ती या क्षणाला काहीच सांगू शकत नव्हती.

विषय बदलायचा म्हणून तिने राज ला मुद्दाम विचारले,

"राज आपण काश्मीर मध्ये हाऊस बोट मध्ये राहणार आहोत का..?"

राज नुसताच हसला पण काही बोलला नाही. त्याच्या मनातली व्यथा आत्ता प्रचंड होती आणि नैना त्या व्यथेला कसे दूर करायचे या विचारात होती.

दुपारच्या वेळेस कॉफी साठी राज ने रामबन ला गाडी थांबवायला लावली. कॉफी घेत असताना तिची नजर समोर गेली. ते एका डोंगरावर होते आणि पुढे एक दरी होती. तिथून समोर दिसणारा डोंगर, त्या खाली असलेले भले मोठे धरण आणि त्याच्या सोबत असलेली वृक्षांची मनमोहक लागवड नैना पाहत होती.

"इथून थोड्या वेळाने आपल्याला जवाहर टनेल लागेल आणि मग नंतर आपण काश्मीर मध्ये प्रवेश करू. " राज तिच्या मागे येत म्हणाला.

"राज, मला काश्मीर मध्ये पूर्ण वेळ तुझ्या बरोबर राहायचं आहे..दिवस-रात्र पूर्ण वेळ. मी एकही क्षण तुला सोडणार नाही. "

राज ने तिचा हात हातात पकडला तसे ती त्याला झटकन बिलगली. त्यांच्या काश्मीर प्रवासाची सुरुवात खऱ्या अर्थाने रामबन ला झाली होती.

............काश्मीर! या पृथ्वीवर असलेले नंदनवन! उंचाले बर्फाचे डोंगर आणि भले मोठे देवदार वृक्ष! बघावे तिथे सुंदर नजारे आणि त्याहीपेक्षा महत्वाचे म्हणजे हिरवीगार कुरणे! हे नंदनवन पाहायचे असेअनेकांना चे स्वप्न असते आणि आज नैना तिच्या भाग्याने इथे पोचली होती.

प्रचंड उत्साहात होती ती. काय करू आणि काय नको असे तिला झाले होते.

सुखी ने त्याच्या शब्दाप्रमाणे रात्री 10 वाजता गाडी श्रीनगर ला पोचवली होती. अंधारात नैना ला काहीच दिसले नव्हते पण आज पहाट झाली आणि तिला जाग आली. इथे पहाट खूपच लवकर झाली होती आणि उजेड बऱ्यापैकी पसरला होता. ती बाहेर आली आणि तिच्या डोळ्यांवर तिचा विश्वास बसेना. दल लेक च्या हाऊस बोट वर ती उभी होती. पूर्ण लाकडाची असलेली ती बोट उत्तम कारागिरी चा नमुना होती. तिथल्या डेक वर उभे राहून ती समोर पसरलेला भला मोठा लेक आणि त्यावर दिव्याच्या झगमगाटाने चमचणाऱ्या बोटी हे दृश्य पाहत होती. समोर शंकराचार्य मंदिराच्या डोंगरावर सुद्धा दिव्यांची लगबग दिसत होती. ती शांतता तिला आवडली होती.

तेवढ्यात तिला तिच्या समोरून एक माणूस काश्मिरी भाषेत गाणे म्हणत एक शिकारा चालवत जाताना दिसला. त्याने शिकाऱ्याच्या पुढच्या भागात अनेक ताजी फुले ठेवली होती आणि कदाचित तो ती फुले विकायला घेऊन चालला होता.

नैना ला राहवेना. तिने त्याला बोलावले आणि फुले कितीला देणार असे विचारले.

त्याने किंमत सांगितल्यावर ती आत गेली. राज आत मध्ये झोपला होता. तिने राज ला उठवायला सुरुवात केली. राज ला कधी नव्हे ती गाढ झोप लागली होती आणि नेमके आज नैना त्याला उठवत होती.

तो दचकून उठला तसे ती त्याच्या हाताला घेऊन बाहेर आली. ह्याला क्षणभर कळेना की काय झाले आहे ते पण तिच्या हट्टापुढे त्याचे काही चालेना. तो बाहेर आला तसे नैना ने त्याला दाखवले...

पहिल्यांदा तर त्याला हेच समजेना की ती काय दाखवत आहे.

नंतर तिने त्याला ह्या फुलांबद्दल सागितले तसे त्याने कपाळाला हात लावला..या कारणासाठी तिने राज ला झोपेतून उठवले होते. तो आत आला पाकिटातून पैसे काढले आणि त्या माणसाकडून सगळी फुले विकत घेतली.

नैना ची सकाळ फार छान उजाडली होती. या काश्मीर मध्ये एका मोठ्या हाऊस बोट वर हातात ताजी आणि टवटवीत फुले हातात घेऊन ती सगळीकडे वावरत होती. राज ने तिच्यासाठी सगळी फुले विकत घेऊन तो परत झोपला होता. बिंदीया दीदी ला हाऊस बोट वर आज स्वयंपाक करायचा नव्हता त्यामुळे ती सुद्धा नैना बरोबर हाऊस बोट च्या परिसरात फिरत होती. सुखी बहुतेक संध्याकाळी उठला असता त्यामुळे आत्ता या दोघींना काही करण्यासारखे काही नव्हते.

"दीदी, तुम्ही काश्मीरला या आधी नाही आलात ना कधी?"

"नाही नैना..तुझ्या प्रमाणेच मी सुद्धा पहिल्यांदा आज इथे येत आहे.." ती हसत म्हणाली.

"दीदी..मी एक विचारू का तुम्हाला..?" नैनाच्या मनात प्रश्नचिन्ह दिसत होते.

"विचार ना नैना..."

"दीदी...आपण हे सगळे जीवावर बेतणारे प्रवास करत आहोत तर या पेक्षा आपण विमानाने का नाही फिरत? म्हणजे आपण कुठे जात आहोत हे कुणालाच कळणार नाही..डायरेकट् काश्मीर ला आलो असतो ना..."

यावर दीदी जोरजोराने हसायला लागली आणि म्हणाली, "किती भोळी गं तू नैना..! अगं विमानतळावर किती सिक्युरिटी असते, कॅमेरे असतात आणि सगळ्यात महत्वाचे म्हणजे काकांची माणसे सगळीकडे पसरलेली असतात. यांतून आपण कधीच वाचू शकलो नसतो. साहेबांना माहिती आहे ते काय करत आहेत..आता ते काश्मीर ला का घेऊन आले हे पण आपल्याला कळेलच"

नैना काहीच बोलली नाही पण तिला आता सारखे इकडून तिकडे फिरत राहण्याचा कंटाळा आला होता. तिला आता एका ठिकाणी स्थिरस्थावर व्हायचे होते. नको वाटत होते तिला सारखे पळत राहणे. यावेळेस राज ला ती सांगणार होती की बास... आता यापुढे असे पळणारे प्रवास नकोत. आता आपण थांबूयात कुठेतरी. ही जीवावर टांगत राहिलेली तलवार सुद्धा तिला नको होती.

आपल्या मनात विचारांचे मांडे मांडत ती हाऊसबोटवर चालत होती सोबत दीदी होती पण तिचे विचार मात्र राज भोवतीच घुटमळत होते.

हाऊस बोट तिथले ते रम्य वातावरण, ही शुद्ध निर्मल हवा तो निसर्ग, दूरंवर दिसणारे ते बर्फाच्छादित डोंगर सगळं कसं तिला वेड लावणार होतं.

"नैना, तू राज भैय्या ला भेटलीस हे खूप बरे झाले बघ" दिदी म्हणाली तसे नैना ने लाजत खाली बघितले.

दीदी ने तिच्या हनुवटीला स्पर्श करत तिची मान वर केली आणि म्हणाली " खूप आनंदी दिसत आहेत ते तुला भेटल्यापासून. बदल जाणवतोय ना मला आणि मी खरंच खूप खुश आहे तुम्हा दोघांसाठी. कायम एकमेकांच्या सोबत असा आणि आनंदी राहा" तसे नैना पटकन तिला बिलगली.

इकडे नैना ने झोपमोड केल्याने राज जागाच होता आणि बाहेर डेक वर आला होता. त्या दोघी दोन हाऊस बोट मध्ये असलेल्या जागेत फेऱ्या मारत होत्या आणि त्यांच्या नकळत त्यांचे बोलणे तो ऐकत होता. त्याने बिंदीया दीदी चे बोलणे ऐकले तसे त्याच्या गालावर मिश्किल हसू आले. त्या दोघी बोलत बोलत आल्या तर हा हाताची घडी घालून उभाच होता.

नैना, त्याला बघून धावत त्याच्याजवळ गेली आणि "राज" म्हणत तिच्याही नकळत तिने त्याला घट्ट मिठी मारली तसे एकदम तयारीत नसलेला राजचा तोल गेला आणि तो मागे पडला..तसे ती सुद्धा त्याच्या अंगावर पडली. दोघेही धपकन खाली पडल हे बघून दीदी ने तोंडावर ओढणी घेत आपले आलेले हसू दाबायचा निष्फळ प्रयत्न केला पण ती हसू थांबवू शकली नाही.

राजच्या अंगावर ती पडली आणि पडल्यावर उठायचे सोडून दोघेही एकमेकांकडे बघण्यात गर्क झाले...आता ते उठत नाही असे बघून दीदी ने तिथून काढता पाय घेतला. किती क्षण गेले नि किती मिनिटे कळले नाही पण राज च्या खांद्याला कळ लागली आणि तो थोडा कण्हला तसे ती भानावर आली.

ती उठायला गेली आणि पुन्हा तोल जाऊन पडली तसे त्याने तिला हाताने थांबवले स्वतः उठला आणि मग तिला उठवले.

ते दोघे उठले तसे ती हसायला लागली..तिचे पाहून तो ही हसायला लागला.

दोघेही हसत हसत त्या डेक वर आले...तिने त्याचा हात हातात घेतला आणि ती म्हणाली,

"राज तुम्हाला एक सांगू का?"

"बोल ना!"

"मला ना आता असे वाटते की खूप झाली ही पळापळ.. आपण कुठेतरी थांबू यात. तुमच्या जीवाचा असलेला धोका मला सहन होत नाही, असे काही तरी करा की सगळं नीट होईल आणि आपण सुद्धा कुठेतरी शांतपणे असू"

राज तिचे ऐकत होता, तिच्या भावना त्याला कळत होत्या त्यामुळे जणू काही आता त्याला एक अंतिम काहीतरी ठोस करावे हेच मनात येत होते.

त्याने तिच्या कपाळावर हलकेच कुरवाळले आणि त्यावर ओठ टेकले तसे ती शहारली आणि लाजून मान खाली घातली.

राजने तिला हाताला धरून त्या बोटीतील आतल्या खोलीत तिला नेले आणि तिला आपल्या बाजूला पलंगावर बसवले. तिचा हात हातात घेत म्हणाला, "नैना मी तुला वचन देतो की आता जे होईल ते निर्णायक होईल. यानंतर आपला प्रवास हा सुखासाठी होईल ना की जिवाच्या भीतीने पळण्यात किंवा तो वाचवण्यासाठी."

" मलाही हवंय की शांतपणे जगावे...खरंच नैना तू आलीस आणि मला जाणवले की मी खूप एकटा होतो पण आता नाही आहे. मला सुद्धा इतरांसारखे जगावे असे वाटायला लागले आहे. जे साधे सरळ असावे. फक्त थोडी कळ काढ... काही दिवस! समजून घेशील ना मला?"

त्याच्या डोळ्यातील प्रेम,आर्जव तिला खूप स्पर्शून घेले तिने नजरेनेच त्याला आश्वस्त करत हो म्हणाली आणि त्याच्या हातावर थोपटले तसे त्याने तिच्या खांद्यावर मान टेकली. दुरून हे बघणाऱ्या दीदी ने त्यांच्या वरून लांबूनच बोटे उतरवली आणि कानशीलवर कडकडा मोडली की जणू या दोघांना कोणाची दृष्ट लागायला नको.

तेवढ्यात हाऊस बोट वरच्या माणसाने "काव्हा" आणला.

त्याचा एक कप स्वतः उचलून दुसरा कप त्याने नैना ला दिला.

"हे काय आहे..?"

"याला "काव्हा" म्हणतात... इथली स्पेशालिटी आहे..केशर घालून केलेला चहा.."

नैना ने पहिला घोट घेतला आणि एकदम उत्स्फूर्तपणे म्हणाली, "मस्त आहे हा...आता जोपर्यंत मी इथे आहे तोपर्यंत मी रोज पिणार.."

यावर राज हसला आणि म्हणाला ,"मला वाटलेच होते तू असे म्हणशील.."

"कशावरून..?" नैना ने भुवई वक्र करून विचारले.

"कारण मी पण तेच करणार आहे..." त्याच्या दोन्ही भुवया तो उडवत म्हणाला.

त्याच्या या रिॲक्शन वर नैना जोरजोराने हसायला लागली. ती हसताना खूपच गोड दिसत होती. राज तिचे ते हसणे भान हरपून पाहत राहिला. क्षणभर नक्की काय जास्त गोड आहे हे राज ला कळेना..तो काव्हा का तिचे हसणे!

काव्हा घेतल्यावर राज ने सुखी ला उठवले आणि त्याला घेऊन तो शिकाऱ्या असलेल्या बोटीत बसून कुठेतरी गेला. राज गेला तसे नैना आणि बिंदीया हाऊस बोट वर छान गप्पा मारत बसल्या. राज ने नासीर भाई ला फोन करून ठेवला होता. तो त्यांची फ्लोटिंग मार्केट च्या इथे वाट पाहात होता. हे दोघे पोचल्यावर नासीर भाई त्यांना घेऊन तिथून निघाला. त्यांची बोट नेहरू प्लेस ला पोचली आणि तिथून एक माणूस बोटीच्या आत चढला.त्याने काश्मिरी भाषेत काही बोलायला सुरुवात केली आणि बोटीतल्या माणसाने त्याने सांगितल्या प्रमाणे ती बोट पुढे जायला लागली. चार चिनार ला वळसा घालून ते लोक

आता नागीन लेक च्या इथे पोचले होते. नागीन लेक च्या कारंज्या पाशी अजून एक बोट उभी होती.

ते सगळे त्या दुसऱ्या बोटीत चढले. स्पीड बोट होती ती. भन्नाट स्पीड ने बोट निघाली. एका बाजूला भव्य लेक तर दुसऱ्या बाजूला वळणदार रस्ता..त्याच्या मागच्या बाजूला असलेली मुघल गार्डन्स फारच सुंदर दिसत होती.

शालिमार गार्डन पर्यंत चा लेक पार करून बोटीने आता जिथे रस्ता सुरू होतो तिथे त्यांना सोडले. तिथे एक जीप उभी होतीच. त्या जीप मध्ये ते सगळे बसले. जीप ला कुठे जायचे हे नासीर भाई ने ठरवले होते. गाडीत कोणीच काही बोलत नव्हते. समोर दिसणाऱ्या भव्य डोंगराकडे पाहात राज विचारात दंग झाला होता. सुखीचे लक्ष होते त्याच्याकडे पण तो सुध्दा शांत बसला होता.

अर्ध्या तासाने ते लोक एका छोट्याश्या वस्तीत पोचले. तिथे एक माणूस मोठा ओव्हरकोट घालून उभा होता. त्याने नासीर भाई ला सलाम केला. सगळे उतरले आणि त्याच्या मागोमाग जायला लागले. त्या वस्तीतून असलेल्या छोट्याश्या रस्त्यातून ते चालत होते. छोटी छोटी घरे आणि त्यात असलेला रस्ता यावरून त्यांचा प्रवास सुरु होता. 5 मिनिटे चालल्यावर ते एका लहान घरापाशी पोचले. तीन वेळा दरवाजा त्या माणसाने वाजवला तसा एका 10 वर्षाच्या मुलाने दरवाजा उघडला. ते सगळे जण आत गेले. तिथे आतल्या खोलीत एक मोठी लाकडी फळी ठेवली होती. ती फळी म्हणजे एक दार होते जे त्यांनी उचलून उघडले. आत पायऱ्या होत्या.

अंदाजे 15 पायऱ्या उतरून खालच्या तळघरात सगळे पोचले. तिथे भिंतीचा एक भला मोठा भाग ताडपत्री ने झाकून ठेवला होता. नासीर ने तो भाग काढला तसे सगळे जण थक्क होऊन पहात राहिले.

ती पूर्ण भिंत 2000 च्या नोटांनी भरलेली होती. कित्येक करोड त्या जुन्या भिंतीच्या साहाय्याने उभे होते.

"साब, काकांचा माल पकडला आहे हा..इथून हा शेजारच्या देशांमध्ये जाणार होता. जसा पकडला तसे तुम्हाला कळवले."

नासिर च्या बोलण्यावर राज हसला आणि त्याने त्या नोटांकडे पाहायला सुरुवात केली. गणती नव्हती त्या पैस्याला. त्या नोटांवरून त्याचा पुढचा प्लॅन बिनदिक्कत होणार होता.

त्याच्या सांगण्याची वाट सुखी पहात होता.

"सुखी सगळा माल कुठे न्यायचा हे तुला सांगायला नको आहे.."

सुखी ने मान डोलावली.

"नासीर भाई..हे काम मस्तच झाले आता मला गुलमर्ग ला न्या. तिथले विंटर कॉटेजचा पत्ता काढलाय ना..?"

"जी साब..आपण तिकडेच चाललो आहे आता.."

राज चला म्हणाला आणि सगळे जण तिथून बाहेर पडले आणि बाहेर उभ्या असलेल्या जीप मध्ये परत येऊन बसले. आता जीप तिथून निघाली ती आतल्या रस्त्याने. आता तो रस्ता पूर्ण डोंगराच्या बाजूने चालला होता. त्यांना श्रीनगर शहाराला पूर्ण वळसा घालून पुढे जायचे होते. नासीर भाई ला पूर्ण रस्ते तोंडपाठ होते.

मागम, याल आणि कुंजर करत ते टंगमर्ग ला एका तासात पोचले.

टंगमर्ग ला त्यांचा अजून एक कॉन्टॅक्ट उभा होता.

"नमस्ते साब.."

"कैसे हो असिफ..?" राज त्याच्या पाठीवर थोपटत म्हणाला.

"आपकी दुवा है..." असिफ हसत म्हणाला.

तिथून त्यांची जाण्यासाठी अजून एक गाडी तयार होती.

एका जीप मध्ये राज, सुखी आणि नासीर बसले तर दुसऱ्या गाडीमध्ये बाकीचे सगळे जण बसले.पुढचा 14 किमी चा घाट त्यांना आता पार करायचा होता. राज ला घाट ओलांडून आता कधी कॉटेज ला पोचतो असे झाले होते.

अनेक टर्न घेत रस्ता एका मोकळ्या मैदानावर पोचला. तिथून पुढे रस्ता हिरव्यागार कुरणातुन अर्ध्या वाटेतून पुढे जात होता तेव्हा राज फक्त कॉटेज दिसते आहे का ते बघत होता. रस्ता वळणा वळणाचा होता. दुतर्फा बर्फ रस्त्याच्या बाजूला पडलेला होता. पाच मिनिटांत गाडी थांबली.

गाडी जिथे थांबली तिथून एक पायवाट जात होती.

असिफ च्या मागोमाग त्या पायवाटेने सगळे निघाले..मोजून 2 मिनिटात एका घरापाशी ते आले. बर्फाने आच्छादलेले ते घर हेच ते कॉटेज होते. कोणालाही न दिसणारे आणि सगळ्या गर्दीपासून लांब असलेले ते कॉटेज फारच एकटे होते.सहज कुणालाही दिसले नसते.

"राज साब, ये हे विंटर कॉटेज.."

राज आत शिरला. त्याने आत मध्ये जाऊन पाहिले तसे त्याला पूर्ण घरात भरपूर सामान दिसले. त्याने सामान उघडायला सांगितले. त्यात अनेक किंमती सामान होते. खूप कागदपत्रे, सोने, चांदी, हिरे आणि भरपूर कॅश होती.

"इथे किती लोक होते पाहऱ्याला..?" राज ने विचारले तसे असिफ ने सांगितले "सहा"

"आणि सहाच्या सहा..?"

असिफ ने फक्त वर पाहिले.

राज काहीच म्हणाला नाही.

त्यांनी दुपारी गाडी आणली होती त्यात सगळे सामान भरायला राज ने सांगितले.

पुढच्या 15 मिनिटात ते कॉटेज पूर्ण साफ झाले होते. राज ने ईशारा केला आणि सुखी ने त्या कॉटेज च्या आत काहीतरी ठेवले.

सगळे निघाले. गाडी ते कॉटेज सोडून परत टंगमर्ग चा घाट चढायला लागली. 5 मिनिटात तिथे एक स्फोट झाला होता. आज 2 तासात काकाच्या 2 मोठ्या गोष्टी राज ने

संपवल्या होत्या. राज मनोमन खूष झाला होता.

तो सगळ्यांना घेऊन आता श्रीनगर च्या हाउस बोट पाशी आला. अनेक ठिकाणी जाऊन आल्यावर आपल्या घरी परतल्यावर कसे वाटते तसे फिलिंग आत्ता राज ला येत होते.

हाऊस बोट वर पोचल्यावर "नैना..." त्याने आवाज दिला..

नैना आणि दीदी दोघी त्या आवाजाने बाहेर आल्या.

"नैना, माझे मित्र आले आहेत..आपल्या हाऊस बोट वर आज "दावत" करायची आहे...तू आणि दीदी आपल्या खानसामाला मदत करा.."

नैना ने हसून मान डोलावली. राज कुठल्यातरी कारणाने आनंदात आहे हे पाहून ती सुद्धा खूष झाली. ईतक्या दिवसात राज ने आज पहिल्यांदा "दावत" बोलावली होती आणि त्या दावत मध्ये त्याने नैना ला हक्काने काही करायाला सांगितले होते. आनंदोत्सव साजरा करण्याची आज वेळ होती आणि त्यात तिला राजचा पूर्ण सपोर्ट बनायचे होते.

राज च्या चेहऱ्यावरचा आनंद स्पष्ट दिसत होता. तो आनंद दिदी आणि नैना ने तसाच टिकवून ठेवण्याचे मनोमन ठरवले. जरी खानसामा सगळे करणार होता तरी सुद्धा आपण काही मदत करावी या दावत देण्यासाठी म्हणून नैना ने राजला विचारले की, किती लोक असतील?

राज चे एकूण 9 असे उत्तर आल्यावर दोघींनी एकमेकींकडे हसत पाहिले आणि काही नजरेत ठरवतच त्या खानसाम्याला भेटायला गेल्या.

इकडे राज आज त्याने त्याला मिळवायच्या गोष्टींपैकी सिंहाचा वाटा मिळाला याप्रमाणे खुष होता आणि सुखी त्याच्या राज साहेबांची खुषी नजरेने टिपत होता.

"भैय्या आजचा बेत काय ठरवला आहे तुम्ही? " तिने खानसाम्याला विचारले.

"साहेबांनी सांगितले आहे मला.." तो नम्रपणे म्हणाला.

"मला सांगाल का तरी.." नैना ला मेनू जाणून घ्यायचाच होता.

" राज साहेबांना व्हेज आणि नॉनव्हेज दोन्ही आवडते त्यामुळे आज चिकन तंदुरी, चिकन लॉलीपॉप, आणि पनीर टिक्का, व्हेज मंचुरीयन असे स्टार्टर बनवणार आहे. मटण बिर्याणी, मटण रोस्त, मटण कटलेट्स आणि मटण खिमा हे पण आज दावत मध्ये आहे. सोबत खजूर, बदाम, काजू, पिस्ता असतीलच... गोड म्हणून शाही तुकडा, खव्या ची खीर, ड्रायफ्रूट हलवा आणि केशर बर्फी आहे."

तो मेनू ऐकून नैना चे डोळे मोठे झाले.

दीदी हसत तिला म्हणाली, " हे लोक अनेक पदार्थ बनवण्यात माहीर असतात त्यामुळे त्यांनाच ते बनवू देत."

नैना काही न बोलता दीदी बरोबर बाहेर आली..बाहेर राज खूपच निवांत दिसत होता. त्याला भेटायला आलेले लोक त्याच्याशी गप्पा मारत होते आणि हा फक्त मान हलवून संमती दर्शवत होता.

खरतंर नैना ला राज बरोबर बोलायचे होते पण त्याचे लक्ष नव्हते. त्याचा आनंद तिला ही अनुभवयाचा होता पण ते बहुतेक दावत झाल्यावरच घडणार होते.

इकडे हे आनंदात गर्क होते तर तिकडे एव्हाना काकाला झालेल्या जबर नुकसानीची महिती मिळाली तसे तो संतापाने तो वेडापिसा झाला. त्याला ही बातमी देणाऱ्याला तर त्याने त्या क्षणालाच गोळी मारली आणि राज च्या बदल्यासाठी तयार झालेल्या त्याने ह्याला त्याला फोन लावून राज ला संपवण्याची सुपारी देत होता.

कसेही करून त्याला राज ला संपवायचेच होते. करोडो रुपयांची संपत्ती, सोने, नाणे, दागिने, महत्वाची कागदपत्रे आणि हिरे सगळे नेले होते. शिवाय त्याचे ते गुपित ठिकाण आणि जागा सुद्धा बेचीराख केली होती.

त्या काकाचा जणु एक हात कापला गेला होता इतके त्याचे अतोनात नुकसान झाले होते.

काकाने लगेच मिटिंग बोलावली आणि आपल्या काही खास लोकांना बोलावून घेतले.

काकाची मिटिंग म्हणजे अगदीच गुप्त आणि तेवढीच लगेच.. ते सगळे लोक पुढच्या काही क्षणात काकाच्या समोर आले. त्यांच्या आपापसात काहीतरी चर्चा सुरू असतानाच काकाला एक फोन आला.

फोनवर बोलता- बोलता काकाचा चेहऱ्यावर खुनशी हसू उमटून आले आणि डोळ्यात भयंकर विकृतीनिर्माण झाली. तो मोठमोठ्याने हसायला लागला. त्याने जमलेल्या लोकांना काही सांगितले आणि मिटिंग बरखास्त केली.

इकडे हाऊस बोट वर संध्याकाळी शाही दावत सुरू झाली. डेक ला लागूनच मोठा हॉल होता...त्याच बाहेरच्या हॉल मध्ये मोठे कोंडाळे करून सगळे जेवायला बसले. नैना आणि दीदी नंतर बसणार होत्या पण राज च्या राज्यात हा भेदभाव नव्हता. त्यामुळे त्या दोघी सुद्धा त्यांच्या बाजूला एक ताट घेऊन जेवायला बसल्या. सगळ्यांच्या गप्पा सुरु झाल्या. भरपूर विनोद आणि काही आठवणी अश्या थाटात जेवण सुरू झाले. नैनाच्या अपेक्षेप्रमाणे सुखी आणि नासीर भाई यांची जेवण्यासाठी जुंपली होती. सुखी प्रमाणे नासीर भाई सुद्धा जबरदस्त होता.आज राज सुदधा हात आखडता न ठेवता जेवणावर मस्त ताव मारत होता.

नैना त्याला डोळे भरून पाहत होती. त्याच्या चेहऱ्यावर असलेले हसू तिच्या समाधानाचे प्रतीक होते.

"नासिर भाई..पण कमाल केली तुम्ही.." राज कौतुकाने म्हणाला.

"कमाल कसली साब..माझी 8 माणसे पूर्ण काश्मीरभर गेले 2 महिने शोधत होती आणि 4 दिवसांपूर्वी सगळे सापडले.."

"आणि म्हणूनच मला जैसलमेर मध्ये गोळी लागल्यावर मी ठरवले की लगेच काश्मीर ला पोचावे."

"आता काळजी करू नका साब, हा नासीर आहे..पुढच्या काही दिवसांत मी सगळे अड्डे शोधून देतो तुम्हाला..."

"याची खात्री आहे मला.." राज हसत म्हणाला.

सुखी पण हसला आणि त्याने नासीर भाईच्या पाठीवर मस्त हात मारत थोपटले.

दावत चा बेत मात्र सगळ्यांना खूपच आवडला..जेवणात सगळेच मग्न होते..

"नासीर भाई.."

"जी साब..."

"आपण उद्या सोनमर्ग ला जाऊयात..मला तिथे पण काही मिळेल असे वाटते आहे.."

"ठीक आहे साब.."

"किती वेळ लागेल आपल्याला पोचायला...?" राज ने त्याला विचारले.

नासीर भाई काहीच बोलला नाही..नुसता त्याच्याकडे बघत राहिला.

"किती वेळ लागेल आपल्याला पोचायला...? " राज ने परत विचारले...

तरी नासीर भाई शांतच होता.

"अरे नासीर, साब काहीतरी विचारत आहेत.." सुखी ने त्याला मगाच सारखा पाठीवर फटका मारला तसे नासीर एकदम कोसळला.

राज ने त्याच्याकडे चमकून पाहिले तर त्याच्या डोक्यातून रक्त येत होते...त्याला मागून गोळी मारली होती आणि तो जागच्या जागी गेला होता.

"नासीर भाई...." राज एकदम ओरडला तेवढ्यात अंदाधुंद गोळ्या त्या हाउस बोट च्या आत यायला लागल्या आणि सगळे अन्न उडायला लागले. गोळ्या कुठून येत होत्या ते माहिती नाही पण आत मध्ये असलेले सामान सुद्धा आता पडायला लागले.

या सगळ्यातुन पहिले सावरला तो राज! त्याने धाडकन नैना च्या बाजूला उडी घेतली आणि तिला सावरत झटकन आतल्या खोलीत घेऊन आला. दुसऱ्या क्षणाला सुखी बिंदीया ला घेऊन आतमध्ये पोचला. राज ने त्याच्या कडे पाहिले तसे तो म्हणाला "काकाची माणसे.."

"सुखी..इथे कशी पोचली ती लोक..?" याचे उत्तर सुखी कडे तरी कुठे होते.

राज ने बाहेरच्या लोकांना त्यांच्या जवळ असलेल्या गन्स घेऊन तो हल्ला थांबवायला सांगितले.

तोपर्यंत सुखी त्यांना हाउस बोट च्या मागच्या बाजूला घेऊन गेला. दल लेकमध्ये अनेक हाउस बोट एकमेकांच्या सोबत उभ्या असतात.त्याच्यावरून इकडे तिकडे जाता येते. यांच्या बोटीवरून सुद्धा दुसऱ्या बोटी वर जायला एक रस्ता होता. त्यावरून ते दुसऱ्या बोटी वर गेले. तिथून तिसऱ्या,तिथून चौथ्या असे करत करत सुखी त्या तिघांना नवव्या बोटीपर्यंत घेऊन गेला. तिथे एक स्पीड बोट होती.त्या बोटीत सगळे जण बसले आणि पुढच्या क्षणाला बोटीने दल लेक च्या आत प्रवेश केला होता. इमर्जन्सी साठी बॅकअप प्लॅन या दोघांनी ठरवला होता पण तो एवढ्या लवकर राबवावा लागेल याची त्यांना कल्पना नव्हती.

नैना आणि बिंदीया प्रचंड घाबरल्या होत्या. त्यांच्या तोंडातून शब्द फुटत नव्हता. स्पीड बोटीने 6 किमी चे अंतर अक्षरशः 10 मिनिटांत पार केले. ते काठावर पोचले तिथे एक मोठी स्टेशन वॅगन ठेवली होती.

त्या वॅगन मधून बसुन ते सगळे निघाले.

"सुखी, मला उद्या तो माणूस हवा आहे ज्याने आपला हा पत्ता सांगितला आहे.."

"जी साब जी.."

"आणि भंवर ला बोलावून घे ताबडतोब.."

"जी साब..."

राज ने मागे वळून पाहीले तर रात्रीच्या अंधारात केवळ एकच बोट धूराचे आणि आगीचे लोट आकाशात सोडताना दिसत होती. साहजिकच ती त्यांची हाऊस बोट होती. याचा अर्थ हा होता की नासीर भाई बरोबर असलेले सगळे जण तिथेच मारले गेले होते.

राजच्या हाताच्या मुठी घट्ट वळल्या होत्या आणि कपाळावरची शीर टरारून फुगली होती. राज चा हा अवतार नैना च्या चांगल्याच परिचयाचा होता. आता गोष्ट आर या पार होणार होती हे निश्चित होते. बिंदिया दीदी आणि नैना घाबरल्या होत्या तर सुखी मनातून धुसमसत होता. सगळेजण स्टेशन वॅगन मधून निघाले. श्रीनगर ला वळसा घालून गाडी पहेलगाम च्या बाजूने निघाली. लीडर नदीच्या बाजूने गार वारा अंगावर घेत गाडी भरधाव स्पीड ने पहेलगाम ला निघाली होती. सुखी सारखे मागे वळून पाहत होता कि आपला कोणी पाठलाग तर करत नाही आहे ना! पांपूर, अवंतीपुर तकिया बल करत ५५ किमी चे अंतर मोजून १ तासात वॅगन ने पार केले.

पहेलगाम ला ते पोचले तर बर्फ पडायला सुरुवात झाली होती. नैना ला बर्फ फार आवडायचा. आपण बर्फात कदही खेळू शकेन का या विचारात ती कायम असायची. आज ती या बर्फात पोचली होती पण जीवावर टांगती तलवार घेऊन. राज मात्र कमालीचं शांत होता. बहुतेक आतून खूप अस्वस्थ होता.

ते पहेलगाम ला जिथे आले तिथून एका अंतर्गत रस्त्यातून एका लाकडी घरापाशी पोचले. घर रिकामे होते. गाडी आत गेली तर तिथे एक आऊटहाऊस नैना ला दिसले. त्याच्या आत गाडी शिरली आणि शटर लावून ती जागा बंद झाली. आऊट हाऊसच्या आतूनच घरात जायला एक रस्ता होता त्या तिथून सगळे जण आत शिरले. घरात एक मोठा फोटो लावलेला होता. त्यात एका जोडप्या बरोबर एका लहान मुलाचा फोटो होता. चेहऱ्यावरून तो राज आहे हे दिसत होते. घर पूर्ण देवदार लाकडांनी बनलेले आणि अनेक उत्तमोत्तम गोष्टींनी सजलेले होते. आत एक मोठी बेडरूम होती ज्यात एक ऐसपैस बेड ठेवलेला होता.

राज आत गेला आणि त्याने बेडरूम चे दार लावून घेतले. नैना फक्त बघत होती. तिने सुखी कडे पाहिले तसे तो म्हणाला, " बहेन, साब आता येतील ..आता निर्णायक वेळ आली आहे... यानंतर काका तरी असेल नाहीतर साब तरी असतील " सुखी च्या या बोलण्याने नैना घाबरली.

तसे बिंदिया ने तिचा हात पकडत तिला सांगितले, "नैना, हि वेळ कधीतरी येणारच आहे.. आपण धैर्याने सामोरे जायला शिकले पाहिजे."

राज ला काही होऊ शकते या विचाराने नैना चे हात पाय पूर्ण गळाले होते. ती तशीच राज ची वाट पाहत राहिली. थोड्या वेळात राज बाहेर आला. तंग जीन्स ची ब्लॅक पॅन्ट, ब्लॅक शर्ट यावर फुगलेले जर्किन. त्या जर्किन ला अनेक कप्पे आणि त्या कप्प्यातुन डोकावणारी काही शस्त्रे!

नैना च्या डोळ्यातील भीती पाहून राज तिच्या जवळ आला आणि म्हणाला, "नैना ही शेवटची लढाई. जर वाचलो तर परत येईन आणि तुझ्याशी लग्न करेन आणि जे नाही वाचलो तर दीदी आणि तू दोघीजणी इथून भोपाळ ला जा. तिथे किसन आहे आपल्या घराचा केयरटेकर. त्याच्या जवळून आपल्या आऊट हाऊस ची चावी घे. त्याच्या तळघरात जा आणि तुझ्या नावाने ठेवलेली सगळी कागदपत्रे आणि सोने चांदी घेऊन आयुष्यभर सुखात राहा."

राज चे हे असे बोलणे ऐकून नैना चा अश्रूंचा बांध तुटला. ती धाय मोकलून रडायला लागली. तिचे हे रडणे पाहून राज ने तिला जवळ घेतले आणि शांत करायचा प्रयत्न करू लागला पण नैना ऐकण्याच्या परिस्थितीत नव्हती.

"तू मला विचारले होते ना नैना, त्या तळघरात काय आहे? तर तळघरात भरपूर संपत्ती आहे. माझ्या सगळ्या घरांची माहिती आणि कागदपत्रे. ते सगळे तू ठेव ...तुला काही कमी पडणार नाही.."

"मला नको आहे संपत्ती. मला तू हवा आहेस...तू नको जाऊ राज.. आपण काका ला नको मारायला .. पाहिजे तर मी त्या काकांच्या पाया पडते आणि तुझ्याकडून माफी मागते. मला खात्री आहे कि मी बोलल्यावर काका आपल्याला माफ करेल" रडत रडत ती म्हणाली.

"नैना...!" त्याच्या या बोलण्यावर राज जोरात ओरडला.

त्याचा आवाज ऐकून नैना एकदम शांत झाली.

"माफ करेल ? कोण माफ करेल ? काका ?कशाला हवी आहे त्याची माफी ? कोण तो लागून गेला? ज्याने माझ्या आई वडिलांना मारले त्याला सोडून देऊ? ज्याने माझ्या आजी आजोबांना मारले त्याला सोडून देऊ? ज्याने हजार वेळा माझ्यावर प्राणघातकी हल्ले केले त्याला सोडून देऊ? का तर आपल्या जीवाची काळजी म्हणून? त्या काकाला मारल्याशिवाय मी शांत बसणार नाही आहे नैना !

तू मला विचारले होतेस ना कि, मी त्या कसाऱ्या घाटापाशी अचानक कसा पोचलो? एक भाग तू ऐकला होतास आता दुसरा भाग ऐक.

मुंबईत माझ्या घरावर हल्ला केल्यावर मला नाशिक ला जाणे क्रमप्राप्त होते पण तेव्हाच मला भंवर ने फोन केला होता. काकांचे आठ वेगवेगळे ट्रक आता मुंबई आग्रा रोड वर चालले आहेत ज्या मध्ये अनेक तरुण मुलीं आहेत. त्या मुलींना अरब राष्ट्रात जाऊन विकायचे आहे. ट्रक आग्र्याला पोचतील आणि मग तिथून पुढे दिल्ली आणि मग थेट अरब राष्ट्रे!

या ट्रक चा मागोवा घेत मी जात होतो कारण मला या साऱ्या मुलींना सोडवायचे होते. ते करत असतानाच मी तिथे घाटात पोचलो. पावसामुळे मी रस्ता चुकलो आणि तुझ्यापाशी आलो. आज तुला सांगत आहे नैना नीट कान उघडे ठेऊन ऐक!

ज्या शेठ बद्दल तू त्या ट्रक मध्ये ऐकले होतेस ना तो दुसरा तिसरा कुणी नसून "माझा काका आहे "

राज चे शेवटचे वाक्य नैना वर आघात करणारे होते. तिने बाजूला असलेल्या टेबलाचा आधार घेतला आणि घट्ट पकडून उभी राहिली.

" त्याचे सगळ्यात आवडते काम म्हणजे मुली पळवणे. हव्या त्या मुलींना जवळ ठेवणे. नको त्या मुलींना अरबी राष्ट्रात पाठवून देणे. तुला अश्या माणसाला सोडून द्यायचे आहे नैना ? आपण काही केले नाही आहे ज्यासाठी आपल्याला माफी मागायाची आहे ? मी काकाला सोडणार नाही आहे नैना, हे तू मनाशी पक्के कर"

राज बोलायचे थांबला तसे नैना त्याला बिलगली. त्याच्या मिठीत ती खूप रडली. तिचे रडणे गरजेचे आहे हे राज ला कळत होते.

तिचे रडणे थांबले आणि ती म्हणाली, "राज मी पण येते तुझ्या बरोबर .. मला पाहायचे आहे माझ्या डोळ्याने ... काका कसा मरतो ते "

तिच्या बोलण्यात निर्धार होता. राज ने क्षणाचाही विचार न करता चल असे तिला म्हणले. नैना जाते म्हणल्यावर बिंदिया पण तयार झाली. पुढच्या काही मिनिटांतच सगळे जण त्या घरातून निघाले.

" काका कुठे मिळेल आपल्याला ?"

"तिथेच त्याच्या घरी .... गुलमर्ग ला ... त्याच्या कॉटेज पाशी"

"पण तो येईल कसा तिथे?"

"ते काम भंवर ने केले असेल" राज म्हणाला.

"म्हणजे?" तिच्या नजरेत प्रश्नचिन्ह होते.

"भंवर ने सांगितले आहे काकांच्या माणसाला, सततच्या हल्ल्यांनी राज पूर्णपणे घाबरला आहे आणि शरणागती ची बोलणी करण्यासाठी गुलमर्ग च्या कॉटेज ला येत आहे. भंवर सुद्धा तिथे डायरेक्ट पोचेल.\"

"पण काका स्वतः का येईल तिथे? त्या ऐवजी तो त्याच्या माणसांना तुला मारण्यासाठी नाही पाठवणार का?"

"नाही नैना... मी काकाला ओळखतो. तुला कसे स्वतःच्या डोळ्यांनी त्याला मरताना पाहायचे आहे तसे त्याला सुद्धा प्रत्यक्ष मला मरताना पाहायला आवडेल. म्हणूनच मी घाबरलो आहे असा मेसेज पाठवला आहे ना .."

"राज पण यात खूप धोका आहे ना... "

"त्याशिवाय काका काश्मीर ला येईल का ..?"

तिने मान डोलावली तसे राज म्हणाला, "माझी तयारी करण्यासाठी फक्त आपण पहेलगाम ला आलो होतो. इथे मी माझ्या आई बाबांसोबत १८ महिने राहिलो आहे. माझे बरेच सामान अजूनही या घरात आहे नैना"

त्याच्या या बोलण्यावर नैना च्या डोळ्यात पाणी तरळले. ती धावत हॉल मध्ये गेली आणि तिने तो फोटो भिंतीवरून काढला व जवळ ठेवला.

"हे काय नैना?"

"आपल्या आई बाबांना पण पाहू देत ना राज, काका कसा मरतो आहे ते .."

तिच्या या बोलण्यावर राज च्या ओठांवर हसू फुलले! त्याने सगळ्यांना चलायला सांगितले. सुखी पुढे आणि बाकी मागे असे करत सगळे जण सर्व तयारीने स्टेशन वॅगन मध्ये बसले.

वॅगन गुलमर्ग च्या दिशेने सुसाट निघाली होती.

भंवर राजस्थान वरून येत होता. त्यालाही काश्मीर ला लपत छपत यायचे होते. त्याचा आणि सुखी चा शेवटचा फोन झाला तेव्हा तो एका ट्रक मधून येत होता. राज ने बोलावण्या आधीच तो निघाला होता. ह्या लोकांची स्टेशन वॅगन गुलमर्ग ला पोचली. सुखी ने फोन करून तोपर्यंत विचारून घेतले होते, काका अजून कॉटेज मध्ये यायचा होता. काका येत नाही तोपर्यंत कॉटेज मध्ये जाण्यात काही अर्थ नव्हता.

"सुखी, कॉटेज च्या जवळ लगेच वॅगन घेऊ नकोस. तू आपल्या नेहमीच्या ठिकाणी ने, तिथे आपण भंवर ची वाट पाहुयात." राज च्या या सांगण्यावरून त्याने गाडी त्यांच्या स्नो हट कॅफे ला घेतली. तिथे त्यांचा खास माणूस अश्फाक हजर होता. त्याने हॉटेल च्या आत सगळ्यांची सोय केली आणि त्यांना काही खायला प्यायला दिले.

राज पूर्ण तयारीत होता. सुखी फटाफट फोन फिरवत बसलेला. त्याला मिळालेली माहिती त्याने राज ला सांगितली. "साब, काका हेलिकॉप्टर ने येईल आणि कॉटेज ला पोचेल. त्याच्या बरोबर त्याचे ४ बॉडीगार्ड असतील. कॉटेज मध्ये अंदाजे २५ माणसे आलेली आहेत. सगळे जण वेल इक्वीप आहेत. काकाच्या एका इशाऱ्यावर ते लोक तुम्हाला मारणार आहेत. " राज हसला आणि म्हणाला, " असे ५६ काका आले तरी माझे काही बिघडवू शकणार नाहीत सुखी " यावर सुखी पण हसला.

यांचे बोलणे सुरु होते आणि तेवढ्यात बाहेर एक ट्रक येऊन थांबला. तसे सगळेजण बाहेर आले. भंवर आणि त्या ट्रक चा ड्रायव्हर त्यातुन उतरले आणि त्याचवेळी धावत धावत नैना ट्रक कडे धावली. क्षणाचाही विचार न करता त्या ड्रायव्हर च्या गळ्यात पडली आणि रडायला लागली. सगळे जण नुसते पाहत होते.

"पापाजी... किती मोठे सरप्राईझ.." रडत रडतच ती म्हणाली.

"अरे पुत्तर .. तू इथे ?"

"हो पापाजी ...राज पण आहे इथेच .."

तसा राज ही पुढे झाला आणि त्याने पापाजी ला नमस्कार केला. पापाजी ने दोघांना घट्ट पकडले आणि म्हणाले, " दोनों सदा खूष रहो"

नैना च्या डोळयांत पाणी होते. ती म्हणाली, "पापाजी आप यहाँ कैसे ? मला वाटले नव्हते कि तुम्ही इथे भेटाल"

"मला तरी कुठे माहिती होते पुत्तर तू इथे असशील"

"रोज तुमची आठवण यायची मला पापाजी ..."

" माझा तर एक दिवस पण असा नाही गेला नैना ज्यात तुझी आठवण नाही. तू तुझा नंबर पण नव्हता दिला. मी माझा दिला होता तर नोटेवर लिहून दिला होता. मला वाटले नोट तू खर्च केलीस आणि माझा नंबर गेला..." पापाजी मोठमोठ्याने हसत हसत म्हणाले.

" असे कसे होईल पापाजी ... हि बघा ती नोट ..मी सांभाळून ठेवली आहे" नैना ती ५०० रुपयांची नोट दाखवत म्हणाली.

ती नोट पाहून पापाजी तिला थोड्याश्या नर्म आवाजात म्हणाले, "पुत्तर, ही नोट तू खर्च नाही केलीस ह्या मागच्या तुझ्या भावना आहेत हे मला कळते. पण तुला गरज पडली आणि तू खर्च नाही केले असे नाही ना..?"

"नाही पापाजी..आणि राज असताना मला पैस्याची आवश्यकता काय?"

पापजींनी मान डोलवत राज कडे पाहिले.

"पापाजी तुम्ही इथे कसे..?" राज ने त्यांना विचारले.

"पुत्तर, पूर्ण भारतभर मी ट्रक चालवतो तुला तर माहिती आहे. तुम्हाला ईटारसी ला सोडून मी जबलपूर ला गेलो तर तिथून एक माल जैसलमेर ला पोचवायचा होता. तो माल होता समशेर यांचा! मी तिथे पोचलो तसे त्यांना एक ट्रक हवा होता जो या भंवर साहेबांना इथे काश्मीर मध्ये सोडेल. समशेर साब बोलले आणि मग काय मी आलो...जबलपूर ते काश्मीर व्हाया जैसलमेर" मोठमोठ्याने हसत ते म्हणाले.

त्यांच्या हसण्यात सगळेच सामील झाले. एकदम पापाजी हसायचे थांबले आणि त्यांनी राज कडे जरा तीक्ष्ण नजरेने पाहिले.

"राज पुत्तर, हा भंवर येताना ज्याच्या बद्दल सांगत होता त्याचा तो साहेब म्हणजे तू का?"

राज ने काही न बोलता मान डोलावली.

"म्हणजे तू संकटात आहेस.."

"तसे काही नाही पापाजी..."

"नाही कसे..? पापाजी म्हणतोस मला आणि माझ्यापासून लपवतो. " त्यांचा आवाज चढलेला होता.

"पापाजी, मी सांगते सगळे.." नैना ने पुढाकार घेत बोलायला सुरुवात केली.

पुढचा अर्धा तास फक्त नैना बोलत होती आणि पापाजी ऐकत होते. तिचे बोलणे झाल्यावर पापजींनी क्षणभर डोळे मिटले. पापाजी सोडले तर राज ची सगळी कहाणी आज

परत एकदा सगळ्यांनी ऐकली होती. दोन मिनिटे कोणीच काही बोलले नाही. पापाजींनी डोळे उघडले आणि ते उठले...

त्यांच्या डोळ्यात पाणी होते . ते राज पाशी आले आणि आणि म्हणाले ,"पुत्तर, तुम्ही आजपासून पोरके नाहीत..! मी आहे जिवंत..आणि जोपर्यंत हा पापाजी आहे ना तोपर्यंत तुमच्या दोघांचा बाल पण कोणी बाका नाही करू शकत! आजपासून मी तुझा आणि नैना चा खरा खरा बाप...! पापाजी म्हणतात ना मला..मग हा पापाजी उभा आहे आजपासून तुमच्या पाठीशी..!

असे बोलून पापजींनी त्या दोघांना घट्ट पकडले. त्यांच्या या बोलण्याने आज पहिल्यांदा राज च्या डोळ्यात नैना ने पाणी आलेले पाहिले. तीही तिचे आनंदाश्रू टिपत होती. पापजींमुळे तिथले वातावरण पूर्ण भारलेले होते.

तेवढयात लांबून हेलिकॉप्टर चा आवाज आला. सगळ्यांची नजर आकाशात गेली. ते जिथे होते तिथून त्यांना स्पष्ट दिसत होते की हेलिकॉप्टर कुठे उतरेल ते. काकाच्या कुठल्याही लोकांना अजून हे माहीती नव्हते की राज आधीच गुलमर्ग ला पोचला आहे.

हेलिकॉप्टर कॉटेज च्या जवळ एक हेलिपॅड होते तिथे उतरले.

राज आणि सुखी टेरेसवर गेले. सुखी ने जवळ असलेली दुर्बीण काढली. राज नीट निरखुन त्या दुर्बिणीतून पाहू लागला. लॉंग ओव्हरकोट घातलेला काका आणि त्याच्या बरोबर 4 बॉडीगार्ड उतरले. त्यांना न्यायला एक कार आली होती. त्या कार ने बसून सगळे जण कॉटेज पाशी पोचले. कॉटेज पाशी कडा पहारा होता. काका आत येताच सगळे जण सॅल्युट करत उठले आणि काका सोबत आत गेले.

राज ने दुर्बीण खाली ठेवली. तेवढयात त्याचा फोन वाजला. समशेर चा फोन होता.

"काम झाले साहेब..." त्याच्या आवाजात उत्साह होता.

"पूर्णपणे झाले का समशेर..?"

"अगदी चोख.."

राज ने हसत फोन ठेवला. सुखी कडे बघत तो म्हणाला, "काम फत्ते सुखी.."

सुखी ने आनंदाने शिट्टी वाजवली. त्याची शिट्टी ऐकून नैना धावत टेरेसवर आली आणि त्या दोघांकडे पाहतच राहिली.दोघेही आनंदात अक्षरशः नाचत होते.

"राज, काय झाले?"

राज नैना पाशी आला आणि त्याने तिला उचलून घेतले..

ती राज -राज असे करेस्तोवर त्याने तिला उचलून चार ते पाच वेळेला छान गोल गोल फिरवले होते...

दोघांना थोडीशी चक्कर आली तसे त्याने तिला खालती ठेवलेले.

"आता सांगशील का राज..?"

"सांगतो.." तो धापा टाकत म्हणाला.

तोपर्यंत नैना ने बाजूला असलेले पाणी त्याला दिले.

"आपण ट्रक मधून येत असताना तू मला विचारले होतेस, की हा काकाचा चुकीच्या मार्गाने मिळवलेला पैसा घेऊन आपण काय करायचे..तेव्हा मी तुला सांगितले होते की वेळ आली की सांगेन..आठवतंय का तुला?"

"सगळे आठवतंय..मी तुला हे सुद्धा म्हणाले होते की, सारखे काय वेळ आल्यावर..?" ती हसत म्हणाली.

"ती वेळ आली आहे..सांगतो! "राज म्हणाला.

" काकांचा सगळा पैसा, सोने चांदी दागिने जे त्याने इथे कॉटेज मध्ये ठेवले होते ते आपण लुटून नेले. त्या पैस्यातून समशेरने रशियन लोकांचे कर्ज फेडले. जी माणसे माझ्या मागे, भोपाळ आणि विदिशा मध्ये लागली होती त्यांचे पैसे परत केले. मुलींची तस्करी करणारी टोळी होती त्यांना पैसे देऊन सगळ्या मुलींची सुटका करायला सांगीतली आहे. चारही दिशेला असलेल्या माझ्या विश्वासू लोकांनी काकाची कागदपत्रे घेऊन त्याची संपत्ती विकायला सुरुवात केली आहे. काका काही वेळात पूर्ण कंगाल झाला असेल. आता काकाला भावनिक दृष्टीने मनावर आघात करून संपवायचे आहे.."

नैना सुद्धा ते सगळे ऐकून आनंदित झाली. तिच्या सगळ्या प्रश्नांची उत्तरे राज ने आश्वासन दिल्या प्रमाणे योग्य ते वागून देऊन टाकली होती. खूष होती ती.

ते आनंदाने नाचत असताना सुखी चा फोन वाजला..त्याने उचलून बोलायला सुरुवात केली...फोनवर बोलून झाल्यावर त्याने राज ला ईशारा केला.हा ईशारा म्हणजे काकाने बोलवल्याचा निरोप होता.

राज तयारीतच होता..त्याने नैना कडे हसत पाहिले आणि म्हणाला,

येतो नैना...लवकरच येईन...! जिंकून!"

"यशस्वी भव! विजयी भव!" नैनाच्या तोंडून आपोआपच शब्द बाहेर पडले.

पुढच्या क्षणाला राज, सुखी आणि भंवर घराबाहेर पडले..

आता शेवटचा प्रहार बाकी होता!

........राज, सुखी, भंवर जसे जायला निघाले तसे पापाजी पण लगेच उठले आणि आपल्या शर्टाच्या बाह्या वर करत त्यांच्या सोबत चालते झाले.

राजने आश्चर्यकारक रित्या त्यांच्याकडे पाहिले तसे त्याचे मन ओळखत पापाजी ने त्याच्या खांद्याला स्पर्श करत भावुक नजरेने त्याच्याकडे पाहिले..आणि दुसऱ्या क्षणी ती नजर निग्रही झाली व ते म्हणाले "पुत्तर जी, तुला वचन दिले आहे मी! आता जिथे तू असशील तिथे मी असेनच आणि तुझ्या लढाईत मी पण असणार."

राज काहीच बोलला नाही पण ती क्षणिक शांतता आणि ती नजर खूप काही बोलून गेली, तो फक्त हसला आणि पापाजी ला सोबत घेऊन निघाला.

राज त्याच्या वॅगन च्या समोर आला, सुखी ने दार उघडत स्टेअरिंग वर ताबा घेतला राज त्याच्या बाजूला बसला. मागे आधी नैना आणि बिंदीया बसले मग भंवर आणि पापाजी बसले. आज सगळे योद्धा होते.

नैना तिच्या हातात राज च्या आईबाबांचा फोटो घट्ट पकडून बसली होती. मनात निर्धार आणि डोळ्यात श्रद्धायुक्त भावाने ती आपल्या आराध्य देवतेला आळवत होती तर दीदी आज वेगळ्याच जगात प्रवेशली होती.

तिची नजर चमकत होती, तिच्या सुखी संसाराची जी राखरांगोळी झाली होती त्याचा बदला तिला घ्यायचा होता. तिची नजर आसुसली होती तिच्या शरीराला आणि आत्म्याला इजा पोचवणाऱ्या त्या नराधमांना मरताना बघायला.

तर पापाजी आपल्या प्रेमळ हाताने नैना च्या डोक्यावरून तो हात फिरवत तिला सोबत असल्याची जाणीव करून देत होते.

राज ने वॅगन मध्ये असलेल्या समोरच्या बाप्पाच्या छोट्या मूर्तीला मनोभावे प्रणाम केला आणि सुखी कडे पाहिले तसे सुखी ने एक करारी नजर राज ला दिली आणि गाडीचा स्टार्टर प्रेस केला.

वॅगन सरळ कॉटेज च्या दिशेने निघाली.

"सुखी कोणतीही चूक आपल्याला परवडणारी नाही आहे. सगळे ठरल्याप्रमाणे चोख झाले पाहिजे, भंवर तुला खूप महत्त्वाची भूमिका निभवायची आहे. पूर्ण भिस्त तुझ्यावर आणि सुखीवर आहे. मी जगलो तर तुमचाच आणि जर मला काही झाले तर..."

"राज!"नैना ओरडली तसे सुखी म्हणाला " राज साब, माझा जीव तुमच्यात आहे. मी जिवंत म्हणून एक शरीर वेगळे असेल, मग माझा आत्मा तुम्ही आहे मग त्याला कसे काही होऊ देईन मी"

मागून भंवर पण म्हणाला,"राज साब, आपल्याला लढून जिंकायचे आहे, ना की चूकीचा विचार करून! शब्द आहे तुम्हाला, आज काका जिवंत नाही राहणार"

तसे राज फक्त हसला पण दुसऱ्या क्षणी म्हणाला " एक हे सुद्धा लक्षात ठेवा, मला तुम्ही सगळे या लढाईनंतर सोबत हवेत आणि तेही कायम!"

वातावरण थोडे भावुक झाले होते

पण प्रत्येकाच्या मनात एक आग धगधगत होती. या सगळ्यात वाऱ्याच्या वेगाने वॅगन कॉटेज जवळ पोचली. थोड्या अलीकडे सुखी ने गाडी थांबवली तेव्हा राज उतरायला गेला. तसे सुखी ने त्याला हाताने थांबवले आणि पटकन आवेगाने घट्ट मिठी मारली " राज साब, पहिले पाऊल मी ठेवेन, मी दोन पाऊल पुढे असेल तुम्ही मागे"

"नाही सुखी! काकाला मी हवा आहे तू नाही. मी पुढे तू मागे असशील... आणि भंवर....त्याने आवाज दिला तोपर्यंत तर भंवर आधीच आपली पोझीशन घ्यायला पुढे गेला होता.

पापाजी म्हणाले " राज पुत्तर मला तो राक्षस माणूस ओळखत नाही, मी तुझ्यासोबत येतो"

"नाही पापाजी, तुम्ही नैना सोबत असा आणि दीदी विश्वास ठेव आज तुझा बदला हा तुझा भाऊ पूर्ण करणार"

"राज, मला त्याला मरताना बघायचे आहे" दोघेही एकसोबतच म्हणाल्या तसे राज ने अंगठा दाखवत होकार दिला.

राज ने खूण केली तसे सुखी ने काकाच्या माणसाला फोन केला,

"राज आला आहे पण तो घाबरतो आहे तुमच्या समोर यायला. तुम्ही त्याला अभय द्या, त्याच्या जीवाला कोणताही धोका नाही याचे वचन द्या तरच तो येईल असे म्हणत आहे"

फोन स्पीकर वर होता त्यामुळे काका च्या कुत्सितपणे हसण्याचा आवाज सगळ्यांनी ऐकला. तेवढ्यात काका फोनवर आला आणि म्हणाला,

" राज बेटा, तुझ्या जीवाला काका कडून कसा धोका असेल? काळजी करू नकोस बिनधास्त ये, मला तुला भेटायची ओढ लागली आहे" असे म्हणत फोन कट झाला.

त्याच्या फोन नंतर एक भयाण शांतता फोनवर पसरली.

राज सुद्धा मनोमन हसला कारण त्याला हा काकाचा कावा माहीत होता तर तिकडे काका ला कधी एकदा त्याला आपल्या हाताने राज ला उडवतो असे झाले होते.

एव्हाना भंवर ने आपली पोझीशन घेतली होती आणि बाकी सगळे सेटिंग जे आधीच लावले त्याबद्दल खात्री करून घेतली.

आता शेवटचा एकच घाव आणि काकाचा अंत हा एकच ध्यास राज ला लागला होता.

राज हळूच खाली उतरला,मागे येत नैना ला त्याने मिठी मारली...दीदी ला सुदधा मिठी मारली आणि पापाजी च्या पाया पडला.

"यशस्वी भव!" तोंडभरून आशीर्वाद देऊन पापाजी ने त्याला जवळ घेतले आणि आपल्या गळ्यातील एक लॉकेट काढून त्याच्या गळ्यात घातले आणि म्हणाले " उपरवाला तुम्हारी रक्षा करे | "

राज ने एकदाच सगळ्यांकडे पाहिले आणि तडक जायला निघाला.

"सुखी भैय्या! राज ची आणि तुमची काळजी घ्या"नैना म्हणाली तसे त्याने नैना च्या डोक्यावर हात ठेवत तिला " हो" म्हणाला आणि राज ची सावली बनून त्याच्या मागे निघाला.

त्या कॉटेज पाशी ते दोघेही पोचले. बाहेर अनेक लोक काकाचे रक्षक म्हणून उभे होते. त्यांनी या दोघांची झडती घेतली. त्यांच्याजवळ काहीच निघाले नाही तसे "ऑल क्लियर" असा मेसेज त्यांनी आत मध्ये दिला.

दुसऱ्या क्षणाला या दोघांना आत सोडण्यात आले.

आत पूर्ण हॉल लोकांनी भरलेला होता. प्रत्येक जवळ कोणतेतरी शस्त्र होते.

हॉल च्या मध्यभागी काका बसला होता. त्याचे चार ही बॉडिगार्ड काकाच्या बाजूला उभे होते. चंदेरी केसांच्या काकाला राज जवळजवळ चार वर्षांनी पाहात होता.

त्याला पाहून काका जोरात म्हणाला, "आओ भतीजे आओ..बहुत तडपाया तुमने... ये जवळ ये इथे.."

राज त्याच्या जवळ जाऊन उभा राहिला. काकाच्या डोळ्यात अंगार दिसत होता. दोघेही एकमेकांना नुसते आजमावत होते.

"राज...आलास! तेही काही शस्त्र न आणता...वाह! चांगले केलेस... तुला शरण यायचे आहे ना! ये ना...शरण ये! माझ्या जवळ शरण आलास की तुझी सुटका होईल बघ..ते सुद्धा कायमची...! " काका हसायला लागला.

हसता हसता एकदम म्हणाला, "तुझा बाप फार साधा माणूस होता रे..त्याने तुझ्या सारख्या काड्या नाही केल्या कधी...एकदा विरोध दाखवला तर डायरेक्ट त्याला वर पाठवला...तू मात्र बरेंच वर्ष माझ्या पासून लपून राहिलास.."

राजने काकाच्या नजरेत फक्त त्याची नजर मिळवलेली होती.

"काय बघतोस तू ...? तुला काय वाटते तू इथून सुटशील? मूर्ख आहेस तू...तुझ्या काकाला अजून तू ओळखले नाही..तू इथे निःशस्त्र आला आहेस. तुझे तुकडे करून इथे कुत्र्याला खायला देईन मी.." असे म्हणून काका मोठमोठ्याने हसायला लागला.

काकाच्या हसण्याला त्याच्या माणसांची साथ मिळाली.

राज शांत उभा होता काही न बोलता. त्याला काही बोलायची गरज नव्हती. सुखी पण त्याच्या बरोबर शा

तो तमाशा पहात उभा होता.

काकाने चुटकी वाजवली तसे चार लोक पुढे आले. त्या लोकांना उद्देशून काका म्हणाला,

"या नालायकाने माझे खूप नुकसान केले आहे..याला असे मरण द्या की वर बसलेले याचे आई बाप पण रडतील..यापुढे या काका ला त्रास देण्याच्या आधी हजारवेळा लोकांना विचार करावा लागेल...मरताना हा ओरडला पाहिजे आणि याकडे लक्ष द्या की याचे ओरडणे माझ्या कानाला आनंद देऊन जाईल "

काकाने आदेश देताच त्याचे लोक पुढे सरसावले. जसे ते लोक पुढे आले आणि त्यांनी राज ला आणि सुखी ला पकडले. काका राज पाशी आला आणि त्याने धाडकन राज च्या कानशिलात चढवली. इकडे सुखी कडे पाहत त्याने त्याच्या पोटात लाथ मारली. सुखी कळवळला.

"माझे साम्राज्य संपवायला निघालास.. तुला कळले नाही कुणाशी गाठ आहे तुझी...ह्या तुझ्या काकाने भल्या भल्याना पाणी पाजले आहे...तू किस खेत की मुली...आता बघ तुला मासे उडवतो आणि माझा शेवटचा शत्रू पण संपवतो..." काका हसरळत म्हणाला...

त्याने हातातली गन राज च्या तोंडात घातली आणि ट्रिगर दाबणार तेवढ्यात त्या ठिकाणी एकदम हालचाल झाली. त्या कॉटेज च्या खिडकीची काच फोडून भंवर आत शिरला. त्याने आत शिरल्या शिरल्या त्याच्या हातात असलेल्या दोन गन्स राज आणि सुखी कडे फेकल्या. पुढच्या क्षणात तिथे राज ने काकाच्या हातातली गन भिरकावून टाकली आणि त्याला पाडले. पडल्यावर तीच गन त्याच्या डोक्यावर ठेवत तो ओरडला, " सगळ्यांनी आपापल्या बंदुका खालती टाका.

कोणी काहीच हालचाल करेना. ते पाहून राज परत ओरडून म्हणाला, " तुमचे साहेब हवे असतील तर बंदुका खालती टाका. तरी सुद्धा कोणी बोलेना तेव्हा राज ने गन चे सेफ्टी लॉक ओपन केले आणि काकाच्या कानाला त्या गन ने जोरात दाबले. तेवढ्यात सुखी ने त्याच्या गन मधून वरती गोळी झाडली.

ते पाहून लगेच काकाने इशारा केला तसे सगळ्यांनी त्यांच्या बंदुका खालती टाकल्या. ते झाल्यावर ठरल्या प्रमाणे भंवर ने जोरात शिट्टी वाजवली. त्या शिट्टीचा आवाज ऐकल्यावर त्या लाकडी कॉटेज ची एक भिंत तोडून आत एक ट्रक आला. पापाजी तो ट्रक चालवत आले होते. त्या ट्रक मध्ये नैना आणि बिंदिया दीदी बसून होत्या. सुखी आणि राजला कल्पना नव्हती पण ही आयडिया पापाजी आणि भंवर ने ऐनवेळी ठरवलेली होती.

ट्रक इथे होता तर मग स्टेशन वॅगन कुठे होती? तर त्याच वेळेला कॉटेज च्या दुसऱ्या बाजूची भिंत तोडून समशेर आत आला. स्टेशन वॅगन तो चालवत होता. त्याच्या बरोबर राज ची काही खास माणसे होती. त्या सगळ्यांना पाहून राज प्रचंड खुष झाला. समशेर कधी तिथे पोचला होता हे त्याला कळले नव्हते पण तो आल्यावर त्याची ताकद वाढली होती हे निश्चितच.

हिंदी पिक्चर ला लाजवेल असा सीन त्या कॉटेज च्या आत तिथे चालू होता. बाजी पलटली होती. राज आणि सुखी दोघे निःशस्त्र गेले होते आणि आता सगळी शस्त्रे त्यांच्या हातात होती.

राज ने नैना आणि बिंदिया ला सांगितले तसे तिथे असलेली सगळी शस्त्रे त्यांनी पापाजींच्या ट्रक मध्ये टाकली. त्या दोघी आणि पापाजी त्या ट्रक मध्ये बसल्या आणि ट्रक त्या तिथून निघून गेला.

राज ने समशेर ला स्टेशन वॅगन काढायला लावली. त्या वॅगन मध्ये तो आणि काका पुढे बसले. सुखी आणि भंवर त्यांना शेवटचे काम आटपून काकाच्या हेलिकॉप्टर ने त्यांना श्रीनगर ला जॉईन करणार होते. ते शेवटचे काम होते म्हणजे त्या कॉटेज ला उडविण्यासाठी लागणारा दारुगोळा सगळीकडे लावून ठेवणे. वॅगन सुद्धा तिथून निघाली. काका स्टेशन वॅगनच्या आतमध्ये खूप धुसफुसत होता. त्याला एक चान्स हवा होता. त्या चान्स मध्ये त्याला राज ला जिवानिशी मारायचे होते. पण तो चान्स मिळत नव्हता.

इकडे सुखी आणि भंवर दोघांनीही सगळीकडे दारुगोळा लावण्याचे काम पूर्ण केले.काकांच्या सगळ्या माणसांना त्यांनी एकत्र करून खालती तळघरात डांबले. तळघर लॉक केले आणि कोणी कुठून बाहेर पडणार नाही याची खबरदारी घेतली. भंवर ने पेट्रोल पण भिंतींवर शिंपडायला सुरुवात केली. काही मागमूस त्यांना ठेवायचा नव्हता.

पुढच्या ५ मिनिटांत ते दोघेही त्या कॉटेज ला सोडून हेलिपॅड पर्यंत पोचले होते. सुखी ने त्या हेलिकॉप्टर च्या पायलट ला बंदूक दाखवली आणि त्या दोघांना आत घेण्यासाठी सांगितले. तो नाही नाही करायला लागला तसे सुखी ने त्याच्या पायावर एक गोळी मारली तसे त्याने मुकाटपणे त्यांना आत घेतले.

हेलिकॉप्टर सुरु झाले आणि सुखी ने मस्तपैकी हातातल्या रिमोट ने कॉटेज पूर्ण उडवून लावले. कॉटेज इतके जबरदस्त आवाजाने उडाले कि आजूबाजूला असलेल्या अनेक भिंतींना हादरे बसले असावेत.

स्टेशन वॅगन मध्ये बसलेल्या सगळ्या जणांना त्या कॉटेज च्या उध्वस्त होण्याचा आवाज आला, तसे राज आणि समशेर मनापासून हसायला लागले.

त्यांच्या हसण्याने काकांच्या अंगाचा तिळपापड झाला. पुढच्या काही वेळात पापाजींचा ट्रक , स्टेशन वॅगन आणि हेलिकॉप्टर हे सगळेच श्रीनगर जवळ असलेल्या एका उंच डोंगराच्या हेलिपॅड पॉईंट पाशी आले.

काकाला वॅगन मधून बाहेर काढून खालती हेलिपॅड ग्राउंड वर राज घेऊन आला.

त्याने काकाला उभे केले आणि फार तीव्र नजरेने त्याच्याकडे पाहिला.

काका नुसताच हसला. त्याचे हसणे पाहून राज चिडला. त्याला त्याचा संताप आवरेना.

"बघ दीदी, हाच तो नराधम ज्याने तुझ्या नवऱ्याला मारले आणि तुमचा ढाबा उध्वस्त केला... काय करायचे आहे तुला याचे तू ठरव " राज बिंदिया दीदी ला उद्देशून बोलला.

दीदी पुढे झाली आणि तिने काकाच्या नजरेत तिची जळजळीत नजर मिळवली. काका ती नजर सहन करू शकला नाही. ती पचकन त्याच्या तोंडावर थुंकली आणि मोठमोठ्याने ओरडायला लागली. तिचे ते ओरडणे पाहून सुखी पटकन पुढे झाला आणि त्याने तिच्या खांद्याला आधार दिला तसे ती त्याच्या जवळ ओक्साबोक्शी रडायला लागली.

"नैना, हाच तो शेटजी ... ज्याला तुला पळवून न्यायचे होते आणि अरबी राष्ट्रांत विकायचे होते. बघ तुला या बरोबर काय करायचे आहे ते ... " तशी नैना काका पाशी आली. नैनाला काय करावे हे कळेना? ती तशीच उभी राहिली...तेवढ्यात तिला आठवले की ह्या काकाने राज च्या आई बाबांना मारले आहे...या विचाराने तिला राग आला. ती काही करणार तेवढ्यात तिने काही करायच्या आधीच काकाने तिला पकडले आणि त्याच्या हिप पॉकेट मधील एक बटणचाकू काढून नैना च्या गळ्याला लावला.

"खबरदार.. कोणी पुढे आलात तर ही पोरगी मेली म्हणून समजा.."

"सोड तिला.." राज चा आवाज खंबीर होता.

"स्टीव्ह - स्टार्ट द इंजिन " काका हेलिकॉप्टर च्या पायलट ला ओरडून म्हणाला.

" राज ..." नैना ओरडली पण तोपर्यंत काका तिला घेऊन तो हेलिकॉप्टर कडे चालायला लागला.

सगळे जण सावध होते पण बाजी पलटली होती. आता सूत्रे काकाच्या हातात गेली होती. त्या अवाढव्य काका पुढे थरथरणारी नैना फारच केविलवाणी भासत होती.

राज ला क्षणभर कळेना काय करावे. त्याने सुखी कडे पाहिले तसे तो एका बाजूने काकांवर झेप घ्यायला तयार झाला होता. दुसऱ्या बाजूने भंवर तर तिसऱ्या बाजूने समशेर तयार होते.पण काका तयारीत होता. त्याने तो चाकू नैना च्या गळ्यावर रोवून ठेवला ज्यातून तिचे किंचित रक्त यायला सुरुवात झाली होती. नैना घाबरली होती आणि रडत

सुद्धा होती.

"परत एकदा सांगतो, नैना ला सोड" राज निर्णायक स्वरूपात म्हणाला.

" हा हा हा ... हि तर माझा बोर्डिंग पास आहे ...तिला कसे सोडू ?" काका हसत म्हणाला. आता तो हेलिकॉप्टर पाशी पोचला होता. पुढच्या क्षणात तो हेलिकॉप्टर मध्ये चढणार तेवढ्यात "सुखी ... नैना ला सांभाळ ... " असे राज ओरडला.

काका ने सुखी कडे बघत नैना ला धाडकन बाजूला ढकलून दिले आणि त्याने हेलिकॉप्टर च्या सीटखाली लपवलेली रिव्हॉल्व्हर गन काढली. त्याने राज च्या दिशेने त्या रिव्हॉल्वर मधल्या गोळ्या मारायला सुरुवात केली तेवढ्यात सुखी ने सूर मारून राज ला खालती पाडले आणि त्या गोळ्या स्वतःच्या अंगावर घेतल्या. सहा च्या सहा गोळ्या सुखी ने झेलल्या आणि तो खालती कोसळला. त्याला लागलेल्या गोळ्या पाहून राज जोरात ओरडला "सुखी.... " आणि त्याला तिथेच ठेवत तो तसाच काका कडे धावला. काका हेलिकॉप्टर मध्ये चढणार तेवढ्यात राज ने काकाच्या वर चढलेल्या एका पायाला पकडले आणि त्या पायाला रेटा देऊन तसेच खाडकन अजून वर केले. जसे राज ने वर केले तसे त्या हेलिकॉप्टर च्या फिरत्या पंख्यात काकाची मान गेली आणि दुसऱ्या क्षणाला तिथे रक्ताचा सडा पडला. काकाचे धड आणि मुंडके वेगळे झाले होते. काकाचा बूट फक्त त्याच्या हातात राहिला होता. तो त्याने एक क्षण बघितला आणि धाडकन फेकून दिला.

तो तसाच सुखी कडे धावला तर सुखी रक्ताच्या थारोळ्यात पडला होता.

"सुखी ... सुखी ...उठ पटकन" सुखी ला जवळजवळ सहाच्या सहा गोळ्या पोट आणि छातीवर लागल्या होत्या.

मागून नैना, बिंदिया, पापाजी सुद्धा पळत पळत आले.

"सुखी भैय्या ... सुखी भैय्या ..." नैना रडत रडत त्याच्या पाशी येऊन म्हणाली.

"सुखी ने कसे बसे डोळे उघडले आणि थोडासा अडखळत तो म्हणाला, " बहेन, मेरा वादा निभाया मैंने... साब को कुछ नहीं होने दिया |"

"भैय्या ... मला तुम्ही पण हवे आहात भैय्या ... " नैना मोठमोठ्याने रडत होती.

"साब का ध्यान रखना बहेन ..." असे म्हणून सुखी गेला..... कायमचा !

तो गेला आणि बिंदिया दीदी ने जोराचा टाहो फोडला. तिच्या जिवाभावाचा आधार आज परत एकदा गेला होता. तिच्या दुःखाला आता पारावार नव्हता.

राज स्तब्ध होऊन खालती बसला. समशेर आणि भंवर खूपच शांत झाले होते. त्या सगळ्यांचा लाडका सुखी त्यांना सोडून गेला होता.

पापाजी आले आणि त्यांनी राज ला जवळ घेतले. राज त्यांच्यापाशी मनसोक्त रडला. इतक्या दिवसांचा मनाच्या आतमध्ये साचून ठेवलेला त्याच्या भावनांचा कोंडमारा आज मोकळा होत होता.

अनेक वर्षांचा सूडाग्नी आज शांत होणे गरजेचे होते. काका संपला होता पण त्याच बरोबर त्याचा उजवा हात सुखी आज त्याला सोडून गेला होता.

तिथल्या वातावरणात आज सगळेच जण आपल्या आपल्या भावनेने स्वतःला आजमावत होते.

काकाचा आणि त्याच्या साम्राज्याचा खात्मा झाला याचा आनंद होता पण त्याही पेक्षा सुखी ला गमावल्याचे दुःख जास्त होते.

........................भोपाळ चा हा बंगला तुम्ही पाहिलाय का? खरं तर हा बंगला नाही तर ही मोठी हवेलीच आहे. छान सजलाय तो. फुलांच्या माळा आणि सुंदर रोषणाई ने आज झगमगून उठतोय. भव्य लाईट्स आणि मोठाली झुंबरे! बाहेरच्या लॉन मध्ये आकर्षक देखावे आणि बाजूला छान उडणारे कारंजे. आज या बंगल्यामध्ये थोडी लगबग सुरु आहे. अनेक लोक तिथे आलेली दिसत आहेत. बहुतेक मोठे फंक्शन असणार आहे इथे!

इथे तर अनेक ठिकाणांहून लोक भेटायला आली आहेत असे दिसतंय. घराला एका भव्य उत्सवाचे स्वरूप आले आहे असेही कळतंय.

स्वागतासाठी उभा असलेला हा उंच बहुतेक "समशेर" दिसत आहे. सगळ्यांचे मन लावून आणि आपुलकीने स्वागत करत आहे. त्याच्या चेहऱ्यावर एक आनंदाचे हसू आहे. स्वागत आणि आदरतिथ्य करण्यात तो फारच अगत्यशील दिसत आहे.

थोडे पुढे गेल्यावर तिथे एक माणूस अत्तर लावताना आणि फुले वाटताना दिसत आहे. मोठी राजस्थानी पगडी घालून तो सगळ्यांशी हसत बोलताना दिसत आहे. सगळ्या आलेल्या लोकांना बसवण्याचे काम त्याच्याकडून सुरु आहे. अरे हा तर "भंवर" आहे.

थोड्या पुढे नीट पाहिले तर "पापाजी" पण दिसत आहेत. भली मोठी शेरवानी घालून ते स्टेज वर वावरताना दिसत आहेत. बाजूला सनईचे सूर सुद्धा ऐकू येत आहेत. एकंदर वातावरण पाहिले तर आनंदसोहळा सुरु आहे.

पण आहे काय नक्की? इथे तर साखरपुडा संपन्न होत आहे. वर केलेल्या फुलांच्या रांगोळीत मुलीचे नाव नैना आणि मुलाचे नाव राज दिसत आहे. अरे हे तर आपलेच "नैना" आणि "राज" आहेत .

पण मग श्रीनगरला असलेले हे लोक इथे भोपाळला कसे आले?

अहो सोपे आहे ! नैना ला राज ने भोपाळ च्या घरातून निघताना केलेले प्रॉमिस आठवत आहे ना... "नैना, आपण इथे परत येऊ या घरात" तर राज ने त्याचे प्रॉमिस पाळलेले आहे. नैना ला याच घरात राज वर असलेल्या प्रेमाची अनुभूती झाली ना! मग कितीही कुठेही हिंडले तरी ते भोपाळ ला येणार होतेच!

जसे ते सगळे भोपाळ ला आले तसे राज ने दोन आठवड्यांचा वेळ मागून घेतला होता.

या दोन आठवड्यात राज ने काकांची जी काही उरली सुरली संपत्ती होती ती एका अंध शाळेला देऊन

या दोन आठवड्यात राज ने काकांची जी काही उरली सुरली संपत्ती होती ती एका अंध शाळेला देऊन टाकली. काकांचे सगळे काळे व्यवहार बंद करून टाकले आणि त्या संदर्भात जे लोक होते त्यांचे जे काही पैसे होते ते चुकवून टाकले. ज्या मुलींची तस्करी काकाने केली

होती त्या मुलींना सोडून दिले.

नंतर राज ने त्याच्या आई वडिलांनी घेऊन ठेवलेल्या सगळ्या प्रॉपर्टीज त्याच्या वकिलाच्या साहाय्याने स्वतःच्या नावावर करून घेतल्या आणि त्याचे नॉमिनी म्हणून नैना चे नाव टाकले. त्याचे अनेक उद्योग जे केवळ काकाला पकडण्यासाठी सुरु केले होते ते सगळे बंद केले. सगळ्यात महत्वाचे म्हणजे त्याचे रशिया चे कनेक्शन संपवून टाकले.

आता यापुढे राज ला फक्त त्याचा बिझनेस वाढवायचा होता.

राज ने त्याच्या नानुला मुंबईहून कायमचे बोलवून घेतले आहे आणि मुंबईची जागा आता एक ट्रस्ट कडे सोपवली आहे. त्याच्या आई वडीलांच्या आठवणीसाठी तो चेन्नई मध्ये एक हॉस्पिटल सुद्धा बांधत आहे. आजी आजोबांची पोंडीचेरी येथील जागा आता वारसा म्हणून जपली आहे.

भोपाळ ला येऊन त्याच हवेली मध्ये सगळ्या लोकांच्या समवेत एंगेजमेंट करण्याची कल्पना राजची. अर्थात नैना ची याला पूर्ण संमती होती. भोपाळ मध्ये आधी राहत असलेली नोकर मंडळी सगळी आता परत हवेलीत आली आहेत.

यात अजून एक गंमत झाली आहे बरं का. ज्या मामीने नैना ला हाकलून दिले होते ना, तिला राज ने सिन्नर वरून आठवणीने बोलावले आहे. अहो "कशाला" काय विचारता? हे दाखवायला कि त्यांची नैना इथे किती सुखात राहणार आहे. तुम्ही तिला घरातून बाहेर काढले म्हणून छान च झाले. अर्थात हे सगळे ऐश्वर्य पाहून त्या मामीचा नुसता जळफळाट झाला आहे हे वेगळे सांगायला नको.

स्टेज वर बिंदीया दीदी नैना च्या बाजूला उभी आहे. दीदी खूप शांत झाली आहे पण नैना ला विश्वास आहे की काही दिवसांत ती दीदी ला पूर्ण बरे करेल.

सुखी ची आठवण सगळ्यांना त्रास देत आहे. त्याने स्वतःच्या जीवावर सगळे घेऊन राज ला वाचविले. त्याचे अमूल्य योगदान कोणीच विसरले नाही आहे. राज ला सतत सुखी त्याच्या बाजूला हवा आहे , त्यामुळे राज ने या हवेली चे नावच आता "सुखी विला" असे ठेवले आहे. आता कोणीही इथे आले किंवा राहिले तरी सुखी चे नाव सतत निघत राहील ही त्या मागची आयडिया.

राज नैना ला साखरपुड्याच्या आदल्या दिवशी तिथे असलेल्या तळघरात घेऊन गेला आहे. नैना ने ते तळघर पाहिले आणि तिला अनेक नवनवीन गोष्टी दिसल्या आहेत.

आई बाबा- आजी आजोबा आणि सुखी यांचे मोठे फोटो त्याने तळघरात लावले आहेत. तिथली मोठी तिजोरी राज ने नैना ला दाखवली आहे. यात त्याच्या प्रॉपर्टीची कागदपत्रे आणि सोने नाणी याबद्दलची सगळी माहिती त्याने तिला दिली ज्या मध्ये नैनाला अजिबात इंटरेस्ट नव्हता पण ती तो जे सांगत होता ते ऐकत आहे.

ह्या सगळ्यांच्या पलीकडे आज साखरपुड्याच्या दिवशी स्काय ब्लु कलरचा शरारा घातलेली नैना ही नेव्ही ब्लु कलरचा जोधपुरी ड्रेस घातलेल्या राज कडे पाहत आहे आणि विचार करत आहे, "किती छान दिसतो हा...जणू राजबिंडा! खरंच माझे नशीब उत्तम म्हणून

राज मला मिळाला आहे"

त्याच वेळी राज तिच्याकडे पाहत आहे आणि मनातल्या मनात म्हणत आहे, "किती सुंदर आहे ही...मनाने सुद्धा!

माझी पुण्याई की मला नैना मिळाली.

साखरपुडा झाल्यावर राज स्वतः नैना ला घेऊन त्या हवेलीच्या टेरेस वर घेऊन आला आहे. संपूर्ण टेरेसवर चंद्राचा प्रकाश पसरला आहे..

राज तिचा हात आपल्या हातात घेतो आहे आणि तिला म्हणत आहे, "नैना...तुला एक सांगायचे राहिले बरं का...!"

"काय...?" नैना सहजतेने विचारते.

"तुला कसे सांगायचे हे कळत नाही आहे"

"सांग ना राज..."

"नको राहू दे..."

"बोल ना राज.."

"मला एक मुलगी आवडते..."

"म्हणजे....?"

"म्हणजे मला एक मुलगी आवडते..."

नैना एकदम शांत होत आहे..

"बघ म्हणले होते ना तुला..."

"कोण आहे ती..?"

"जाऊ दे ना..."

"नाही राज...मला कळलेच पाहिजे..."

"राहू दे ना नैना.."

"राज मला कळायलाच हवे. "

राज क्षणभर शांत बसतोय आणि नैना ला हळूच मागे बघायला सांगतोय...

नैना मागे वळून पाहत आहे तर मागच्या भिंतीवर लावलेल्या भला मोठा आरसा नैना ला दिसत आहे. त्या आरश्यात तिचे पूर्ण प्रतिबिंब पडले आहे जे त्या दूधाळी प्रकाशामध्ये तिचा चेहरा उजळून निघालेला आहे.

राज ने केलेली गंमत पाहून नैना लाजत आहे आणि पटकन राजच्या कुशीत शिरत आहे.

"नैना , मला फक्त एकच मुलगी आवडली आणि ती तू आहेस.." नैना मोहरून उठत आहे त्याला घट्ट पकडत आहे.

राज नैना च्या कपाळावर ओठ टेकवत आहे तर नैना लाजून तिथून जायला निघत आहे...राज तिचा हात पकडून ठेवत आहे..तिच्या हातातले ब्रेसलेट चमकत आहे...ते पाहत तो तिला म्हणत आहे,

"नैना मी तुझ्यावर किती प्रेम करतो हे माहिती आहे का तुला?"

"किती..?"
"मोजता येणार नाही इतके..."
"तरीही..किती?"
"एका शब्दात सांगू...?"
"हो..."
"अमर्याद.............!"
....

समाप्त

2

स्टेटस

~~~~~~~~~~

(ही संपूर्ण कथा काल्पनिक असून याचा वास्तवाशी कुठलाही संबंध नाही. जर तो आढळला तर तो एक केवळ योगायोग समजावा.)

आज अर्णव ला पाहायला शिवांगी येणार होती. अर्णव म्हणजे शहरातील प्रसिद्ध सिंघानिया ग्रुप यांचा मुलगा आणि शिवांगी म्हणजे तेवढीच तुल्यबळ असणारे बजाज ग्रुप यांची मुलगी. खरं तर हे दोन्ही घराणे एकत्र येणे हे बिझनेस च्या दृष्टीने, गुडविल च्या दृष्टीने सगळ्याच बाबतीत चांगले होणार होते.

पण का कुणास ठाऊक अर्णव चा लग्नावर फार असा काही जीव नव्हता आणि शिवांगी चा सुद्धा!

अर्णव च्या घरातील शानदार हॉल मध्ये शिवांगी ची फॅमिली येऊन पोहचली.

आलिशान गाड्यांमधून उतरलेली शिवांगी ची फॅमिली, प्रचंड सुंदर दिसणारी शिवांगी आणि तिची फॅमिली असे सगळे जण आतमध्ये आले.

एका भल्या मोठ्या झुंबराखाली छानसा पांढऱ्या रंगाचा गोलाकार सोफा मांडला होता.

त्या सोफ्यावर ती सगळी फॅमिली बसली.

खूप उत्सुकपणे आणि शानदार असे त्यांचे स्वागत सिंघानिया फॅमिली ने केले.

बजाज फॅमिली कडून 6 लोक आले होते आणि सिंघानीया फॅमिली कडून जवळपास 8 लोक घरात होते.

शिवांगी बसली, त्या श्रीमंतीचे कोणालाच अप्रूप नव्हते कारण दोन्ही घराणे समान श्रीमंत होती.

शिवांगी बसल्यावर तिच्याकडे थक्क होऊन सगळे बघत होती. इतकी सुंदर, इतकी गोरीपान, इतकी छान आणि नीटनेटकी आलेली ती सगळ्यांचे चित्त खेचून घेत होती. ती जर सिंघानिया फॅमिली ची सून झाली तर फारच छान होणार होते.

थोड्या वेळाने अर्णव खाली आला. छान ग्रे कलरचा सूट घातलेला अर्णव सुद्धा तितकाच छान दिसत होता. गोरापान रंग, चेहऱ्यावर अजिबात फॅट नाही, स्पष्ट दिसणारी जॉ लाईन,

त्याची ती कमावलेली बॉडी, ग्रीक शिल्पप्रमाणे कोरलेला चेहरा आणि त्यावर सालस असे भाव!

खाली आल्यावर त्या दोघांनी एकमेकांकडे पाहिले आणि स्माईल केले, दोघांनाही एकत्र बसण्यासाठी सांगितले तसे ते दोघेही गॅलरी मध्ये गेले.

तिथे पोचल्यावर संपूर्ण सभ्यतेने अर्णव शिवांगीशी बोलत होता. 10 मिनिटे बोलून झाल्यावर तो म्हणाला,

"शिवांगी खरं सांगायचं तर मला लग्न या विषयात अजिबात रुची नाही आहे."

ते ऐकल्यावर शिवांगी मनापासून खुश झाली आणि म्हणाली " अर्णव अगदी खरं सांगते मलाही लग्न करण्यात अजिबात ईच्छा नाही. पण हे घराणं, त्यांची प्रतिष्ठा यांचे बिझनेस या सगळ्यामुळे आज आपण भेटत आहोत."

"आपण काही दिवस मित्र म्हणून राहू यात का?पटलं तर बघू यात नंतर!" तो म्हणाला.

ती म्हणाली " चालेल काही हरकत नाही!"

थोड्यावेळाने तो दोघे एकत्र आले, सगळे जण त्यांच्याकडे अपेक्षेने बघत होती. शिवांगी ने जाहीर केलं,

" मी आणि अर्णव ने ठरवले आहे की काही दिवस आम्ही मित्र म्हणून राहू. जमलं तर ठीक आहे नाही तर नाही."

ते ऐकून सगळ्याच्या चेहऱ्यावर प्रश्नचिन्ह आले पण फॅमिली मोठ्या होत्या त्यामुळे कोणाला त्यात काही वावगं अस वाटलं नाही.

तो दिवस निघून गेल्यावर काही दिवसाने शिवांगी च्या फोन वर अर्णव चा कॉल आला,

"हाय! आज भेटायला जमेल का? मी ताज ला चाललो आहे. तुला वेळ असेल तर आपण भेटुयात ताज कॅफे ला!"

शिवांगी म्हणाली" मी बांद्रा ला आहे! तुला जमत असेल तर ये इकडे आपण गाडीतून जाता-जाता बोलू यात!"

अर्णव खरं तर फोर्ट ला होता, तिथून बांद्रा ला जाणे त्याला उलटे पडले असते पण तो काही बोलला नाही.

ड्रायव्हर ने गाडी काढली, तर तो म्हणाला "तू थांब इथेच, आज गाडी मी चालवतो."

ड्राईव्ह करत तो बांद्रा ला पोहचला.

बांद्रा ला एका मोठया बुटीक च्या उदघाटनासाठी शिवांगी आली होती.

तो गाडीतून उतरला नाही आणि शांतपणे वाट पाहत बसला.

शिवांगी ने त्याला मेसेज केला " कुठे आहेस?"

" बाहेर वाट बघतो आहे" त्याने रिप्लाय केला.

ती धावतपळत बाहेर आली आणि तिने त्याच्या गाडीत एन्ट्री केली. दोघेही जण त्याच्या गाडीतून निघाले.

दोघेही शांतच होते, बांद्रा रिक्लेमेशन वरून सी लिंकला कनेक्ट झाल्यावर तिने एकदा बाजूच्या समुद्राकडे पाहिले...

तिला समुद्राकडे पाहायला फार आवडायचे. तिच्या मलबार हिलच्या बंगल्यातून समुद्राकडे पाहणे हा तिचा आवडता छंद होता.

त्याने वरळी सी फेस वरून पुढे जाऊन यु टर्न घेऊन गाडी लोटस च्या इथुन वळवली आणि पुढे ॲनी बेझंट रोड ने पुढे निघाला.

ती काहीच बोलत नव्हती जणू मुंबई पहिल्यांदा पहात होती असे तिचे भाव होते.

त्याची रेंज रोव्हर पुढे जात असताना तो सहजच थांबला आणि म्हणाला " ताज ला गेलेच पाहिजे का? इतकं हाय स्टाईल लाईफ जगलंच पाहिले का?"

ती म्हणाली " मला हे जगायचं नाही म्हणून तर मी हे लग्न करण्यासाठी वेळ घेतला!"

तिचे बोलणे ऐकून तो एकदम चपापला!

" म्हणजे?"

" आता हेच बघ ना आपल्याला भेटवले तेच मुळी दोन व्यक्ती म्हणून नाही तर सगळ्या फॅमिली स्टेटस च्या अवडंबरसहित!

सगळ्यांना बिझनेस स्टेटस पॉईंट ऑफ व्यू गोष्टी हव्यात. तू आणि मी असे दोन वेगळे जीव या पेक्षा आयुष्यात असलेला स्टेटस सांभाळणे असे आयुष्य आपल्याला जगावे लागणार असे नाही का वाटले तुला?

त्याही पलीकडे हे त्यांच्या प्रमाणे व्हावे! आपण तसे जगावे! ही अशी बंधन पाळावीत हे मला नाही रे जमणार."

तो शांतपणे ऐकत होता. जणू काही ती आरसा बनून त्याला वाचत होती आणि बोलत होती.

" मला ना मी म्हणून जगायला आवडेल! साधं सिम्पल आयुष्य ज्यात भरपूर प्रेम आणि कोणताही बडेजाव नाही" ती आपल्याच नादात बोलत होती.

तिचे विचार ऐकून तो प्रभावीत होत होता. तिला जाणून घ्यावे असे त्याला मनापासुन वाटत होते.

ती शांतपणे बाहेर बघत होती तो म्हणाला " खरोखर चे फेंड्स का?" मिश्किल हसत त्याने हात पुढे केला.

ती फक्त गोड हसली आणि त्याच्या हातात हात दिला.

ताज चा प्लॅन कॅन्सल करून भुलेश्वर च्या जवळ दोघे छानशा एक छोट्याश्या कॉफी शॉप ला थांबले.

दोघेही मस्त कॉफी प्यायले, थोड्याफार आवडीनिवडीबाबत आणि बाकी काही जनरल विषयांवर अशा भरपूर गप्पा झाल्या आणि ते निघाले.

त्याने तिला तिच्या घरी ड्रॉप केले, पुन्हा भेटू म्हणून तो आपल्या मार्गाने निघाला.

आज दोघांनाही बरेच फ्री वाटत होते आणि कुठेतरी नकळत काहीतरी धागा जोडल्या जात होता.

रात्री झोपण्यापूर्वी सवयीप्रमाणे त्याने मोबाईल चेक केला तर ती ऑनलाइन दिसत होती. मेसेज करू का नको या विचारात तो असतानाच अचानक त्याच्याच मोबाईल वर तिचा मेसेज डिस्प्ले झाला.

"हाय!"

"हाय" त्याने रिप्लाय केला.

"झोपला नाहीस?"

"नाही, जस्ट थोडं काम होत ते संपवलं आता नेहमीप्रमाणे थोडं म्युझिक ऐकायचे मग झोपेन!"

"वॉव! तुला पण म्युझिक आवडते?"

" हो म्हणजे काही जुनी गाणी आहेत पण मला आवडतात ती गाणी मी ऐकतो.

दिवसभराचे विचार, व्याप यातून फ्री व्हायला गरजेचे असते आणि आवड पण आहेच" तो म्हणाला.

"कोणती गाणी रे?"

"काही किशोर कुमारची! काही रफी ची... 90 च्या दशकातील काही...जे जसे वाटेल त्याप्रमाणे."

"ग्रेट! मला पण इंडियन म्युझिकच आवडते."

"छान."

"बरं तू एन्जॉय कर, मी झोपते सकाळी लवकर उठायची सवय आहे मला. गुड नाईट."

"गुड नाईट" तो ही म्हणाला आणि एक गोड स्माईल त्याच्या चेहऱ्यावर आली.

ती पण मनाशीच काहीतरी कळत असल्यासारखे अलगद हसत झोपायचा प्रयत्न करत होती पण आज झोप लागतच नव्हती !

त्याच्यासोबत झालेल्या गप्पा, तो घालवलेला वेळ, तिला आठवत होता.

पुन्हा मोबाईलला बघितले तर तो ऑनलाइन दिसला. मेसेज करू का परत हा विचार करता करता कधीतरी उशिरा ती झोपली.

एरवी दररोज सकाळी 5.30 ला उठणारी ती आज 7 वाजायला आले तरी रूम मधून बाहेर आली नाही म्हणून तिच्या दादाने डोअर नॉक केले आणि लॅच फिरवून दार उघडले तर ती शांतपणे झोपली होती.

तिचा छानसा गोड चेहरा आज जास्तीच तेजस्वी दिसत होता.

तिचे गोड हसू बघून तोही हसला आणि तिच्या खोड्या काढायला म्हणून त्याने तिला मोबाईल ला रिंग दिली.

जसे तिने डोळे उघडले तसे दादा ने "गुड मॉर्निंग" म्हणाला! समोर दादा म्हणून ती दचकली आणि बघते तर बाहेर बरेच उजाडले होते.

पटकन उठून बसत " गुड मॉर्निंग" म्हणाली तर 7 वाजलेले.

असे कसे झाले हा प्रश्न तिला ही पडला आणि दादाच्या मिश्किल हसण्यात पण तिला दिसला.

काही न बोलता "येतेच पटकन" म्हणत ती वॉश रूम ला शिरली.

तेवढ्यात तिच्या 'ऍपल' ला एक मेसेज नोटिफिकेशन आले.

दादा ने जस्ट लांबून पाहिले तर अर्णव चा "गुड मॉर्निंग" मेसेज दिसत होता.

ते बघून एका समाधानाने हसत तो रूम बाहेर गेला.

पटापट आवरून ती खाली आली, आता सगळे काहीतरी विचारणार हे तिला पक्के माहीत होते. काय बोलावे या विचारात ती डायनिंग टेबल ला आली तर आज सगळे तिच्याकडे काही गुन्हा झाला का की काय अश्या प्रकारे बघत होते.

"सॉरी काल ते जरा रात्री उशिरा पर्यंत वाचत होते त्यामुळे झोप लागली" ती म्हणाली.

दादा हसत म्हणाला" हो ना, व्हॉटस ऍप ला लास्ट सीन 1. 51 मिनिटे असे दिसले मला".

काही न बोलता तिने ब्रेकफास्ट केला.

डायनिंग टेबलावर आज जरा शांतता जास्त भासली...

तेवढ्यात तिचा फोन वाजला.

" नुरी..10 मिनिटात तुला फोन करते म्हणून तिने फोन ठेवला...

ब्रेकफास्ट झाल्यावर ती काम आहे असे म्हणत घराबाहेर पडली.

गाडीत बसल्यावर ड्रायव्हर ने 2 वेळा विचारले की मॅडम कुठे जायचे तरी तिचे लक्ष नव्हते. गाडी हलली नाही तेव्हा तिने पाहिले तर ड्रायव्हर अपेक्षेने तिच्याकडे बघत होता.

ती म्हणाली "मला आता कंपनीमध्ये सोडा पण दुपारनंतर तुम्ही जा, मी गाडी घेऊन जाईल."

तो काहीच बोलला नाही, त्याने गाडी कंपनीच्या दिशेने वळवली. हिचे विचारचक्र सुरु झालें! आज कित्येक वर्षांनी ती अशी 7 पर्यंत झोपली होती, "का असे व्हावे?

का आपल्याला झोप लागत नव्हती? का अर्णव चे विचार आताही मनात येत आहे? तो काय करत असेल?"

काही कळत नव्हते. मोबाईल हातात घेतला आणि व्हॉटस ऍप ला पाहिले तर तो ऑनलाइन नव्हता. "काय करू का नको त्याला कॉल?" मनाशी विचार करत शेवटी कॉल केला.

पाचव्या रिंगला फोन उचलला गेला आणि उत्साहात समोरून "हॅलो गुड मॉर्निंग"असा आवाज आला.

तिच्या चेहऱ्यावर हसू फुलले

" कुठे आहेस अर्णव तू?"

"मी ऑफिस ला असणार ना यावेळी!"

"अरे हो पण तुझा आज काय प्लॅन आहे?"

"का ग?"

"काही नाही सहज विचारले!"

तिचे उत्तर ऐकून त्याला हसू आले जणू प्रश्नातील मेख कळली, म्हणाला " दुपारी 2 नंतर कामाचा लोड जरा कमी असेल. तुझं काय?"

ती उत्साह लपवत म्हणाली " मी फ्री आहे आज! जाऊयात का कुठे छान ड्राईव्ह ला? लंच करू आणि थोडी शॉपिंग! चालेल का?"

"हो चालेल."

"मला ॲड्रेस मेसेज कर, आज मी पिक करेल तुला."

आज खरं तर महत्वाची मीटिंग होती त्याची. कडक शिस्तीचा तो आज पहिल्यांदा कामाला बाजूला सारून काही ठरवत होता म्हणाला " येस मॅडम पाठवतो हां. आता ठेऊ का? कॉन्फरन्स मधून बाहेर आलो आहे."

"सो सॉरी! तू ॲड्रेस पाठवून ठेव, बाय."

आज त्याला भेटायचं म्हणून उत्साह संचारला होता तिच्यात. कधी दुपार होणार हा विचार मनात आला तशी ती थोडी दचकली 'मी का असे वागतेय?'

तोवर कार कंपनीच्या आवारात आली होती.

तिने ड्रायव्हर कडून कार ची किल्ली घेतली आणि त्याला पाठवून देत होती तर तो जाईना.

"ताई नका ना पाठवू मला ! दादा साहेब रागवेल मला."

"नाही कळणार त्यांना, जा तू आणि हो तू पण बोलू नकोस."

नाईलाजाने तो गेला.

" माझी आजची मीटिंग कॅन्सल कर" कॉन्फरन्स मध्ये असताना अर्णव सेक्रेटरी ला म्हणाला तसं तिला नवल वाटले करण तिने जॉईन केल्यापासून आज हे पहिल्यांदा घडत होते.

त्याने तिला अड्रेस मेसेज करून ठेवला.

आज त्याचे लक्ष सारखे घड्याळाकडे जात होते.

कॉन्फरन्स नंतर त्याने काही महत्वाची कामे 1 वाजेपर्यंत उरकली.

त्यालाही तिला भेटायची ओढ लागली होती.

त्याच्या केबिन मधील असलेल्या स्पेशल प्रायव्हेट रूम मध्ये जाऊन तो फ्रेश झाला. कपडे बदलले.

व्हॅन हुसेन चा स्काय ब्लु कलरचा शर्ट, ॲलन सॉलिची ओव्हरी कलरची पॅन्ट, सोबत लुई फिलिपीचे शूज.

कपड्यांवर डेव्हिड ऑफ कुल वॉटर चा छान परफ्युम स्प्रे करून तो मस्त आवरून बसला.

रूम मध्ये आलेल्या त्याच्या सेक्रेटरीला हे सगळं नवीन होते पण ती काही न बोलता फक्त हसून निघून गेली.

पोचायला 1 तास लागेल या बेताने ती कंपनी मधून कार घेऊन निघाली, तिचा अंदाज बरोबर ठरला. ती पोचणार त्याच्या 10 मिनिटे आधी तिने कॉल केला तर तो वाटच बघत होता. तो लिफ्टने लगेच खाली आला.

तिने कार स्टॉप करताच तो आत डोकावला, तिला पाहून शॉक झाला. साध्या पिच फॉर्मल शर्ट आणि ब्लॅक ट्राउझररधे सुद्धा ती तितकीच सुंदर दिसत होती. डोळ्याला मोनालीसा गॉगल आणि पायात फॉर्मल ब्लॅक शूज. गाडीमध्ये एक छान फ्रेगरन्स दरवळत होता.

तिने हाय म्हटले तसं तो भानावर आला आणि तिच्या बाजूला बसला. त्याने सुदधा घातलेला अटायर पाहून तिला तो डॅशिंग वाटला.

ते थोडे पुढे गेले तोच रस्त्यात गर्दी दिसली तशी तिने कार थांबवली. काहीतरी गोंधळ जाणवून तो लगेच कार मधून उतरला.पाहिले तर एका मुलाचा अपघात झाला होता, तो रक्ताच्या थारोळ्यात पडला होता आणि लोक फक्त बघत होते. तो लगेच पुढे गेला, त्याने अंबुलन्स ला कॉल केला,जवळच्या पोलीस स्टेशन ला कॉल करून कळवले. 'अर्णव सिंघानिया' नाव मोठे असल्याने सगळे मॅनेज झाले.

ती त्याचे शांतपणे निरीक्षण करत होती आणि तो आपल्याच नादात सगळी हालचाल करत होता.

त्याचा घेतलेला पुढाकार, त्यातून दिसत असलेली माणुसकी! ती इम्प्रेस होऊन बघत होती.

या सगळ्या नादात त्याच्या शर्टावर रक्त सांडलेले पण त्याच्या ते खिजगणतीतही नव्हते.

सगळे नीट अरेंज झाले हे पाहून तो गाडीत परतला आणि तिला म्हणाला " आपण कुठे जातो आहोत?"

" मला गोंधळापासून लांब जायचे आहे, तुला माहीत आहे का असे काही?"

" हो नक्की! चल मी नेतो तुला! मी ड्राईव्ह करू का?"

"येस बॉस!" म्हणत ती कारमधून उतरून बाजूच्या सीट वर बसली आणि त्याने स्टेयरिंग हाती घेतले.

छान किशोर कुमारची गाणी तिने लावली, मग एखाद्या गाण्यावर चर्चा करत छान गप्पा मारत ते जात होते. दोघेही उत्साहाने आनंदाने एकमेकांची साथ एन्जॉय करत असताना कुठे जातोय हे सुद्धा तिने विचारले नाही. कार कधी मुंबई बाहेर आली हे तिचे तिला कळले नाही.

भायदंर ची खाडी पार केल्यावर डावीकडे टर्न घेतला. पुढे जाऊन मुंबई अहमदाबाद हायवे एके ठिकाणी वळत होता त्याच्या आधीच्या ह्या टर्न ला त्याने गाडी आत घेतली आणि 5 मिनिटे त्या रस्त्यावरून पुढे जाऊन कार पार्क केली.

सीट बेल्ट काढत असताना तो म्हणाला " मॅडम आपण पोहचलो आहोत" तसं तिने बाहेर पाहिले तर आजूबाजूला खूप छान हिरवेगार डोंगर दिसत होते. समोर एक रेस्टॉरंट ते सुद्धा

जणू निसर्गाच्या कुशीत वसलेले एक ठिकाण इतकेच तिला जाणवत होते.

त्याच्या पाठोपाठ ती उतरली, तो म्हणाला " ये माझ्या सोबत" ती निघाली.थोडं चालून गेले तर तिथे खळाळत असलेला ओढा, बाजूला छानसे दगड, गर्द हिरवीगार झाडी बघून ती हरखून गेली.

भान विसरून तिने पायातील सँडल फेकल्या. शर्ट च्या बाह्या वर केल्या पॅन्ट वर खेचली आणि त्याच्या हाताला धरून धावत पाण्याकडे निघाली.

त्याला हे अनपेक्षित होते. थोडा गोंधळलेल्या अवस्थेत तो तिच्यासोबत पुढे गेला. पण तिचा तो बालिशपणा बघून त्यांच्यातील लहान मुलगा सुद्धा जागा झाला आणि तो तिला सामील झाला.

ते दोघे भरपूर पाण्यात खेळले, दमून पाण्यात पाय सोडून ती त्याच्या समोर बसली.

तोही तिचे हे वागणे एन्जॉय करत होता, त्याला कळून चुकले की हिला का ते अवडंबर आवडत नाही कारण ती निसर्गवेडी होती.

" मॅडम..."

"काय रे सारख सारखं मॅडम! मला नाव नाही आहे का?" वैतागत ती बोलली.

" शिवांगी अगं तुला चिडवत होतो मी. बरं मला तर भूक लागली आहे तुझे काय?"

"मला पण रे!"

"तुझे झाले असेल खेळून तर जायचे का जेवायला?"

"हो" हसतच ती म्हणाली.

दोघेही पॅन्ट वर खेचलेली, शर्ट च्या बाह्या फोल्ड,अर्धवट सुकलेल्या तर अर्ध्या ओल्या अश्या अवस्थेत ते निघाले तिच्या एक हातात सँडल तर तो ती पडू नाही म्हणून तिला सांभाळत असे ते रेस्टॉरंटमध्ये आले.

ते रेस्टॉरंट पण फार वेगळे भासले तिला. तिथे कोणताही बडेजाव नव्हता पण केन फर्निचर, त्याचेच इंटिरिअर, मध्येच पाण्याचा देखावा झाडे सगळे कसे लोभसवाणे होते.

वेटर मेनू घ्यायला आला आणि त्याच्याकडे पाहतच राहिला. त्याला वाटले की ह्याने आपल्याला ओळखले पण तो सारखा त्याच्या शर्टकडे पाहत होता.

त्याचे लक्ष गेले तेव्हा त्याला कळले की जे रक्त सांडले आहे त्याकडे वेटर बघत आहे.

त्याने त्याला सांगितले की काळजी करू नकोस, रक्त माझे नाही आणि मी कोणाला मारले पण नाही...

ती त्यावर खळाळून हसली.

काय ऑर्डर देऊ असे त्याने तिला विचारले पण ती काही बोलली नाही मग त्याने स्वतः जेवण ऑर्डर केलं, मेनू एकदम उत्तम!

चिली पनीर, मिक्स व्हेज, पराठा, सॅलड, दाल आणि राईस. नंतर खास आईस्क्रीम.

अधाशासारखी ती जेवणावर तुटून पडली, तो हसत होता आणि जेवत होता.

"आवडले का ठिकाण आणि जेवण?"

"अर्णव विश्वास ठेव इतके स्वादिष्ट जेवण,असा निसर्ग मी पहिल्यांदा अनुभवते आहे. भूक काय असते आज मला पहिल्यांदा कळले. थँक्स! अगदी मनापासून."

"ओहो!"

" का रे अर्णव काय झाले?"

"अग तू थँक्स म्हणाली मग संपले ना सगळे!"

"म्हणजे?"

"मला थँक्स म्हणून तू यापुढे असे एन्जॉय करायला जायचे की नाही यावर प्रश्नचिन्ह उभे केलेस!"

आता तिला कळले की हा खोड्या काढतो आहे, " दे मला परत!"

"काय?" तो दचकून म्हणाला.

"माझे थँक्स रे!" आणि खळाळून हसायला लागली.

ती इतकी गोड दिसत होती की भान हरपून तो फक्त बघत होता.

" चला म्हणजे शिवांगी मॅडम ला आवडले तर."

"येस बॉस! तुला पान आवडते का रे?"

त्याने काहीच न बोलता वेटर ला सांगून दोन मघई मसाला पाने मागवली ते पाहून ती आणखी खुश झाली, मस्त एन्जॉय करत ती खात होती.

संध्याकाळ व्हायला आली होती. थोडा वेळ गप्पा मारत ते फिरत होते. ते फिरणे दोघांनाही पण आवडले होते त्यामुळे अवघडलेपणा सोडून एन्जॉय करत होते.

त्याला विचारायचे तर नव्हते पण तरी त्याने विचारले.

"शिवांगी निघायचे का? आपल्याला पोचायला 8.30 तरी होणारच आहेत."

"हो चल निघू यात."(मनात तर होते की नाही जायचे पण काय करणार.जावे तर लागणार होते)

शिताफीने तो ड्राईव्ह करत होता. आता एकमेकांना सोडावे लागणार या विचाराने गाडीत थोडा वेळ शांतता होती मग ती बोलली,

"अर्णव I am so happy today!"

"Welcome" म्हणत तो गोड हसला.

तिला अजिबात जायचे नव्हते... त्याला तर तिच्या गाडीतून उतरायची ईच्छाच नव्हती. दोघेही अधूनमधून एकमेकांकडे पाहत होते आणि नजरानजर झाल्यावर हळूच हसत होते.

त्याची कार नसल्याने तिने त्याला घरीच ड्रॉप केले.

निघताना त्याला काय बोलावे सुचलेच नाही..

"बोल काहीतरी अर्णव, मी चालले आहे आता?"

"काय बोलू, येतेस घरी?"

"हा हा हा..."

"खरंच विचारत आहे मी"

"खरंच हसत आहे मी"

"ओके...परत कधी"

"हं... चल बाय!"

"बाय!"

तिने गाडी वळवली आणि तिच्या घराकडे गेली.

घराच्या गेट मध्ये पोचली तर तिची आणि तिच्या दादाची कार एकाच वेळी गेट जवळ होती. पाठोपाठ दोन्ही कार आत शिरल्या, दादा मागच्या सीट वरून ड्रायव्हर ने दार उघडल्यावर बाहेर आला तर ही स्वतः ड्राइविंग सीट वरून बाहेर आली. तिला तसं पाहून तो एकदम म्हणाला " तू ड्राईव्ह केलेस? ड्रायव्हर कुठे आहे?"

"अरे मीच सांगितले त्याला जायला! मी जरा बाहेर होते दुपारपासून."

"हे बघ शिवांगी तुला आवडो अथवा नाही पण हे आपल्या स्टेटस ला शोभत नाही! ड्रायव्हर हा हवाच!" थोड्या हुकमी भाषेत तो बोलला.

तिला हे सगळं कधीच पटत नव्हते पण वाद नको म्हणून ती काही न बोलता तिथून निघाली आणि सरळ तिच्या रूम ला गेली.

दादाच्या या बोलण्याने तिच्या दिवसभराच्या आनंदावर पाणी फिरवले. 'आयुष्य काय स्टेटस वर अवलंबून असते का? ह्या स्टेटस ला तर मी कंटाळले आहे. जावे का कुठेतरी लांब निघून? काही नको मला.' तिच्या मनात असे बंडखोर विचार चालू होते.

तिच्या रूम मधील गॅलरीत तिने एक छोटी बाग तयार केली होती. तिथल्याच एका सीटआऊट वर ती बसली आणि अंधारात दिसणाऱ्या समुद्राकडे पहात राहिली.

त्या लाटांचा आवाज आणि तो अथांग पसरलेला समुद्र, त्यावरील वाहणारा वारा तिच्या मनातील विचारांना अजून आणि अजून वेगळी दिशा देत होता.

आत्तापर्यंत तिला एकटे वाटल्यावर समुद्र हाच तिचा जिवाभावाचा साथी होता ज्याच्याशी ती तासनतास बोलत असे. पण आज समुद्राकडे पाहून सुद्धा तिचं मन भरत नव्हते.तिच्या विचारांना जाणणारा कोणी एक या मुंबईतच आहे असे तिचा आतला आवाज तिला आतून सांगत होते.

"काय करावे आजपण त्याला फोन करावा का? एवढा उतावीळपणा ठीक नाही, आज समुद्राशीचच बोलावे!

शेवटी कंटाळून तिने वॉलमाउंट LED TV वर netflix ऑन केले आणि ट्रेंडिंग मुव्हीस कुठल्या हे सर्च करत होती.

ट्रेंडिंग मध्ये तिला कुठलाच बरा वाटलं नाही म्हणून तिने रिमोट वर 'जब वि मेट'असे टाइप केले आणि ते पाहत बसली. बघता बघता ती इतकी हरखून गेली की बाजूचा ठेवलेला मोबाईल हा सायलेंट वर असून फ्लॅश होत आहे हे पण तिला कळले नाही.

शेवटी तिथेच तिला झोप लागली, बहुतेक दिवसभराचा थकवा सगळा तिला आलेला. रूम मध्ये ऑटोमॅटिक लाईट होते रात्री 11 वाजता सगळे लाईट बंद होऊन फक्त नाईट लॅम्प सुरू

व्हायचा.

रात्री कधीतरी तिला जाग आली तेव्हा क्षणभर तिला कळलेच नाही की आपण काय करतोय आणि कुठे आहोत!

तिने हातातल्या 'फिटबीट' कडे बघितले तर 3 वाजले होते. जस्ट मोबाईल हातात घेतला तर स्क्रीन वर 13 मिस कॉल! 2 दादा चे,3 वहिनीचे , 2 नुरीचे आणि 6 मिस कॉल्स अर्णव चे!

तिने जास्ती विचार न करता त्याच वेळेला अर्णव ला फोन लावला तर यावेळी तिसऱ्या रिंग ला फोन उचलल्या गेला.

" तू अजून जागा आहेस?" तिने चकित होऊन विचारले.

"नाही अर्धवट झोपेत आहे" तो जांभई देत म्हणाला.

त्याचे उत्तर ऐकून ती हसायला लागली, "अरे तुझे सहा मिस कॉल पाहिले आणि वाटले काय झाले म्हणून मी फोन केला".

" ओह येस!अग आज तू गाडी आणलीस ना, माझं व्हॅलेट आणि ipad तुझ्या गाडीतच राहिले आहे. मला सकाळी 9 वाजता मीटिंग साठी लागेल म्हणून तुला फोन करत होतो. तू सकाळी ड्रायव्हर बरोबर पाठवून देशील का?"

"हो नक्की देईन, त्यात काय विशेष!मला वाटले काहीतरी वेगळे असेल म्हणून तू फोन केला."

"वेगळे म्हणजे?"

"वेगळे म्हणजे आपण एकत्र घालवलेल्या दिवसाबद्दल काहीतरी असेल म्हणून!"

"ओह! आय सी"

"उद्या संध्याकाळी भेटशील? पोस्ट ऑफिस अव्हर्स?"

"नाही गं, पुढचे तीन दिवस मी चेन्नईला जातो आहे म्हणून तर सकाळी 9 ची मीटिंग करून 11 ला जुहू एरोड्रम ला पोचायचे आहे."

"तुझ्या चार्टर्ड फ्लाईट मध्ये जागा आहे का एक?"

"ऑलरेडी आम्ही 6 लोक आहोत. का?"

"काही नाही रे,जस्ट गंमत!"

"हम्म"

"चेन्नई ला कुठे उतरणार आहेस तू?"

"ग्रँड चोला!"

"ओके ! तुझ्याकडे बरोबर सकाळी 8 वाजता गाडी येईल. झोप आता मी आधीच तुझी झोपमोड केली आहे."

"येस गुड नाईट"

"गुड नाईट" म्हणून तिने फोन कट केला.

तिची बऱ्यापैकी झोप झाल्याने ती फ्रेश होती आणि आतातर झोप उडलीच होती. पाच मिनिटे ती तशीच विचारात झोपली होती आणि एकदम उठली.

लगेचच खाली आली. खाली तिकडच्या कोपऱ्यात मोठी रूम दादा आणि वहिनीची होती. तिने दरवाज्यावर हलकेच नॉक केले पण आतून काही आवाज आला नाही.

दोन मिनिटे वाट पाहून ती किचन मध्ये शिरली.

किचन मध्ये एक्सप्रेसो मशीन लावले होते ते प्रेस करून तिने हॉट कॉफी घेतली.

पाचव्या नंबरच्या फ्रीज मध्ये तिला चीझ क्यूब मिळाले, त्यातले 2 चीझ क्यूब आणि कॉफी घेऊन ती बाहेर सोफ्यावर बसली.

घड्याळात आत्ता कुठे चार वाजत होते...काहितरी प्लॅन करत ती तिथेच बसून राहिली.

घरातील नोकरांना पहाटे 5 वाजता जाग आली. ताईसाहेबांना तिथे बघून सगळे चकित झाले "काही हवे का"असे त्यांनी विचारले.

रात्री जेवण झाले नव्हते त्यामुळे भूक तर लागली होतीच पण अंघोळ केल्याशिवाय कसे खायचे म्हणून तिने हलकेच मान हलवून "नाही" म्हटले.

आज सगळ्यांचे आवरून व्हायच्या आतच ती स्वतःचे आवरून खालती आली. दादा जसा रूम मधून बाहेर आला तसं त्याला गाठून म्हणाली " गुड मॉर्निंग दादा. काल तू मला कॉल केलेला होतास?"

"बच्चा तू रात्री न जेवता झोपलास, मी तुला जेवायला बोलावत होतो."

"हो ना, आता सॉलिड भूक लागली! चल ना ब्रेकफास्ट करू यात".

ऑम्लेटस, टोस्ट बटर, कॉर्न फ्लेक्स, कॉफी, फ्रेश फ्रुट, मफीन्स, बेक बीन्स असा भला मोठा ब्रेकफास्ट तिथे मांडला होता.

ब्रेकफास्ट करताना गप्पा चालू होत्या तेवढ्यात ती म्हणाली " दादा आपल्या कंपनीचे एक एक्सटेन्शन चेन्नईला असावे असे तू मला दोन तीन वेळा म्हणालास ना?"

"हो अगं... खूप महत्त्वाची सिटी आहे ती! तिथे आपले एक तरी युनिट असावे"

"म्हणूनच मला वाटते आहे की मी चेन्नईला जाऊन यावे."

"एकदम अचानक?"

"हो नवीन संधी पण क्रिएट होईल आणि 2 दिवस मुंबई बाहेर पण जाईन!"

"अच्छा! मुंबई बाहेर जायचे आहे का आमच्या बच्चाला?"

"येस"

" कधी जायचे आहे मग?"

"आजच जाते!"

"अगं पण तिथे तुझ्या कोणी ओळखीचे नाही आहे, इतक्या शॉर्ट नोटिस वर तुला सगळे डिटेल्स कसे फाईंड आऊट होणार?"

"डोन्ट वरी दादा! मी नुरीला बरोबर घेऊन जाते आहे."

"ठीक आहे तुला तिथे मि.स्वामी भेटतील जे आपले जुने कॉन्टॅक्ट आहेत. त्यांचा नंबर मी तुला देतो.

"ग्रेट"

" आणि तुझं ट्रॅव्हलिंग आणि राहायचे काय?"

"ते मी मॅनेज करेल! डोन्ट वरी"

"ओके. नीट जा, टेक केअर!"

त्याला हग करून आनंदात ती तिच्या रूम कडे पळाली.चेहऱ्यावरून आनंद ओसंडून वाहत होता आणि मन तर आधीच प्रवासाला निघाले होते.

तिने ड्रायव्हर ला सांगून अर्णव चे व्हॅलेट आणि Ipad दोन्ही बरोबर सकाळी 8 ला मिळेल या बेताने पोचवायची व्यवस्था केली.

मुंबईच्या 'विस्तारा' फ्लाईट ने चेन्नई च्या तिरुसूलाम इथल्या आंतरराष्ट्रीय विमानतळावरती लँड केले आणि बिझनेस क्लास मधून ती आणि नुरी बाहेर पडली.

मि. स्वामींनी Q7 पाठवली होती त्यात बसून ती डायरेक्ट ग्रँड चोला ला पोहचली.

रिसेप्शन ला पोचून तिने अर्णव सिंघनिया ने चेक इन केले आहे का याची चौकशी केली. समोरच्या लेडी ने येस असे उत्तर दिले.

त्याच्या शेजारी किंवा समोरच स्वीट तिने मागितला तसे तिला देण्यात आल्यानंतर ती तिच्या स्वीट ला पोचली.

बरोबर असलेल्या नुरीला आतापर्यंत काय सुरू आहे हे काहीच कळत नव्हते. सकाळी शिवांगी चा फोन येतो काय, लगेच ती चेन्नई ला जायचे असे सांगते काय. दोन तासात तिच्या समोर शिवांगीची गाडी थांबते काय आणि दोघी आत्ता चेन्नईला पोचतात काय!

तिची उत्सुकता तशीच ताणून धरत शिवांगी ने अर्णव च्या स्वीट वर स्टेटस चेक केला तर त्यावर DND लिहिले होते.

DND चा स्टेटस नॉर्मल होईपर्यंत ती तिच्या स्वीट मध्ये वाट पाहत बसली. काही वेळाने स्वीट चे दार उघडले आणि त्यातून सुटाबुटातील 4 ते 5 लोक बाहेर पडले.

सोबत अर्णव पण होता.अर्णव त्यांना सोडायला लिफ्ट च्या दारापर्यंत गेला. त्यांना बाय करुन तो मागे वळला तर त्याच्या समोर शिवांगी हसत उभी होती.

तिला पाहून एक सेकंड काहीच न कळलेला तो दुसऱ्या क्षणाला एकदम म्हणाला " शिवांगी तू इथे?"

"सरप्राईज!" मिश्किल हसत ती म्हणाली. स्वतःवर, डोळ्यावर विश्वास बसत नसलेला तो अजूनही आ वासून बघत होता.

"ए हॅलो! भूत बघितल्या सारखे काय बघत आहेस मला?" त्याला हलकासा धक्का देत ती म्हणाली.

"ओ येस! पण तू इथे? I mean, इथे कशी? कधी?" "हाहा हा हा" ती फक्त छान हसली... तो अजूनही ब्लॅंक होता...

"तू म्हणालास ना की तू चेन्नई मध्ये बिझी आहेस 3 दिवस. मग मी पण माझे चेन्नई चे काम प्लॅन केले."

आतापर्यंत अनभिज्ञ असलेली नुरी जी लांबून फक्त बघत होती आता कुठे तिची ट्यूब पेटली. तिने फक्त एक लूक दिला शिवांगी ला आणि तिथून मुद्दामुन तिला धक्का देऊन निघून गेली. ते बघून शिवांगी मोठमोठ्याने हसायला लागली. "कोण आहे ती मुलगी? का धक्का दिला तुला?" न कळलेला तो तिला विचारत होता.

"अरे ती माझी मैत्रीण नुरी! तिला काही न सांगता मी इथे घेऊन आले म्हणून ती रिऍक्ट झाली. डोन्ट वरी."

"अग हो पण तू इथे कशी काय?"

"वो लंबी कहानि है | आपको बाद मे बताउंगी| लंच झाले का?"

"थोडेसे खाणे मीटिंग मध्ये झाले पण पूर्ण नाही झाले..."

"चल मग! नुरी शी तुझी ओळख करून देते.

तिच्या बरोबर स्वीट पाशी जात असताना त्याने त्याच्या लोकांना आणि सिक्युरिटीला कॉन्टॅक्ट करुन जेवण करून घ्यायला सांगितले. ती की कार्ड लावून स्वीट च्या आत शिरली तर तो स्वीट च्या बाहेरच थांबला आत काही येईना. ते पाहून तिने नुरी ला बाहेरच बोलावले आणि तिघेही तिथल्या 'मद्रास पॅविलियन नावाच्या रेस्टॉरंटला गेले. तिथले सगळेच लोक अर्णव ला ओळखत होते. त्यामुळे त्यांची एकदम शाही बडदास्त होती.

"ही माझी मैत्रीण नुरी! आम्ही स्कुल पासून सोबत आहोत. माझी बेस्ट फ्रेंड!"

"हाय नुरी!" तो म्हणाला.

"नुरी हा अर्णव! अर्णव सिघानिया, माझा फ्रेंड!" शिवांगी म्हणाली.

"हाय अर्णव! शिवांगी क्वचितच कोणी असेल जे या हँडसम हंक ला ओळखत नसेल. छान आहे तुझा फ्रेंड" तिने शिवांगी ला हळूच डोळा मारला पण ते अर्णव च्या नजरेतून सुटले नाही.

त्याने काही दिसले नाही असे दाखवले

"ग्रेट! म्हणजे तू याला ओळखतेस?"

" पर्सनल असे नाही ग! पण 'अर्णव सिंघानिया' काही छोटी हस्ती नाही की ज्याला कोणी असे ओळखत नाही. बिझनेस टायकून आहे हा! तुझ्या सोबत भेटले म्हणून अर्णव असे म्हणेन नाहीतर याला लोक सर म्हणूनच ओळखतात."

तिच्या या बोलण्याने तो मात्र अवघडला. काय बोलावे न कळून त्याने मेनू कार्ड त्या दोघींकडे सरकावले. "गर्ल्स! काय ऑर्डर करायचे?" त्याने विचारले.

"तुझा चॉईस छान आहे, तू जे घेशील तेच मला ऑर्डर कर! नुरी तुझे बोल?"

"ओहो ! म्हणजे चॉईस पण माहीत झाला आहे तर मग मलाही तेच ऑर्डर कर. बघू दे मला ही चॉईस" तिला कोपराने मारत नुरी म्हणाली.

अर्णव ने ऍवेकडो सूप, बेकड व्हेजिटेबल्स, स्पेशल दही वडा, स्टार्टर प्लॅटर्स, पनीर लाजवाब, गार्लिक नान, प्रॉन्स राईस आणि साऊथ इंडियन कॉफी छानसा मेनू ऑर्डर केला.

तो मेनू पाहून त्या दोघी सॉलिड खुश झाल्या. त्याची टेस्ट जबरदस्त होती हे नक्कीच. त्या दोघींच्या काही कॉलेज आठवणी, त्यातील किस्से, गमती जमती, असे सांगत हसत बोलत त्यांचे लंच आटोपले. अर्णव नुरी शी सुदधा छान मोकळेपणाने बोलत होता आणि नुरी सुद्धा त्यांच्यामध्ये सामील झाली होती. त्या दोघांचे वागणे बोलणे चेहऱ्यावरील आनंद, उत्साह नुरी छान नोटीस करत होती. कुठेतरी पाणी मुरतंय तिला लगेच कळले होते.

"सो मॅडम, तुमचे काय ठरले आहे? काय प्रयोजन आहे चेन्नईला येण्याचे?" अर्णव ने विचारले.

"तुला कळले नाही!" डोळे मोठे करून नुरी चिडवत म्हणाली. तसं तिला फटकारात शिवांगी म्हणाली " अरे बिझनेस एक्सपांशन चा प्लॅन आहे त्यासाठी आले आहे. बघते काय ठरत आहे ते. तसे 3 दिवस आहेतच त्यामुळे काहीतरी प्लॅन होईल नक्की."

"ग्रेट! भेटू मग संध्याकाळी. मला आता भेटायला काही लोक येणार आहेत त्यांच्या बरोबर एक मीटिंग आहे आता थोड्या वेळात" तो म्हणाला.

"येस भेटुयात!" शिवांगी म्हणाली. त्याने बिलावर साईन केली आणि तो फोनवर बोलत रेस्टॉरंट मधून बाहेर पडला. त्या दोघी तिथेच रेंगाळल्या.

"ओ माय गॉड! शिवांगी कसला आहे तो! सुपर हँडसम, वेल मॅनर्ड आणि पर्फेक्ट बिझिनेसमन...तू सिरीयस आहेस ना नक्की मी माझ्या बद्दल बोलू?" तिने खट्याळ पणे विचारले. तिला हलकासा फटका मारत शिवांगी म्हणाली, "या साठी आणले आहे का तुला इथे?" यावर दोघी मोठ्याने हसल्या.

"काय प्लॅन आहे तुझा आता?" नुरी ने विचारले. "चल जरा वेळ झोप काढू. रात्री पण झोप झाली नाही आहे. नाहीतरी त्याची वाट पाहण्याशिवाय आता आपण काय करू शकतो. आपण पहिल्यांदा चेन्नईला येत आहोत. तिच्या हो मध्ये हो मिसळत दोघी स्वीट ला पोचल्या. स्वीट तसा बराच मोठा होता. नुरी आतमध्ये बेडवर झोपायला गेली तर शिवांगी ने सोफ्यावरच अंग टाकले आणि तिथेच झोपून गेली.

किती वेळ झाला ते कळले नाही पण बऱ्याच वेळ स्वीटची बेल वाजत होती. नुरी आतून बाहेर आली तर शिवांगी प्रचंड गाढ झोपेत होती. तिने दरवाजा उघडला तर बाहेर एक सुटा बुटातील माणूस उभा होता.

"गुड ईव्ह मॅडम"

"गुड ईव्ह"

"मॅडम, अर्णव सरांनी खालती गाडी ठेवली आहे तुम्हाला डायरेक्ट नुगंमबक्कम ला भेटतील"

"कुठे भेटतील?"

"नुगंमबक्कम...एग्मोर च्या आधी"

"ओके"

"गाडी नंबर 6543 ब्लु कलर मर्सिडीज S 630 खालती उभी आहे ती तुम्हाला तिथे घेऊन जाईल" तिने मान डोलावली आणि आत येऊन शिवांगीला उठवले.

शिवांगी इतकी झोपेत होती की तिला काय नुरी काय बोलते आहे हे कळलेच नाही. शेवटी तिने अर्णव नाव दोनदा मोठ्याने घेतले तशी ती खाडकन जागी झाली. नुरीने निरोप सांगितला तशी तिची झोप पूर्ण उडाली.

दोघी पटापट तयार व्हायला गेल्या. मोजून 20 मिनिटात दोघी एकदम फ्रेश, नवीन कपडे घालून तयार होत्या. स्वीट लॉक करून त्या लिफ्ट ने खालती आल्या. लॉबी मध्ये एक माणूस उभा होता. त्याने त्या दोघींना त्यांच्या मागे यायला सांगितले. बाहेर पोर्च मध्ये ब्लु कलर मर्सिडीज उभी होती तिचे दार उघडून त्या दोघींना आत बसवले. ड्रायव्हर ऑलरेडी कॅप घालून आतमध्ये बसून तयार होताच. त्या माणसाने ह्या दोघींना आत बसवल्यावर तो वळून निघून गेला आणि ड्रायव्हर ने एकदम स्मूथली गाडी हॉटेल बाहेर काढली.

"किती झोपलो आपण नुरी"

"बघ ना, कळलेच नाही"

"अर्णव दिवसभर काम करत होता आणि आता पण आपल्याला भेटायला तिकडे तयार असेल आणि आपण बघ मस्त झोपा काढतोय"

"तुझ्या दादाला कळेल की आपण काहीच काम नाही करत आहोत तेव्हा काय म्हणेल तो?"

"नाही गं, असे नाही होणार. मी अर्णव ला विचारायचे ठरवले आहे की चेन्नईला कसा बिझिनेस प्लॅन आऊट करता येईल. तो बऱ्याच वेळेला येत असतो इथे"

"हं... आता कुठे बोलावले आहे ग त्याने? "

"इथली नावे तर मला पण नाही माहिती पण काहीतरी प्लॅन असेल त्याचा नक्की"

"फोन करून विचार ना त्याला?"

"नको... आपण चाललोच आहे तिथे ...कळेलच...उगाच मीटिंग मध्ये असेल तर डिस्टर्ब नको...जाऊदे..."

"आठ वाजलेत शिवांगी...भूक पण लागली आहे" "त्याला भेटल्यावर तो नेईल तिथे आपण खाऊयात" त्यांचे हे बोलणे चालू असतानाच एके ठिकाणी गाडी ड्रायव्हर ने थांबवली. गाडीतूनच त्या दोघी बाहेर बघत असताना एकदम समोरून आवाज आला.

"गुड एव्हीनिंग गर्ल्स" त्यांनी एकदम दचकून बघितले तर कॅप काढून ड्रायव्हरच्या रूपातील अर्णव त्यांच्याकडे पाहून हसत होता.

"अर्णव तू?" तिने थक्क होत विचारले.. "का? सरप्राईज फक्त तू देऊ शकतेस का?"

"नाही, म्हणजे हो, म्हणजे नाही" तिचा उडालेला गोंधळ पाहून तो हसायला लागला. नुरी लवकर सावरली पण ती सुद्धा सरप्राईज होती.

"आशा आहे, या ड्रायव्हरने गाडी व्यवस्थित चालवली आहे" यावर सगळेच हसले. त्याने इंडिपेंडन्स पार्क च्या इथे गाडी पार्क केली. तिथून ते तिघेही अपोलो हॉस्पिटल च्या जवळ असलेल्या फेमस चाट स्पॉट ला आले.

"शिवांगी तुला आठवते मी तुला म्हणालेलो की मला स्टेटस बाजूला ठेऊन काही गोष्टी करायला आवडतात, तेव्हा तू म्हणलेलीस की तुला सुद्धा तेच आवडते...मी तेच करायला चाललो आहे पण तुला आवडणार नसेल तर सांग, समोर ताज कोरोमंडल आहे तिथे आपण जाऊयात."

"बिलकुल नाही अर्णव, तू जे करशील तेच मला करायला आवडेल आणि नुरी आणि माझी चॉईस सेम आहे त्यामुळे तिला पण काही वेगळे वाटणार नाही"

"ऍबसोल्यूटली" नुरी म्हणाली.

तो त्यादोघींना घेऊन तिथे पोचला...भरपूर गर्दी होती. त्याने एका माणसाकडे जाऊन तिखट पाणीपुरी ऑर्डर केली. ती गरमागरम रगडा वाली पाणीपुरी खाताना सगळ्यांना तिखट लागले आणि तोंड भाजले पण ती मजा खूप वेगळी होती.

"और दो, और दो " असे करत त्यांनी मस्त ताव पाणीपुरी वर मारला. शिवांगी खूप गोरी आणि नाजूक होती त्यामुळे तिचे नाक लगेच लाल झाले. रुमालाने पुसत ती ते खाणे एन्जॉय करत होती.

ते झाल्यावर तो म्हणाला, "चला आता एका ठिकाणी." "कुठे" हा प्रश्न तिने विचारायचे नाही असे ठरवले होते. तिकडून चालत चालत ते मुरुगन इडली शॉप ला आले. एका सीट आऊट वर बसून त्याने 3 ईडली, डोसा आणि रस्सम भात अशी ऑर्डर केली. त्या दोघी फक्त पाहत होत्या.

थोड्याच वेळात समोर 3 भल्या मोठ्या केळ्यांच्या पानावरती 2 इडल्या, 1 डोसा, 1 वडा, चार प्रकारच्या चटण्या, सांबार ,रस्सम आणि भात आला होता.

"चमचा नाही दिला आहे..." शिवांगी अर्णव ला म्हणाली.

"चमचा नसतो इथे हाताने खायचे असते" तो दोघींना म्हणाला. नंतर त्याने स्वतः हाताने भात फोडून त्यावर गरम रस्सम ओतले आणि मस्तपैकी भाताचे गोळे करून खायला लागला. त्याचे ते खाणे बघून त्या दोघींना हसायला आले पण तो हे करतोय तर आपणही हे करूयात असे करून त्यांनी पण हाताने ते खायला सुरुवात केली. तो भरलेला हात, त्यावरून घसरणारे रस्सम आणि सांबरचे ओघळ, ती अप्रतिम चव त्या दोघींचे दिलखुश झाले. मन आणि पोट एकावेळी भरण्याची किमया त्या अन्नात होती त्यामुळे ते खाऊन सगळेच तृप्त झाल्या. हात बेसिन ला धुवून त्याने बिल पे केले आणि तिथून एक रिक्षा बोलावली.

"मरिना बीच" त्याने रिक्षावाल्याला सांगितले. या दोघी कधीच रिक्षात बसल्या नव्हत्या पण अर्णव ने त्यांना खूप सहजपणे कम्फर्टेबल केले. त्यांची रिक्षा 13 किमी असलेल्या मरिना बीच ला पोचली. जबरदस्त मोठा पसरलेला मरिना बीच आणि त्याच्या पुढे अंधारात समोर खळाळत असणारा समुद्र आज शिवांगीला तिच्याशी काही बोलत आहे असे वाटत

होते. मुंबई च्या समुद्रापेक्षा काहीतरी वेगळेपण चेन्नईच्या समुद्रात तिला जाणवत होते.

मरिना बीच वर त्यावेळेस पण बरीच चाहूल होती. समोरच्या रस्त्याच्या मागे दिसणारे चेपॉक स्टेडियमचे लाईट्स ऑन होते.

समोर असणारा शांत समुद्र पण मनात खळाळणाऱ्या असंख्य लाटा असेच काहीसे तिचे झाले होते.

आज या समुद्रावर तिच्या सोबत अर्णव होता, तो अनुभव तिच्यासाठी हवाहवासा आणि नवीन होता.

प्रत्येक क्षण हा तिला त्याच्या सोबतीने घालवायचा होता,मनात एक हुरहूर होती आणि समोर त्याचे ते शांत, सभ्य पण मनमिळाऊ वागणे खूपच भावत होते. आज त्याने स्वतःची स्टेटस ची वस्त्रे बाजूला टाकून सामान्य माणसा प्रमाणे जगणे काय असते हे दाखवले होते. शहराच्या श्रीमंती पेक्षा गावाच्या मातीशी नाळ जोडायचा प्रयत्न केला होता.

नुरी त्यांच्या सोबत होती पण आणि नव्हती पण!

ती मुद्दामून त्यांना स्पेस देत होती. थोडी बाजूला असून पण तरीही सोबत आहे असे वागत होती.तिच्यासाठी शिवांगी चे हे वागणे फार नवीन होते पण मनाला कुठेतरी ते आवडत होते.

त्याने तिथेच वाळूत बसायची जागा केली. तिघेही जण तिथे बसले. आजूबाजूला बरीच लोक होती त्यात काही मुले तर काही मोठी. ते लोक रेतीचा किल्ला बनवत होते. त्यांचे वागणे ती शांतपणे बघत होती आणि अचानक म्हणाली,

"अर्णव हे असे लहानपण कधी जगायलाच नाही मिळाले बघ! आई, बाबा, हाताला धरून चालत आहेत, खेळवत आहेत हे कधी अनुभवलेच नाही! वाट्याला आले ते स्टेटस पायी मेड सोबत असणे, इन्फेकशन होईल म्हणून सगळ्यांपासून लांब राहणे! छोट्या छोट्या गोष्टीतला जो आनंद असतो ना तो कधी मिळालाच नाही..आणि कधी मिळवायचा प्रयत्न केला तर ते आपले स्टेटस नाही हे उत्तर!"

आपल्या मनाचे ती त्याच्याशी बोलत होती आणि खंत चेहऱ्यावर जाणवत होती तिचे निरीक्षण करणारा अर्णव म्हणाला,

"माझे ही काही वेगळं नाही,पण येस मला हे माझ्या मुलांना नक्कीच द्यायचे आहे. जो आनंद मी उपभोगला नाही, जे आयुष्य मी अनुभवले नाही ते त्यांना नक्की देणार. मला त्यांना लगेच मोठे नाही करायचे आहे, त्यांचे बालपण त्यांना उपभोगता आले पाहिजे"

त्याचे हे वाक्य ऐकून दोघीही चकित होऊन त्याच्याकडे बघत होत्या, काही क्षणाने त्याला जाणवले की आपण काय बोलून गेलो.

एकदम शांत झालेल्या वातावरणाला फ्री करण्यासाठी त्याने नुरी आणि शिवांगी च्या हाताला धरून रेतीत हात घातले आणि म्हणाला, "आणि अरे कोणी सांगितले आपण मोठे झालो? चला आपण पण ट्राय करू!"

तसे उत्साहाने त्या तिघांनी वाळूच्या किल्ल्याला बनवायला सुरूवात केली. मधेच त्याने केलेले वाळूचे स्ट्रक्चर नुरी ने मुद्दाम तोडले, मग शिवांगीने तोडले, मग त्याने त्या दोघींचे तोडले.

नंतर एकमेकांवर वाळू फेक झाली मग ती वाचवता वाचवता सगळे पाण्यात गेले...येणाऱ्या लाटा भरपूर वेळ अंगावर घेत , दुसऱ्यांवर पाणी उडवत, लाटांशी कबड्डी खेळत, भरपूर मस्ती करत करत दमून भागून, थकून ते तिघेही रेतीवर पहुडले आणि वर पसरलेल्या चांदण्याकडे बघत राहिले.

ते पाहत असताना शिवांगी म्हणाली "अर्णव मला माहिती नव्हते तुझ्या मागे इथे आलेली मी, माझ्या आयुष्याचा एक अमेझिंग अनुभव मला इथे मिळून जाईल."

"माझ्या मागे आलेली?" थोडं चपापुन आश्चर्याने तो शिवांगीकडे बघत म्हणाला.

तसं तिने स्वतःची जीभ चावली आणि लगेच म्हणाली, "तूच आणले ना आम्हाला इथे, म्हणजे तुझ्या मागे आलो ना"

"हो ना, नाहीतर आम्हाला कुठे चेन्नई माहिती होते" नुरी तिची बाजू सावरत म्हणाली.

तेवढ्यात त्यांच्या मागे एक सायकल ची घंटी वाजली. एक आजोबा सायकल वर कॉफी विकत होते.

टेक कॉफी प्लिज, नो इन्कम फ्रॉम एव्हीनिंग. व्हेरी नाईस कॉफी, माय वाईफ मेड, प्लिज टेक"

त्याचे बोलणे ऐकून अर्णव उठला आणि त्यांना म्हणाला, "हाऊ मेनी कपस लेफ्ट इन जार?"

"20 मोर"

"सगळे पैसे मी देतो आम्हाला 3 कप द्या आणि बाकीची सगळ्यांना वाटून टाका" असे म्हणून त्याने 2000 ची नोट त्या आजोबांना दिली.

आजोबांच्या चेहऱ्यावरील कृतार्थ भाव पाहून शिवांगी च्या डोळ्यात पाणी तरळलं. तिने मूक पणे अर्णव ला धन्यवाद दिले.

रात्रीच्या वेळेस त्या थर्माकोल च्या कपातून कॉफी पित असताना मरिना बीच तिला फार आवडला. खरंतर ती चेन्नईच्या प्रेमात पडली होती. जशी कॉफी संपली तशी तो जोरात म्हणाली,

" मला पुन्हा भूक लागली आहे रे!" तसे नुरी आणि अर्णव दोघेही मोठ्याने हसले.

पुन्हा जवळच असलेल्या चायनीज स्टॉल वर ते सगळे गेले. उभे राहून वन बाय थ्री असे हक्का नूडल्स एन्जॉय करत त्यांनी खाल्ले आणि मग अर्णव ने जवळची रिक्षा थांबवली. हॉटेल कडे जात असताना गार थंडगार वारे त्यांना थंडी ची जाणीव करून देत होते.

" उद्या चे काय प्लॅन तुझे?"

"सकाळी मीटिंग आहे 10 ला. त्या मीटिंग प्रमाणे पुढचे प्लॅन होईल, का गं?"

"ठीक आहे,मी उद्या त्या स्वामी ना भेटेल आणि तुझी मीटिंग झाली की मला कॉल कर मला तुझ्या बरोबर बिझनेस एक्सपांशन बद्दल बोलायचे आहे"

"येस मॅडम!"

हॉटेलमध्ये पोचल्यावर गुडनाईट करून ते आपापल्या स्वीट रूमस मध्ये गेले .

पुढे काहीतरी त्याच्या मनात आले आणि तो विचार त्याला खुलवून गेला.

रात्री 2 वाजता तिच्या रूम चा इंटरकॉम वाजला तिने झोपेत उचलला "अर्णव बोलतोय!"

"हां बोल" झोपेत ती म्हणाली पण क्षणात लगेच विचारले" तू झोपला नाही?"

"सध्या मी गाढ झोपेत आहे आणि स्वप्नात तुझ्याशी बोलतो आहे" खोडकरपणे तो म्हणाला आणि हसला.

"व्हेरी फनी!"

"बाहेर ये रुम च्या".

"या वेळी?"

"नाही गं! उद्या दुपारी" थोडा वैतागत तो म्हणाला.

"सॉरी सॉरी, आलेच" असे म्हणून तिने इंटरकॉम ठेवला.

ती लगेच बाहेर आली तर हा आधीच उभा होता.

" चल, माझ्या मागून हळूच ये.माझ्या सिक्युरिटी ला कळता कामा नये" तो म्हणाला

तसे ती त्याच्या मागोमाग हळूहळू निघाली. दोघेही लिफ्ट ने खाली स्विमिंग पूल पाशी आले.

ती म्हणाली " झोप नाही आली का तुला?"

त्याचे लक्ष होते तिच्या चेहऱ्याकडे. झोपेतून उठलेली ती थोडे विस्कटलेले केस जे वाऱ्याने उडून तिच्या गालावर तर काही मानेवर रुळत होते.

पिंक कलरचा तिचा सॅटीन चा नाईट गाऊन जो वाऱ्याने उडत कधीतरी तिच्या शरीराला चिकटत होता आणि गोड दिसणारा तिचा तो निरागस चेहरा जो फक्त तिचा आनंद दर्शवत होता.

तिने पुन्हा विचारले तेव्हा तो भानावर आला आणि म्हणाला " तू मगाशी काय म्हणत होतीस की माझ्या मागे आली?"

तशी ती बावचळली काय बोलावे कळेना आणि फक्त त्याच्याकडे पाहिले आणि त्याच लक्ष आहे हे कळल्यावर नजर खाली वळली तिचे गाल आरक्त दिसत होते.

"शिवांगी" त्याने फक्त हाक मारली.

"हं" इतकेच ती बोलली.

त्याने तिला हाताला धरून बाजूच्या चेयर वर बसवले, बाजूला छान पाणी होते, तिथेच काही शोभेची लावलेली झाडे, सोबत हिरवळ आणि आजूबाजूला पडलेला तो चंद्र प्रकाश हे सगळे तिला स्वप्नवत वाटत होते.

ती स्वप्नात असल्याप्रमाणे वावरत होती तो पुन्हा म्हणाला " शिवांगी तू ठीक आहेस ना?"

हो" ती म्हणाली.ती चेअर वर बसली होती आणि तो तिच्या शेजारी बसला होता, तो म्हणाला,

"शिवांगी तुझ्याशी काही बोलायचे आहे!"

"बोल ना" ती म्हणाली तर खरं पण तीचे हृदय जोरजोरात धडधडायला लागले होते.

"तूझा साधेपणा, उत्तम विचार आणि छान वागणूक मला भावली. आज मी तुला न विचारता काय काय करायला लावले, याचा तुला राग नाही ना आला?"

ती काहीच बोलली नाही फक्त तिचे आसुसलेले डोळे त्याच्याकडे बघत होते आणि बरेच काही सांगत होते.

"तुझ्या घरच्यांनी तुला एवढे जपले आहे आणि फुलासारखे वाढवले आहे, मी मात्र तुला आज अगदी बेफामपणे आयुष्य जगायला लावले, माझे काही चुकले का? तुला काय वाटते?"

"अर्णव, आज जे तू माझ्यासाठी जे केलेस त्याने मी किती आनंदी आहे ह्याचे मी कसे वर्णन करू?"

काही क्षण अबोल पण अर्थपूर्ण शांततेत गेले. अर्णव ने काही बोलावे म्हणून ती कानात जीव आणून वाट पाहत होती.

"झोपतेस वर स्वीट मध्ये जाऊन?"

"नको.."

"मग काय इथेच झोपणार?"

"झोपायला कशाला हवे? गप्पा मारुयात आपण मस्त"

त्याने हसून रिसेप्शन ला इंटरकॉम केला आणि कॉफी शॉप मधून तिथेच कॉफी मागवली.

"तुला कॉफी आवडते का रे खूप?"

"खूप.आणि तुला?"

"मला सुद्धा खूप"

"तुला रात्री गप्पा मारायला आवडतात का ग?"

"खूप. तुला?"

"मला सुद्धा खूप" यावर ते दोघेही हसले.

"नेचर, गाणी, कॉफी, गप्पा, बऱ्याच कॉमन आवडी आहेत ना आपल्या"

"हो मगं! त्यात आता चेन्नई ची पण भर पडली बरं का!"

"काय सांगतेस! मला चेन्नई मनापासून आवडते म्हणून मी कायम इथे येतो"

"तुला माहिती आहे अर्णव, एखाद्या शहरात जर आपल्या मनाला स्पर्शणाऱ्या काही गोष्टी झाल्या ना तर ते शहर आपल्याला खूप आवडते"

"खरंय! पण चेन्नईत तुझ्या मनाला काय स्पेशल फील झाले?"

ती नुसती हसली.

"सांग ना!"

तिने नाही अशी मान डोलावली.

"बरं, कानात सांग. मी कुणाला नाही सांगणार" तो म्हणाला.

तशी ती अजून हसली...

काही क्षण हसण्याचे झाल्यावर ती म्हणाली, "सांगू?"

"येस प्लिज"

"चेन्नई मधली ऑटो रिक्षा" ती मोठ्याने हसत म्हणाली.

यावर अर्णव ने कपाळावर हात मारुन घेतला.

त्याच्या या रिऍक्शन मुळे शिवांगी अजून जोरजोरात हसायला लागली.

समोर आलेल्या वेटरने एकदा त्या दोघांकडे बघितले आणि कॉफीचे कप तिथे ठेऊन निघून गेला.

तो निघून गेल्यावर त्याला बघत अर्णव ने हसायला सुरुवात केली.

दोघेही मोठ्याने हसत असताना आकाशातल्या चंद्राचे प्रतिबिंब त्यांच्या कॉफीच्या कपात हळूच डोकावून हसत होते.

सकाळी तिला बरीच उशिरा जाग आली. पाहते तर नुरी अजूनही झोपलेली. तिचे अंग थोडेसे गरम वाटत होते. तिने नुरीला उठवले आणि विचारले काही त्रास होत आहे का? ती गुंगीत असल्यासारखे नाही म्हणाली. तिने घड्याळात पाहिले तर 9 वाजले होते.

हॉटेल रिसेप्शन ला फोन करून तिने 'डॉक्टर ऑन कॉल' मागवला. काहीच वेळात एक लेडी डॉक्टर तिथे पोचली. तिने चेक करून सांगितले की थोडा ताप आहे. एक इंजेक्शन आणि जवळच्या काही गोळ्या तिने दिल्या. तिला भरपूर पाणी प्यायला द्यायला सांगितले.

डॉक्टर गेल्यावर तिने फोन चेक केला तर दादाचा सकाळी फोन येऊन गेला होता.

तिने लगेच त्याला फोन लावला. पहिल्या रिंगलाच फोन उचलला गेला.

"गुड मॉर्निंग दादा"

"गुड मॉर्निंग बच्चा, कशी आहेस तू? काल दिवसभरात बोलली नाहीस एकदा सुद्धा"

"सो सॉरी दादा, काल खूपच बिझी गेला दिवस"

"इट्स ओके...मि. स्वामी ने जागा दाखवल्या का?"

"दादा, सकाळी सकाळी कामाचे विषय नको ना!आल्यावर सांगते ना तुला" ती लाडे लाडे म्हणाली.

दादा त्यावर हसला आणि म्हणाला, "ओके, फक्त नीट आहेस हे कळवत राहा"

"येस दादा, लव यु! बाय" असे म्हणून तिने फोन ठेवला.

दार उघडून तिने समोरच्या स्वीट कडे नजर टाकली तर तिथे ऑलरेडी DND चा लाईट झळकत होता.

आता अर्णव ला फोन करता येणार नव्हता हे तिच्या लक्षात आले.

तिने मि. स्वामी ना फोन लावला.

"गुड मॉर्निंग मॅडम"

"गुड मॉर्निंग मि. स्वामी. कॅन यु प्लिज कम डाउन टू हॉटेल ग्रँड चोला"

"येस मॅडम, इन नेक्स्ट हाल्फ ऍन अवर"

"ओके, प्लिज वेट फॉर मी इन लॉबी. आय विल बी देअर"

तिने फोन ठेऊन पटकन आवरायला घेतले आणि पुढच्या अर्ध्या तासात ती तयार झाली.

नुरी ला झोप लागली होती. तिच्या शेजारी हॉटेल मधल्या नोट पॅड वर तिने मोठ्या अक्षरात "मी खालती लॉबी रेस्टॉरंट मध्ये आहे, काही लागले तर फोन कर" असे लिहून ती बाहेर पडली. समोर DND लाईट दिसतच होता.

खालती आली तर एक बारीक, उंच आणि प्युअर मद्रासी दिसणारा एक माणूस हातात डायरी आणि पेन घेऊन तिच्यापाशी आला.

"मॅडम, मी स्वामी"

तिने स्माईल केले आणि म्हणाली "आपण रेस्टॉरंट मध्ये बसूयात." त्याने मान डोलावली.

काल अर्णव बरोबर 'मद्रास पॅविलियनच्या' ज्या टेबलावर तिने लंच घेतला त्याच तिथे जाऊन अर्णव बसलेल्याच खुर्चीवर ती बसली.

कडक डोसा आणि कॉफी तिने ऑर्डर केली तर स्वामीने इडली सांगितली.

स्वामीचे पूर्ण नाव T रंगनाथ स्वामी असे होते. चेन्नई मध्ये मोठा झालेला हा चेन्नईचा कोपरा कोपरा जाणत होता. बिझनेस एक्सपांशन साठी किती जागा कुठे घेतली तर चांगले राहील हे तो खाता खाता बोलत होता. माणूस व्यवस्थित होता पण शिवांगी त्याच्या कंपनी मध्ये कंटाळायला लागली होती.

तेवढ्यात बोलता बोलता तो एक्स्क्यूज मी म्हणून उठला आणि बाजूने चाललेल्या माणसाला " हॅलो गुड मॉर्निंग सर, व्हेरी ग्लाड टू सी यु हियर" असे कोणाला तरी म्हणाला. तिने मान वळवून पाहिले तर तो अर्णव होता.

त्याला पाहून तिचा कंटाळा कुठल्या कुठे पळून गेला.

स्वामी त्याच्याशी बोलत होता आणि ती त्याच्याकडे पाहत होती.

वेल टेलर्ड सूट, पॉलिश केलेले बुट्स आणि क्लीन शेव केलेला तो तिला त्या क्षणी जगातील सर्वात हॅंडसम व्यक्ती वाटत होता. त्याच्या बरोबर 4 ते 5 जण होते आणि ते सगळे त्याचे बोलणे व्हायची वाट पाहत होते.

अर्णव चे लक्ष तिच्याकडे गेले आणि तो अलगद हसला.

पुढे जाऊन ते समोरच्या एका टेबलावर बसले. अर्णव ने अशी खुर्ची पकडली की त्याला बरोबर शिवांगी दिसावी आणि शिवांगीला तर फक्त तो आणि तोच दिसत होता.

स्वामी परत खुर्चीवर येऊन बसला.

"ही इज मि. अर्णव सिंघानीया. व्हेरी गुड मॅन. मोठा बिझनेसमन आहे. चेन्नई आणि होल साऊथ इंडिया सगळीकडे यांनी आपला बिझनेस स्प्रेड केला आहे. खूप क्रिएटीव्ह आणि स्टील डाऊन टू अर्थ आहे." त्याचे अर्णव बद्दल बोलणे ऐकून तिला मनापासून आनंद झाला. स्वामी पुढे मेन जागा, हेड लोकेशन, डिस्ट्रिब्युटर्स असे बोलत होता आणि ती फक्त मान डोलवत होती. तिचे पूर्ण लक्ष अर्णव कडे होते.

तिची आणि अर्णव ची नजरानजर खूप वेळा होत होती आणि ती झाली की ती हळूच हसायची. अर्णव चे पण बरेच वेळा लक्ष तिच्याकडे जायचे. खरंतर शिवांगी ने कानात डायमंड घातला होता. हॉटेल च्या लाईट्स इफेक्ट्स ने तिने मान डोलावली की तो डायमंड चमकायचा आणि अर्णव चे लक्ष त्या डायमंड कडे जायचे. त्याच वेळेस त्याने हातात घातलेले घड्याळ सुदधा छान चमकायचे आणि शिवांगीचे लक्ष तिकडे जायचे. त्या दोघांनाही हे माहिती नव्हते की आपल्या या ॲक्शन ची रिॲक्शन समोरून येत आहे. पण दोघेही ते एकमेकांना बघणे एन्जॉय करत होते.

बहुतेक अर्णव चा ब्रेकफास्ट राहिला होता त्याने पण इडली आणि कॉफी मागवली होती. त्याच्या टेबलावर इडली पाहून तिने पण इडली आणि कॉफीची ऑर्डर दिली. स्वामी नाही नाही म्हणत असतानाही तिने बळजबरीने त्याला मैसूर डोसा घ्यायला लावला.

जवळजवळ तास भर त्यांचा हा 'पाहण्याचा' कार्यक्रम चालू होता. इकडे स्वामी ची बडबड सुरू होती. तेवढ्यात तिचा फोन वाजला. नुरी चा फोन होता. तिला आता बरेच ठीक वाटत होते. शिवांगीने तिला खालती रेस्टॉरंट मध्ये बोलावले.

नुरी खाली आली पण ती फार थकलेली वाटत होती, शिवांगी ने चेक केले तर अंग अजूनही जर कोमट होते. तिने नुरी ची मि. स्वामी सोबत ओळख करून दिली.

" नुरी तुला औषध घ्यायची आहेत त्यामुळे हलगर्जीपणा चालणार नाही" असे म्हणत तिने नुरीला इडली सांबार, एक कडक डोसा आणि आले घातलेला चहा असे थोडे बळेच खायला लावले.

या दरम्यान अर्णव मीटिंग मध्ये असलेल्या लोकांसोबत चर्चा करत बाहेर जायला निघाला तशी ती थोडी खट्टू झाली. त्याला ते जाणवले आणि त्याने हलकेच डोळ्याने खुणावले की येतो लवकर असे.

नुरीचे खाणेपिणे आटोपले तशी ती स्वामी ला नंतर भेटते असे सांगून तिला स्वीट कडे घेऊन निघाली पण मन मात्र अर्णव भोवती रेंगाळत होते. तिच्या हालचालींवरून नुरी सगळेच समजली होती पण तिला शिवांगी कडून ऐकायचे होते.

जेमतेम अर्धा तास झाला असेल तर स्वीटची बेल वाजली. तिने जाऊन दार उघडले तर समोर अर्णव हसत उभा होता.त्याला पाहिल्यावर हिची एकदम कळी खुलली आणि एक्ससाईट होऊन तिथेच उभी राहिली.

दारातच अर्णव तिच्याकडे आणि ती त्याच्याकडे बघत उभे होते. दार उघडायला गेलेली शिवांगी परत का आली नाही हे बघायला नुरी दरवाज्या पाशी गेली.तिथे हे दोघे तसेच उभे

राहिलेले पाहून तिने मागून जाऊन शिवांगीला हलकेच धक्का दिला.

ती पूर्णतः बेसावध होती त्यामुळे धक्क्याने तिला एकदम समोर पडायला झाले. ती पडणार तेवढ्यात तिला कमरेतून हाताचा आधार देऊन अर्णवने सहज पकडले. पडलेल्या धक्क्याने सावध होत तिने हलकेच पाहिले तर ती अर्णव च्या मिठीत होती.

दोघे एकमेकांच्या डोळ्यात पूर्णपणे हरवलेले असताना पाहण्यात नुरी ने "कोण आहे गं शिवांगी?" असे मुद्दामून विचारले तशी त्यांची तंद्री भंगली आणि ते ओशाळून बाजूला झाले पण गालावरील खट्याळभाव काही लपत नव्हते.

"अर्णव आमच्या स्वीट मध्ये यायचे नाही का तुला?" नुरी ने विचारले.

"येतो येतो" तो हसत म्हणाला.

आतल्या सोफ्यावर तो बसल्यावर त्याने विचारले,

"नुरी काय झाले तुला?"

"अरे कालची दगदग भोवली बहुदा, सवय नाही ना. त्यातून आपण रात्री समुद्रात भिजलो ना"

"अच्छा म्हणजे समुद्र बाधला का तुला?"

"प्रत्येकाला थोडीच चेन्नई लाभते" ती शिवांगी कडे हसत हसत म्हणाली.

शिवांगीने तिला डोळ्यांनी दटावले तशी ती अजून हसली.

"औषध घेतले का?आराम कर छान." त्याने सांगितले.

"हो ते तर करेनच! पण जे होते ते चांगल्यासाठी ना!" मुद्दाम शिवांगी कडे डोळा मारत बघत ती म्हणाली तशी शिवांगी ने आपले डोळे मोठे करून तिला गप्प केले. त्यांची ही नजरानजर अर्णव एन्जॉय करत होता.

"शिवांगी तू कशाला थांबतेस इथे? अर्णव जा हिला घेऊन तशीही ही मला बोअर करते आहे" असे म्हणत हसायला लागली.

"मी बोअर करते आहे का?" लटक्या रागाने तिने विचारले. आणि तिला जवळच्या उशीने मारायला लागली.

त्यांचे हे चालू असतानाच अर्णव ने विचारले "मी फ्री झालो आहे, शिवांगी जायचे का? आज चेन्नई एक्सप्लोर करुयात!"

एकदम उत्साहात शिवांगी लहान मुलीसारखी उडी मारून उभी राहिली "हो चल जाऊ यात!"

"10 मिनिटे दे, मी चेंज करून येतो. नुरी काळजी घे " असे म्हणत तो त्याच्या स्वीट कडे गेला.

नुरी ने नजर वळवून पाहिले तर एव्हाना शिवांगी ड्रेस निवडत होती, पुढच्या10 मिनिटात तिने स्वतःचे छान आवरले आणि ती नुरी बाजूला येऊन बसली. नुरी फक्त गालातल्या गालात हसत होती. मोजून 11 व्या मिनिटाला बेल वाजली.

दार उघडले तर शिवांगी बघतच राहिली! फुल्ल कॅज्युअल लूक! प्लेन व्हाईट टी शर्ट, लिवाईस ची ब्लु जीन्स. व्हाईट ब्ल्यू कॉम्बिनेशन चे नाईकी चे शूज आणि त्यात तो आल्यावर येणारा एका उत्तम परफ्यूम घमघमाट!

शिवांगी पण काही कमी नव्हती. तिने पण रेड कलरचा स्लीवलेस टॉप त्यावर डेंनीमचे जॅकेट आणि तशीच ब्लु जीन घातली होती. दोघेही अगदी आयडियल कपल वाटत होते.

नुरी ला बाय करून ते दोघे खाली आले तर मस्त पांढरी रेंज रोव्हर उभी होती. त्याने स्वतः ड्राइविंग चा ताबा घेत गाडी रोडवर घेतली.

ती डोळ्यांची पापणी न लवता त्याला न्याहाळत होती त्याला हे जाणवत होते त्याची पण नजर मधून मधून तिला बघत होतीच. एकमेकांबद्दल प्रचंड ओढ त्यांना जाणवत होती, त्याचा अचानक झालेला हलकासा स्पर्श सुद्धा तिला मोहरून टाकत होता.

हॉटेल चोला मधून गाडी निघाली. अर्णव अश्या पध्दतीने गाडी चालवत होता जसे चेन्नई मधील प्रत्येक रोड त्याला माहिती आहे. अण्णा सलई मधील काही प्रोमीनंट लोकेशन्स त्यानी तिला दाखवले.

टी नगर, एगमोर आणि अण्णा नगर मधील काही महत्वाच्या गोष्टींची माहिती तो तिला गाडीतूनच देत होता.

त्याच्या बोलण्यातून त्याचा प्रोफेशनॅलिसम दिसत होता. त्याचे प्रत्येक वाक्य असे होते की मि. स्वामी ने तिला काय सांगितले होते ते ती पूर्णपणे विसरून गेली होती.

आता जवळपास 5 वाजले होते. आता त्याने लांब शहराबाहेर गाडी नेली आणि एके ठिकाणी गाडी पार्क केली.

तिला म्हणाला " तुला सोनेरी किनारा बघायला आवडेल का?".

तिला काही कळले नाही पण त्याच्या सोबत वावरताना ती खूप आनंदून, उत्साहात होती त्यामुळे तिने लगेच हो म्हणून मान डोलावली.

त्याने तिला आत मध्ये नेले तर त्याच्या गेट वर नाव होते " गोल्डन बीच".

ती आणि तो आत आले, समोर बरीच लोक होती. लहान मुले त्यांच्यासाठीच्या विविध मनोरंजक उपक्रमात गर्क होती. आत एके ठिकाणी खूप गर्दी वाटली म्हणून पाहिले तर कुठल्यातरी तामिळ पिक्चर चे शूटिंग सुरू होते आणि तिथे तिथला फेमस सुपर स्टार 'सुर्या' शूटिंग करत होता. त्यामुळे त्याला पाहायला भरपूर गर्दी होती.

आणखी पुढे गेले तसं वातावरण बदलले. हवेची झुळूक येऊ लागली आणि नजरेस पडला तो नावाला सार्थक करणारा गोल्डन किनारा!

ती खूपच आनंदाने समोर पाहत होती. आज ते पाणी खूप काही बोलत होते. शब्द जणू गौण होऊन त्यांच्यात फुलणारे प्रेम हे ते पाणी एकमेकांना जाणवून देत होते.

"अर्णव, आज मला माझ्या आयुष्यातील सगळ्यात मोहक अशी संध्याकाळ जाणवते आहे."

"का ?" त्याने मुद्दाम विचारले.

तसे त्याच्या नजरेला नजर देत ती म्हणाली " तुला खरंच माहिती नाही आहे का ते?"

ती लाजून फक्त त्याच्याकडे बघत होती.

त्याने तिच्या हाताला अलगद धरले. तो हात घट्ट पणे पकडला.

त्यावेळेस तिच्या हृदयाची धड धड इतकी प्रचंड वाढली होती की वर सुद्धा बघू शकत नव्हती.

"शिवांगी!"

"....."

"या सोनेरी संध्याकाळी, सोनेरी बीच वर तू एक सोनपरी सारखी दिसत आहेस"

त्याच्या या बोलण्यावर ती खूपच लाजली.

"हे पाणी, हे आकाश, हा सूर्य सगळेच छान आहे आणि त्याही पेक्षा तेजस्वी आहे तुझा चेहरा"

शिवांगी पूर्णपणे निःशब्द झाली होती.

"आज मला पहिल्यांदा वाटत आहे की मी लग्न करावे"

त्याच्या या बोलण्याने तिने त्याच्याकडे बघितले.

त्याला तिच्या डोळ्यात अनेक सुंदर छटा भासत होत्या.

"शिवांगी, तू चेन्नईला येऊन मला जे सरप्राईज दिले त्या साठी मी तुझा कायम ऋणी राहीन. नाहीतर मला कधीच कळले नसते की मला काय हवे आहे ते"

त्याच्या प्रत्येक शब्दाला कानात साठवत ती ते क्षण अनुभवत होती. त्या सूर्यास्ताच्या वेळी तिच्या केसांवर पडलेला लख्ख प्रकाश आणि त्याच्या चेहऱ्यावर उतरणारे स्पष्ट प्रतिबिंब एकमेकांना त्यांच्या सोनेरी क्षणांची साक्ष देत होते.

दोघेही गोल्डन बीच वरच्या सुवर्ण छटा अनुभवत एकमेकांच्या सहवासात निःशब्द बसले होते.

तेवढयात शिवांगी चा फोन वाजला. तिने स्क्रीन कडे बघितले तर नुरी चे नाव दिसले. तिने झटकन फोन उचलून तिला विचारले,

" नुरी बरे आहे ना तुला? काही त्रास होतोय का? मी येऊ का? का तुला इथे यायला गाडी पाठवू?"

"अगं, थांब थांब! किती प्रश्न विचारतेस. मी एकदम टकाटक आहे. मी तुला फोन या करता केला की मला अर्णव ला थँक्स म्हणायचे आहेत"

"अर्णव ला थँक्स? का ग?"

"म्हणजे तुला माहिती नाही का काही?"

"नाही. सांग तर काय!"

"अगं, तुम्ही गेल्यापासून दर अर्ध्या तासात कोणीतरी येऊन माझी चौकशी करून जात आहे. सतत काहीतरी आणून देत आहे. आत्तापर्यंत चार नारळ पाणी, व्हेजिटेबल्स सुप्स, साजूक तुपातला म्हैसूर पाक, ड्रायफ्रूट डिश, वेगवेगळे फ्रुटस आणि आता भला मोठा रोज

बुके सुद्धा आणला आहे ज्यावर 'गेट वेल सून' असे लिहिले आहे. त्याची माणसे इतकी काळजी घेत आहेत माझी की मला वाटते आहे या हॉटेलची मी मालकीण आहे. आता सकाळचे डॉक्टर पण परत येऊन गेले आणि ऑर्डरली सुद्धा डिनर ची ऑर्डर घ्यायला आला आहे. तू माझी काळजी करू नकोस आणि अगदी निवांत ये...पण, रियली ही इज ग्रेट. कुठे आहे तो..दे जरा त्याला फोन"

तिने अर्णव च्या हातात फोन दिला. तो फोनवर बोलत असताना ती त्याच्याकडे फक्त बघत होती आणि त्याला बघत असतानाच एका क्षणाला तिच्या डोळ्यातून पाणी ओघळलेच. त्याचे फोनवर बोलणे झाल्यावर शिवांगी कडे पाहिले तर ती त्याला " थँक यु" असे भावनिक होऊन म्हणाली.

त्याने नाही म्हणून मान डोलावली आणि तिच्या डोळ्यातुन येणाऱ्या पाण्याला त्याच्या बोटाने अलगद टिपुन ते हवेत उडवून टाकले.

"तुझ्या डोळ्यात आनंदाने किंवा दुःखाने मला कधीच पाणी नको आहे. जमेल का एवढे?"

"तुझ्यासाठी काहीपण जमेल" ती मस्त हसत म्हणाली.

यावर तो ही हसला.

"चला मॅडम, चेन्नई मधील माझ्या सगळ्यात आवडत्या ठिकाणी तुम्हाला घेऊन जायचे आहे. येताय ना?"

"अजून आवडती जागा? भारीच की!

"यायचंय ना?"

"म्हणजे काय! चलो चलो लवकर चलो"

तिचे बोलणे ऐकून त्याला हसायला आले.

ते दोघेही पार्किंग पाशी आले.

त्याने गाडीच्या की ने सेन्टर लॉक ओपन केले आणि ते दोघेही गाडीत शिरले.

"शिवांगी आता आपण ज्या रूट ने चाललो आहे त्याला ECR म्हणजे ईस्ट कोस्ट रूट म्हणतात. समुद्राच्या बाजूने जाणारा हा रोड आणि इथला निसर्ग जेवढा अनुभवता येईल तेवढा अनुभव"

त्याच्या या बोलण्यावर तिने AC बंद करून टाकला आणि गाडीच्या काचा ओपन केल्या.

त्याने हसत तिच्याकडे पाहिले आणि म्हणाला, "आपल्याला इथून 35 किमी जायचे आहे. हा रोड आपण 30 मिनिटात पार करू. बघ काय पाहता येत आहे ते"

तिने गाडीच्या बाहेर हात काढला आणि सगळे गार वारे प्यायला लागली. त्याची रेंज रोव्हर आता मस्त स्पीड ने चालली होती आणि गाडीत भरपूर वारे येत होते. त्या थंडगार हवेने ते दोघेही एकदम फ्रेश झाले.

तेवढ्यात त्याने गाडीचे रुफ ओपन केले आणि शिवांगी ला उभे राहयाला सांगितले. तिने असे कधी केले नव्हते. पण तो म्हणत आहे तर, थोडा त्याचा आधार घेत, थोडे गाडीला धरत ती उभे राहिली.

छता वरून डोके बाहेर काढून समोर दिसणारा रस्ता आणि बाजूला असलेला समुद्र तिला बेभान करत होता.

गाडीचा स्पीड, तो अंधुक झालेला प्रकाश आणि थंडगार हवा अफाट कॉम्बिनेशन होते.

ती आनंदाने जोरात ओरडायला लागली. तिचे ओरडणे ऐकून त्याला गंमत वाटली.

थोड्या वेळ अश्या पद्धतीने ड्राईव्ह केल्यावर त्याने गाडी बाजूला घेऊन तिला डोअर वर बसायला सांगितले.

असे काही बसता येते हे तिला माहीतच नव्हते. त्याने डोअर लॉक आहेत असे तिला सांगितले आणि काचा खालती घेतल्यामुळे तू डोअर वर बसून पूर्ण बाहेर बघू शकतेस हे दाखवले.

तिला हात आतल्या अप हँडल ला घट्ट धरायला लावून अगदी 20 च्या स्पीड ने गाडी चालवायला घेतली.

हा अनुभव अजूनच थ्रिलिंग होता. ती अतिआनंदाने मस्त ओरडत होती. अर्णव ने त्याच्या डाव्या हाताने तिच्या पायाला धरले होते आणि तो बराच सावध राहून गाडी चालवत होता पण ती मात्र प्रचंड खुश होती.

अजून गंमत म्हणून त्याने समोर रोड वर कोणी नाही हे पाहून थोडी झिग झ्याग गाडी चालवली आणि तिचा हॅपिनेस हा आभाळाला पोचला. थोडे ऍडवेंचर करून झाल्यावर त्याने तिला आत बसवले

ती त्या पूर्ण एक्सपिरियन्स ने अक्षरशः गाडीत सुद्धा उड्या मारत होती. एकदम स्मूथली गाडी चालवत तो तिला एके ठिकाणी घेऊन आला.

गाडी पार्क केली आणि एकदम ती म्हणाली,

"महाबलीपुरम!"

"येस"

"ओह वॉव! मी ऐकले आहे या बद्दल. हे युनेस्को हेरिटेज आहे ना"

"अगदी बरोबर. हिस्ट्री आणि जॉग्रफी पक्के आहे की तुझे" तिला चिडवत तो म्हणाला.

"ए मी स्कुल टॉपर होते त्यामुळे मला आठवतंय" ती तेवढ्याच फर्मली ती म्हणाली.

बराच अंधार झाला होता त्यामुळे काही बघता येणार नव्हते पण अर्णव ची पावले ही बरोबर पडत होती.

ती त्याच्या बरोबर चालत असताना आजूबाजूला असलेल्या स्टॉल्स कडे पाहत होती.

काही दगडी वस्तू, संगमरवरी कलाकुसर आणि बरोबर असलेल्या ब्रॉंझ चे स्टेचूज तिचे लक्ष वेधून घेत होते.

तिथल्याच असलेल्या एका स्टॉल मधील छोटया संगमरवरी हत्तीला तिने हातात घेतले आणि ते ती निरखून पाहायला लागली. ती थांबली पाहून अर्णव पण थांबला. त्याने घ्यायचे का असे विचारले.

तिला तो हत्ती तिच्यासाठी नाही तर अर्णव ला गिफ्ट द्यायचा होता त्यामुळे त्याने विचारल्यावर ती नाही म्हणाली.

ते तसेच पूढे चालत गेले. ती आजूबाजूच्या सगळ्या शिल्पकलेला जेवढे पाहता येतील तेवढे पाहत होती.

चालायचा एक रस्ता डावीकडून पुढे गेलेला होता.

अर्णव त्या रस्त्यावरून चालायला लागला. एका अनामिक ओढीने शिवांगी त्याच्या मागे जात होती.

आणि अचानक तो थांबला आणि त्याने तिला बघायला सांगितले.

अंधाराचा निळसर प्रकाश समोरच्या ढगांत उतरलेला होता. त्या पार्श्वभूमीवर समोर दिसणारा बे ऑफ बंगाल आज जास्तच खळाळत होता आणि त्याही पेक्षा नजरबंद करणारे एक मंदिर समोर दिसत होते.

ग्रॅनाईट चे भक्कम बांधकाम असलेले हे मंदिर पाहून शिवांगी स्तिमित झाली.

ती पुढे गेली आणि नाव वाचले.."शोर टेम्पल"तिने अर्णव कडे पाहिले. एक अनामिक शांतता आणि समाधान तिला अर्णव च्या चेहऱ्यावर दिसत होते.

तो तिला घेऊन आत मंदिरात गेला. शिवाच्या त्या रुपाला त्या दोघांनी मनापासून नमस्कार केला.

दर्शन घेऊन तो मंदिराच्या मागच्या बाजूला गेला. तिथे एक आडवा दगड होता त्यावर तो बसला आणि बाजूला शिवांगी ला बसवले. समोर उसळणाऱ्या लाटा त्या दोघांना मंत्रमुग्ध करत होत्या.

काही क्षण गेल्यावर तो तिला म्हणाला, "माझ्या साठी हे आवडते ठिकाण का आहे माहिती आहे?"

तिने नाही म्हणून मान डोलावली.

"मला पंचमहाभूतामधील चार तत्वे इथे सापडतात. आकाश, जल, वायू, पृथ्वी. सोबत देवाचा आशीर्वाद इथे मिळतो. जी शांतता मनाला भावते तो इथेच आहे. निसर्गाचे सुंदर रूप इथे सर्वत्र आहे आणि याच ठिकाणी मला पवित्र अग्नी निर्माण करून माझ्या सोलमेट बरोबर सात फेरे घ्यायचे आहेत. त्याच्या या बोलण्यावर पूर्णपणे चकित झालेली शिवांगी फक्त त्याच्याकडे बघत होती.

"मला लग्न या गोष्टीवर खूप काही जीव नव्हता, पण जेव्हा तुम्हाला योग्य साथीदार मिळतो तेव्हा लग्न,आयुष्य आणि तुमची स्वप्ने ही खरंच वाटायला लागतात. "

तिचे पूर्ण लक्ष त्याच्या बोलण्याकडे होते.

"तुला भेटल्यावर मला जाणवले शिवांगी माझे आयुष्य का अपूर्ण होते आणि तुझ्या येण्याने मला किती पूर्णत्व मिळाले आहे."

तो दगडावरून खाली उतरला आणि त्याने अलगद तिचा हात हातात घेतला.

"शिवांगी, माझ्या या आवडत्या ठिकाणी, जी व्यक्ती मला आवडते तिला माझ्या मनातील सगळ्यात आवडती गोष्ट सांगायला जात आहे.

त्याचे हे बोलणे ऐकून तिची धडधड खूप वाढली होती.

"शिवांगी, हा माझा पूर्ण जन्म मला तुला द्यायचा आहे. मला तूला माझी बनवायचे आहे. कायमसाठी.

माझ्याबरोबर तुझे पूर्ण आयुष्य घालवशील का?

शिवांगी, माझ्याशी लग्न करशील?"

त्याच्या प्रत्येक शब्दाने मोहरलेली शिवांगी काही रिएॅक्शन देण्याच्या पलीकडे गेली होती. तिने तिचे डोळे मिटले आणि त्याच्या हातांना घट्ट पकडून ठेवले.

दोन क्षण असेच गेल्यावर तिने डोळे उघडले आणि त्याच्या डोळ्यात पाहत म्हणाली,

"अर्णव, मला तू बेहद्द आवडतोस. मी तुझ्या याच वाक्याची वाट पाहत मुंबई वरून चेन्नईला आले आहे.

मी तुझीच आहे. कायमस्वरूपी फक्त तुझीच आहे." "मॅरी मी अर्णव"

असे म्हणून ती त्याच्या मिठीत शिरली.

त्याच्या हृदयाचे ठोके त्याला ती ऐकत होती आणि तिच्या केसांचा सुगंध तो घेत होता.

काही न बोलता त्याच स्थितीत ते उभे होते.

"शिवांगी, मला या मंदिरात लग्न करायचे आहे"

"टू स्टेटस मधल्या अर्जुन कपूर आणि आलिया भट यांच्या प्रमाणे"

"ओहो, तेच हे लोकेशन तू ओळखलेस तर"

"म्हणजे काय, रात्री नेटफ्लिक्स पाहत असते मी"

"ते फिल्म प्रमाणे नाही, पण मला कुठलाही बडेजाव नकोय. मोजक्या लोकांसोबत, साध्या पण विधीयुक्त पद्धतीने मला लग्न करायचे आहे."

"अगदी माझ्या मनातले बोललास अर्णव. मला सुद्धा 'बिग फॅट इंडियन वेडिंग' नकोय. आपण इथेच लग्न करूयात"

"आपल्या घरच्यांना बरेच समजावे लागेल आणि ते मानतील असेही नाही बरं का"

"आपण करूयात ते अर्णव. नक्की करूयात" असे म्हणत तिने त्याचा हात घट्ट पकडला.

"या समुद्र आणि देवाच्या साक्षीने मी तुला एक गोष्ट सांगू शिवांगी?"

"हो..सांग ना"

"तू मला पूर्णपणे समजून घेतेस आणि हीच तुझी क्वालिटी पुढे जाऊन माझी शक्ती बनेल"

त्याच्या या बोलण्यावर तिने त्याला खूप गोड स्माईल दिली.

"मी काय म्हणतो शिवांगी?"

"काय?"

"आपण स्वामी आणि नुरी यांना इथे बोलावून घेऊयात का?"

"का रे?"

"लग्नाला दोन साक्षीदार लागतात ना! आत्ताच उरकून टाकूयात लग्न!"

त्याच्या डोक्यातील खट्याळ भाव पाहून तिला तो मजा करत आहे हे कळले आणि तेवढ्याच लटक्या रागाने ती त्याला पकडायला धावली.

ती पकडायला येत आहे पाहून तो जोरात पळायला लागला.

तो पुढे आणि ती मागे असे त्या दोघांचे चालु होते.

एका भावी वर आणि वधूचा हा प्रेमळ खेळ पाहून मंदिरातील देव पण स्मितहास्य करत होता.

तो संपूर्ण परिसर निर्मनुष्य झाल्यावर अर्णव ला ही लक्षात आले की आपण आता हॉटेल ला परत जावे. शिवांगी चा मात्र काही तिथून पाय निघत नव्हता. ऑलरेडी तिला चेन्नई खूप वेगळ्या अर्थाने भासत होते आणि महाबलीपुरम तर तिच्या दृष्टीने एकदम उत्कृष्ठ ठरले होते.

ती म्हणाली "अर्णव आज आपण इथेच थांबू यात का? आज रात्रभर छान बोलू यात इथे ,आजचा दिवस आपल्याकडे आहे, उद्या तसेही आपल्याला परत जायचे आहे."

अर्णव चकित नजरेने तिच्याकडे बघत होता. त्याने आजूबाजूला पाहिले तर एक वॉचमन होता जो सगळ्यांना बाहेर काढत होता.

तसे ते दोघे उठले आणि शोर टेम्पल च्या मागील बाजूकडे निघाले. तो म्हणाला " हे युनेस्को हेरिटेज आहे, इथे काही नियम आहेत जे आपण बदलायचा प्रयत्न करायला नको. थोडा वेळ बसू यात मग परत निघू."

ती त्याच्यासोबत चालू लागली. तिने नजर फिरवली तशी त्या शोर टेम्पल जवळ आवाजाच्या पलीकडे दिसत होते तो फक्त मोठा समुद्र आणि तेवढाच भव्य वाटणारा शेजारी चालत असणारा अर्णव!

तिला या क्षणाला मोरपिसा सारखे हलकं वाटत होते आणि मनात एकच वाटत होते की आपण इथेच आणि इथेच थांबावे , कायमचे!

ती अर्णव ला म्हणाली " अर्णव काय विचार आहे पुढे कसे करायचे? काय करू शकतो आपण?"

तोच विचार मघापासून अर्णव करत होता, त्याला लग्न करायचे होते पण त्या लग्नामध्ये कुठल्याही प्रकारचा दिखावा नको होता हे निश्चित.

पण यासाठी दोघांच्याही घरच्यांना कसे कनविन्स करायचे ? अर्णव ने काही ठोकताळे बांधले आणि म्हणाला " आपण मुंबईला जाऊ तेव्हा या विषयावर चर्चा करूयात. आज तरी माझ्याकडे या विषयावर काही उत्तर नाही आहे."

यावर शिवांगीने सुद्धा मान डोलावली आणि म्हणाली,

" बघूया आपण काहीतरी मार्ग काढुया. कारण दोघांच्याही दृष्टीने सगळ्यात मोठी गोष्ट होती की घरच्यांना हे सांगणे की, हे लग्न आम्हाला मोठया प्रमाणात नको आहे तर साध्या

पद्धतीने हवे आहे.

कुठल्याही प्रकारे त्यांना हे लग्न 'स्टेटस' साठी, कॉन्टॅक्टस साठी, बडेजावसाठी नाही, तर दोन जीवांसाठी हवे होते. आणि असे लग्न हे दोन्ही घरांच्या दृष्टीने अशक्य वाटत होते. पण तरीही ती दोघे या बाबतीत फर्म होते.

तिकडून चालत जाताना रात्री शिवांगी ला जेवढे महाबलीपुरम दिसले तेवढे पाहीले.

ती दगडांवरची शिल्पकला, तो एका टोकावरती उभा असलेला गोल दगड आणि अनेक मंदिरांचा समूह.

हे सगळे पाहत असताना ती प्रफुल्लित होत होती आणि या सगळ्या ऐतिहासिक वस्तूंच्या साक्षीने या जागी आपण लग्न करणार आहोत या भावनेने उत्तेजित सुद्धा होत होती.

दोघे पार्किंग ला पोचले तसे तिने अर्णव ला सांगितले मला गाडी चालवायची आहे. त्याने लगेच त्याच्या हातातली की तिच्या हातात दिली. त्याने पार्किंग च्या इथून काही स्नॅक्स घेतले आणि तो गाडीत बसला.

तिने पण सफाईने रेंज रोव्हर तिथून बाहेर काढून ECR ला लावली.

छान दिसत होती ती गाडी चालवताना.

तिला पाहून त्याने विचारले, "मी तुझा एक फोटो काढला तर चालेल का शिवांगी?"

"अरे विचारतोस काय? गाडी चालवताना काढायचा आहे का थांबून?"

"नाही असाच! अगदी नॅचरल. एकच काढायचा आहे, फक्त माझ्याकडेच ठेवायला."

त्याच्या या बोलण्यावर ती लाजली.

त्याने त्याच्या आयफोनवर लेन्स सेटिंग्ज वापरून मस्त फोटो काढला आणि त्याच्या फोनच्या वॉलपेपरला ठेवला. त्याने गाडीला ब्लुटूथ कनेक्ट केला आणि सगळी किशोर कुमार ची गाणी लावायला सुरुवात केली.

तो निवांत रस्ता, ते रोमँटिक वातावरण, ती अर्णवची सोबत आणि ती किशोरची गाणी...एका सुखद संध्याकाळी शिवांगीला अजून काय हवे होते.

एकीकडे गाडीत तो घेतलेले स्नॅक्स तिला देत होता त्यामुळे त्यांचे खाणे सुद्धा गाडीतच सुरू होते.

त्या प्रवासाला त्यांनी 1 तासात कव्हर करून ते दोघे हॉटेल ला पोचले.

रात्री हॉटेल ला परतल्यावर अर्णव म्हणाला " आज तू लवकर झोप कारण उद्या शेवटचा दिवस आहे आणि तुला स्वामी बरोबर तुझे काम पण उरकायचे आहे. कुठल्याही परिस्थिती मध्ये मला सुद्धा माझी सगळी कामे पूर्ण करावी लागतील. आजच्या सगळ्या मिटिंगस मी कॅन्सल केल्या आहेत त्यामुळे उद्या काम करावेच लागेल."

ती त्याला गुडनाईट करून झोपायला गेली. की कार्ड ने दरवाजा उघडल्यावर तिने आत रूम मध्ये डोकावून पाहिले तर नुरी आधीच झोपली होती. ती सुद्धा झोपायला गेली पण अर्णव ने सांगून सुद्धा शिवांगीला झोप येणे अवघड होते.

तिच्या डोक्यामध्ये तो क्षण सतत आणि सतत आठवत होता.

अर्णव काय बोलला, कसं बोलला. त्याने किती सहज केलेले प्रपोज. त्यानंतर तो घालवलेला प्वेळ तिला आठवत होता आणि त्यातच उशिरा कधीतरी तिला झोप लागली.

रात्री उशिरा झोपून सुद्धा सकाळी मात्र तिला लवकर जाग आली. तिने पाहिले तर सकाळचे साडे सहा वाजले होते. सगळ्यात पाहिले तिने दादाला मेसेज केला. सगळे व्यवस्थित आहे आणि आज रात्री मुंबईला येऊ असे तिने सांगितले.

नंतर तिने नुरीला उठवले. ती उठल्यावर तिने नुरीला घट्ट हग केले.

नुरी म्हणाली " काय झाले? मी ठीक आहे ग, काळजी नसावी"

तिचे बोलणे ऐकून ती हसायला लागली आणि तिने समोर बसून नुरीला सगळे सविस्तर सांगितले तसे नुरी पण खूप आनंदित झाली. तिलाही खूप छान वाटले. हे असे होणार हे नुरीला माहीत होते आणि म्हणूनच तिने त्या दोघांना स्पेस दिली होती.

चेन्नई ला आलो याचे सार्थक झाले असे तिला वाटले, शिवांगीचा आनंद तर गगनात मावत नाही हे तिच्या वागण्यावरून दिसत होते. दोघींच्या गप्पा चालू होत्या. शिवांगीने एक्सप्रेसो मशीन वापरून दोघींसाठी छान कॉफी केली.

सकाळी आठ वाजता स्वीट ची बेल वाजली, अर्णव असेल या अपेक्षेने तिने धावत जाऊन दार उघडले तर अर्णव च्या ऐवजी त्याचा एक माणूस होता.

त्याने हातामधील एक पॅकेट तिला दिले आणि तिला तो नमस्ते करून निघून गेला.

त्याचे पॅकिंग छान होते. ती आत आली आणि तिने नुरीला ते कार्ड दाखवले.

तिने लगेच ते कार्ड उघडायला लावले तेव्हा तिला दिसले की अर्णव ने त्यात एक मेसेज लिहिला होता " थँक्स फॉर एव्हरीथिंग" आणि त्या खाली लिहिले एक इंविटेशन होते की तुम्ही दोघी आज माझ्याबरोबर चार्टर्ड फ्लाईट ने मुंबईला चला तेव्हा आपण निवांत बोलूयात.

शिवांगी अर्णव सोबत चार्टर्ड फ्लाईटने चेन्नई ते मुंबई प्रवास करायचा म्हणून खूप खुश झाली.

आज दिवसभरामध्ये तिची सुद्धा सगळी कामे होणे अपेक्षित होते.

तिला हे ही माहिती होते की गेल्या दोन दिवसांमध्ये अर्णव ची बरीच कामे खोळंबली होती. शिवांगी च्या येण्याने आणि त्या मिळालेल्या सरप्राईज ने त्याने बऱ्याच मीटिंग कॅन्सल केल्या होत्या त्यामुळे तो आज व्यस्त असणार हे नक्की होते.

शिवांगी ने मि. स्वामी ना एक रिपोर्ट जनरेट करायला सांगितला ज्यात कुठल्या गोष्टीला प्रायोरिटी द्यायची, कुठले महत्वाचे लोकेशन, कुठले सेकंड प्रायोरिटी वाले याची लिस्ट बनवायला सांगितले.

याच्या पलीकडे जाऊन आपण चेन्नई मध्ये काय बघितले याची कल्पना देऊन त्याची सॉफ्ट कॉपी सुद्धा करायला सांगितली. हे सगळे करून तिने नुरीला बघण्यासाठी एकदा डॉक्टर ला बोलावले. डॉक्टर ने सगळं एकदम नॉर्मल असल्याचे सांगितले.

तेवढ्यात त्यांच्यासाठी स्वीट रूम मध्येच भला मोठा ब्रेकफास्ट आला.

संपूर्ण व्हाईट कटलरी, काचेच्या डिशेस, लांब काटे आणि साधे चमचे, मोठाले पांढरे शुभ्र कप्स खूपच छान दिसत होते. अर्थातच तो ब्रेकफास्ट अर्णव ने पाठवला होता. त्याबरोबरच एक मेसेज होता त्यामध्ये लिहिले होते की 11.30 वाजेपर्यंत तयार राहा. त्यांनी ब्रेकफास्ट करायला सुरुवात केली पण त्यातले अनेक आयटमस् खाता खाता त्या दोघी दमून गेल्या.

मग दोघींनी आपले आवरून घेतले आणि तयार होऊन बसल्या तेवढ्यात अर्णव कडून एक माणूस त्या दोघींना घेण्यासाठी आला.

आज पार्किंग मध्ये BMW ची X5 उभी होती. त्यात बसल्यावर ड्रायव्हर त्यांना टी नगर मधील 'सुंदरी सिल्कस' या दुकानात घेऊन गेला.

तिथे आत गेल्यावर दुकानाचा मॅनेजर एका छान स्माईल चेहऱ्यावर ठेऊन त्यांच्या समोर आला आणि म्हणाला, "तुम्हाला पूर्ण वेळ मी अटेंड करणार आहे तश्या खास ऑर्डर आहेत मला. तुम्हाला जे हवे ते तुम्ही खरेदी करा"

त्या मागे अर्णव आहे हे त्या दोघींना कळलेच होते. त्याने उत्तमोत्तम सिल्क च्या साड्या दाखवल्या तेव्हा तिने स्वतःसाठी एक, नूरीसाठी, आई आणि वहिनी साठी सुद्धा काही खरेदी केली.

तिथून झाल्यावर गाडी त्यांना श्रीकृष्ण स्वीटस ला घेऊन गेली. साजूक तुपातील मस्त म्हैसूर पाक त्यांनी तिथून घेतला. त्यांनतर गाडी सारवानाच्या शॉप ला गेली.

तिथेही काही वेगळा अनुभव नव्हता. तिथल्या मॅनेजर ने सगळे 8 मजल्याचे शॉप त्यांना स्वतः फिरून दाखवले. त्यातील काही प्रसिद्ध आणि महत्वाच्या गोष्टी त्यांनी घेतल्या.

चेन्नई ला येऊन शॉपिंग कुठे डोक्यात नव्हती त्यामुळे ती यासाठी पूर्ण तयार नव्हती पण आजचा अनुभव खूपच वेगळा होता.

आज दिवसभरातून अर्णव चा फोन पण आला नव्हता पण कुठेतरी मनातून ती शांत होती की काल जे काही अनुभवले ते सर्व काही लवकरच मिळणार आहे.

बरोबर 4 वाजता शिवांगीचा फोन वाजला ,फोन अननोन नंबर वरून होता, तो फोन उचलल्यावर कळले की तो अर्णव च्या सेक्रेटरी चा होता आणि बरोबर 6 वाजता अर्णव ने हॉटेल वर तयार राहायला सांगितले आहे. तिथूनच गाडी डायरेक्ट एअरपोर्ट ला जाणार आहे. हे ऐकल्यावर तिने खरेदी आटोपती घेतली आणि 5 पर्यंत त्या त्यांच्या स्वीट ला परत आल्या.

त्यांनी सगळे आवरून ठेवले आणि बरोबर 6 वाजता त्या अर्णव यायची वाट पाहत होत्या.

सकाळी 8 ला सुरू झालेला DND चा लाईट संध्याकाळी 6 पर्यंत तसाच होता. अर्णव तर दिसला नाही पण सगळे निरोप तो त्यांच्या माणसांना सतत देत होता. तो जेवला की नाही जेवला हे सुद्धा तिला माहीत नव्हते पण तिची पूर्ण खबरबात तो काम करत असताना सुद्धा घेत होता. लागोपाठ मिटिंगस करून आज त्याला सर्व कामे पूर्ण करायची होती.

संध्याकाळी 6. 15 ला दिवसभराचा दमलेला, थकलेला अर्णव तिला दिसला. त्याच्या गेस्टना सोडायला तो बाहेर आला होता. त्याला पाहून ती मनातून खूप उतेजीत झाली. तिच्या डोळ्यात एक चमक होती. अर्णव ने गेस्ट ना सी ऑफ करून तिच्याकडे पाहिले आणि तिला एक छान स्माईल देत म्हणाला,

" मोजून 15 मिनिटात आपण निघू."

तो परत स्वीट रूम मध्ये गेला आणि बरोबर 15 मिनिटात तो बाहेर आला.

आता तो बराच फ्रेश वाटत होता. त्याने तिघांसाठी तिथे कॉफी मागवली होती. कॉफी घेत घेत तो दिवस कसा गेला हे त्या दोघींशी बोलत होता.

सात वाजता त्याच्या सेक्रेटरीने आत येऊन सगळे तयार आहे असे सांगितले. ते सगळे जण निघाले.

खालती 3 गाड्या उभ्या होत्या. त्यातल्या रोल्स रॉयस गाडीचा दरवाजा अर्णव ने खास तिच्यासाठी उघडला.

त्याला थँक्स म्हणून ती गाडीत बसली. दुसऱ्या बाजूने तो येऊन बसला आणि नुरी पुढे बसली. सगळ्या गाड्या एअरपोर्टला निघाल्या. गाडीत नुरी आणि अर्णव दोघे बोलत होते. शिवांगी मात्र चेन्नई ला डोळ्यात साठवत होती.

चेन्नईच्या विमानतळाच्या स्पेशल प्रिविलेज गेट मधून त्या गाड्या आत गेल्या. तिथे आत एक सुपर व्हाईट कलरचे फ्लाईट दिसत होते ज्यावर लाल मोठ्या अक्षरात 'सिंघानियाज' असे लिहिले होते.

गाड्या थांबल्या तिथे रेड कार्पेरिट टाकले होते. ते उतरल्यावर पायलट स्वतः अर्णव पाशी आला आणि त्याने एकदम कडक शेकहँड त्याच्या बरोबर केले. त्या दोघींचे पण स्वागत करून छोट्याश्या पायऱ्यांच्या जिन्याने तो सगळ्यांना आत घेऊन गेला.

आतली सजावट पाहून त्या दोघी चकित झाल्या.

मस्त राउंडेड सोफा, भल्या मोठ्या लेदर चेयर्स, आतमध्ये एक बेड आणि बाथ आणि वॉशरूम एवढे सगळे आत होते.

अर्णव एका चेयर वर बसला. त्याच्या समोर शिवांगी आणि तिच्या शेजारी नुरी बसली.

अटेंडन्ट ने त्यांच्या समोर काही सॉफ्ट ड्रिंक्स ठेवले आणि फ्लाईट रिलेटेड बेसिक सूचना दिल्या.

सगळ्या सोयीने सुसज्ज असलेल्या त्या फ्लाईट ने टेक ऑफ केले आणि शिवांगीने खिडकीतून खालती नजर टाकली. तिला खालती चमचमणारया दिव्यांचे चेन्नई दिसले. त्या शहराला सोडून जात असताना ती खिडकीतूनच अलगद पणे बोलली,

"माझ्या लाडक्या चेन्नई, मी लवकरच येईन या जागेवर, तुझ्या पाशी. अर्णव आणि मी जे एकमेकांना प्रॉमिस केले आहे ते पूर्ण करायला आमची स्वप्ने साकार करायला" ती मनातल्या मनात या शहराशी बोलत होती आणि अर्णव तिचे भाव टिपत होता.

चेन्नई मागे पडत होते आणि अर्णव तिचे निरीक्षण करत होता, तिने सहज खिडकीतून नजर काढून आत बघितले तर अर्णव तिच्याकडे बघून हसला आणि म्हणाला " काय! चेन्नई सोडवत नाही आहे का?"

ती पण तेवढेच हसत म्हणाली " चेन्नई सोडवत नाही आहे आणि अजून काही आहे ते पण सोडवत नाहीये."

नुरी हे बोलणे ऐकत होती, खोडकरपणाने ती म्हणाली " मला माहित आहे नक्की काय सोडवत नाही आहे आणि काय हवे आहे ते."

लगेच तिला दटावून शिवांगी डोळे मोठे करत म्हणाली, " शशश! सिक्रेट सिक्रेट . टॉप सिक्रेट" त्यावर त्या दोघीही हसायला लागल्या.

अर्णव म्हणाला " आज दिवसभर तुम्हाला भेटता आले नाही, काही बोलणे नाही त्याबद्दल सिंसियर ऍपोलॉजिज! पण निवांत गप्पा आता आपल्याला करता येतील."

तेवढ्यात अटेंडन्ट ने फूड ट्रे मध्ये आणले. छान कॉर्न पॅटिस, काही क्रॉसें होते, मस्त कट करून डेकोरेट केलेले फ्रेश फ्रुट्स, स्ट्रॉबेरी कर्ड, टोस्ट बटर, ऑम्लेटस, ब्लुबेरी पुडिंग, चीझ केक आणि मस्त गरम गरम कॉफी असे सगळे त्याने समोरच्या टेबलावर मांडून ठेवले "

त्या घमघमाटाने त्यांची भूक चाळवली आणि त्यांना आठवले की ब्रेकफास्ट नंतर त्यांनी काही खाल्लेच नाही आहे. मिटिंग मध्ये असलेल्या अर्णव ने पण काही खाल्ले नसेल हे लक्षात घेऊन त्या सगळ्यांनी खायला घेतले आणि खाता खाता त्यांच्या गप्पा सुरु झाल्या.

अर्णव ने तिला सांगितले की, चेन्नई मधल्या कुठल्या गोष्टी घरी सांगायच्या ज्यामुळे घरी बिझनेस चर्चा होतील आणि त्याने हे पण आवर्जून सांगितले की मि. स्वामी ला सांग की तुला ज्या गोष्टी हव्या आहेत, तू जे पाहिले आहे त्या रिलेटेड त्याच्याकडून सेपरेट प्रपोसल येऊ देत म्हणजे तू त्यांना सुद्धा त्यात इनवोल्व केले असे होईल.

ज्या पद्धतीने अर्णव ने सगळे प्लॅन केले, सांगितले त्याचा शिस्तबद्ध कारभार पाहून शिवांगी जाम खुश झाली. गर्वाने तिने अर्णव कडे बघितले तशी त्यांची नजरानजर झाली तसे दोघेही गालातल्या गालात हसले.

वरती 40000 फुटाच्या हाय अल्टीट्युड वर गेल्यावर पायलट ने त्यांना सीटबेल्ट काढण्यासाठी सांगितले.

तेव्हा अर्णव ने तिला संपूर्ण फ्लाईट दाखवले. त्यातील बेड, सोफा, बाथ घेण्यासाठी असलेल्या सोयी सगळं कसं डोळे दिपवणारे होते आणि त्याच बरोबर फुल्ल सिक्युरिटी प्रूफ ते फ्लाईट खास त्याने कस्टमाईझड करून घेतले होते.

त्याच्या सोबत अगदी मोजके 3 लोक होते बाकीच्यांना त्याने कमर्शियल फ्लाईट ने पाठवले हे लक्षात येत होते. त्या 3 लोकांमध्ये एक अटेंडन्ट, 1 सेक्रेटरी होता आणि तिसरा पायलट. या स्पेशल ट्रीटमेंट मुळे शिवांगी एकदम रॉयल फील करत होती.

तिकडून पुढे जात असताना पायलट ने अनाऊन्स केले की आपण आता तिरुमला डोंगराजवळून जात आहे. उजव्या बाजूला खालती तिरुपती मंदिर तुम्ही पाहू शकता. हे

ऐकताच शिवांगी आणि अर्णव दोघांचेही हात अचानक जोडले गेले. दोघांनीही एकमेकांकडे पाहिले. एकमेकांची वेवलेंथ छान जुळलेली त्यांना दिसत होती. त्या प्रवासात एकमेकांच्या सहवासात ते पुन्हा फूड एन्जॉय करू लागले.

खाता खाताच अर्णव म्हणाला" शिवांगी आता यापुढे नक्की काय आणि कसे करायचे हे आपल्याला ठरवता आले पाहिजे. मी उद्याच तुझ्या घरी पुन्हा येईल आणि आल्यावर काही गोष्टी डिस्कस करेन, पण मी एका गोष्टीवर ठाम आहे आणि राहीनसुद्धा की, कोणत्याही परिस्थितीत लग्न हे बडेजाव पध्दतीने न करता, स्टेटस सिम्बॉल न होता, साध्या पद्धतीने आपल्या जवळच्या लोकांच्या उपस्थित मध्ये करायचं. माझ्या बोलण्याला तुझी संमती आणि साथ असेल ना? की मी एकटाच तिथे बोलत असेन?"

"अर्णव तू निश्चिन्त राहा,जे तुझ्या मनात आहे तेच माझ्या मनात! आपल्या दोघांनाही जे जसे हवे ते आपण आपल्या मनाने महाबलीपुरामम मध्ये व्यक्त केले आहे. तुला वाटते म्हणण्यापेक्षा आपल्याला जे हवे आहे तेच आपण करू या, माझ्याकडून काही आणि काही वेगळे होणार नाही."

तिच्या बोलण्याने अर्णव आश्वस्त झाला. थोडेसे अवडीनिवडीबाबत, थोड्या मुंबई, थोड्या चेन्नई या गप्पा सुरूच होत्या.

त्यांचे खाणे झाल्यावर अटेंडन्ट ने सगळे आवरून ठेवले. फ्लाईट थोडे डिसेंड व्हायला सुरुवात झाली होतीच.

तेवढ्यात पायलट ने अनौन्स केले की थोड्याच वेळात आपण जुहू ऐरोड्रम ला पोचत आहोत. त्यांनी पुन्हा सीटबेल्ट लावले आणि तिने खिडकीतून बाहेर पाहायला सुरुवात केली. खालती जुई नगरचा फ्लाय ओव्हर दिसला आणि मुंबई चे चमचमते दिवे बघण्यात ती डूबून गेली.

तिच्याकडे बघून अर्णव म्हणाला " तू सगळीकडे स्वतःला किती सहज सामावतेस ना! मग ते मुंबई असो की चेन्नई?"

"का नाही होणार? मुंबई ही माझी जन्म आणि कर्मभूमी आहे. आणि चेन्नई माझी....."

"प्रेमभूमी!" नूरी हसत म्हणाली.

यावर सगळेच जण हसले.

पायलट ने त्यांचे फ्लाईट अगदी स्मूथली लँड केले. तिथे त्यांना घ्यायला मर्सिडीज बेंझ च्या गाड्या आल्या होत्या. त्यातील एका कार मध्ये नुरी आणि शिवांगी ला बसवून काही बेसिक सूचना देऊन त्याने बाय केले आणि दुसऱ्या गाडीत बसून तो त्याच्या घरी गेला.

त्यांच्या घरी त्या गाडीने सोडल्यावर त्या दोघी घरात आत गेल्या.

आत पोचल्यावर नुरी आणि शिवांगी दादाला भेटल्या, तो सुद्धा शिवांगी येणार म्हणून लवकर आला होता.

त्याला हग करून ती म्हणाली " दादा मिशन चेन्नई सुपर सक्सेसफुल! "

दादा तिचे बोलणे ऐकून मनापासून खुश झाला आणि विचारले की तुमचे सगळे नीट झाले ना? तिथल्या उन्हाचा काही त्रास झाला नाही ना?

त्या म्हणाल्या नाही आणि शिवांगी ने अलगद नुरी कडे बघितले.

नूरी म्हणाली " आम्ही तिन्ही दिवस मस्त छान फ्रेश होतो. छान मस्त राहिलो, पाहिले. हॉटेल खूपच भारी होते.

"छान झाले"

" आणि दादा, मि. स्वामी ने पण मदत केली. त्याला काही रिपोर्ट मागवले आहेत तो उद्या पाठवेलच."शिवांगी पुढे म्हणाली.

नंतर ती आई बाबांना भेटली. बाबांना चेन्नईच्या गमती तिने सांगितल्या. सगळ्यांनी डिनर टेबलावर गप्पा गोष्टी करत डिनर केला. नूरी आज घरी चालली होती पण तिला दादा आणि शिवांगी दोघांनी थांबवून घेतले.शिवांगी नंतर नूरी ला घेऊन रूम मध्ये गेली.

शिवांगी ने रूम बंद केली आणि व्हॉटस ऍप वर अर्णव ला व्हिडिओ कॉल लावला.

अर्णव चे नेट बंद होते बहुतेक त्यामुळे फोन फक्त कॉलिंग दाखवत होता पण रिंगिंग दाखवत नव्हता.

तिने तोंड वाकडे करून फोन बेड वर टाकला आणि नूरी ला घेऊन गॅलरीत बसली.

समोरच्या समुद्राकडे पाहत असताना ती नूरी ला म्हणाली,

"नूरी, तुला नाही वाटत का समुद्र -समुद्रात खूप फरक असतो"

"असतो ना. चेन्नईच्या समुद्र हा जास्त प्रेमळ असतो" ती त्याला चिडवत म्हणाली.

"असे बोलणार का आता? असे चिडवणार का मला?" ती मुद्दामून लहान मुले सारखा आवाज काढून म्हणाली.

"नाही गं! आमच्या छोट्याश्या बाळाला आम्ही नाही चिडवणार. आम्ही तर त्याचे गाल ओढणार" असे म्हणून तिने तिचे गाल ओढायला सुरुवात केली.

तिचे गाल लगेच लाल झाल्यावर, तिने सॉरी म्हणत हळूच शिवांगीच्या गालावरून हात फिरवला.

"सॉरी का म्हणतेस गं?"

"म्हणजे काय, आता हे गाल आमचे नाहीत ना, तुमच्या अर्णव सरांचे आहेत. मग सॉरी म्हणायला नको का? काही झाले तर तुमचे साहेब आम्हाला ओरडतील ना" तिचे चिडवणे चालूच होते.

तिच्या या चिडवण्याला ती तिला मारायला धावली तशी नूरी हसत हसत रूम मध्ये आली.

तिच्या मागोमाग शिवांगी आत आली तर तिच्या मोबाईल चा लाईट तिला ऑन दिसला. तिने जाऊन पाहिले तर अर्णव चा व्हिडिओ कॉल येऊन गेला होता.दुसऱ्या क्षणाला तिने लगेच त्याला रिटर्न कॉल लावला.

यावेळेस फोन रिंगिंग झाला. काही सेकंदात त्याने फोन उचलला.

नाईट टी शर्ट आणि शॉर्टस घातलेला, केस अस्ताव्यस्त होऊन कपाळावर आलेले आणि जांभई देत असलेला तो बराच थकलेला तिच्या मोबाइल स्क्रिन वर दिसला.

त्याच्या या रुपाला पाहून ती हसायला लागली.

"हसतेस काय? मी जोकर दिसतोय का तुला?"

यावर ती अजूनच हसायला लागली. तो काहीच न बोलता शांत बसला.

तिचे हसणे थांबले आणि परत त्याच्याकडे लक्ष गेले तर तिला परत हसायला आले

शेवटी तो ही हसायला लागला. दोघांचेही हसणे सुरू असताना नूरीने स्क्रिन मध्ये डोकावले.

"हाय नूरी"

"हाय. काय साहेब, आज झोपणार का नाही?"

"झोपणारच होतो म्हणून नेट बंद केलेले. एक मेल येणार होता ते आठवले आणि नेट चालू केले ला तेवढ्यात हिचा मिस्ड व्हिडिओ कॉल दिसला. म्हणून फोन केला"

"बरे झाले फोन केलास, नाहीतर माझे काही खरं नव्हते"

"का ...काय झाले?"

" काय होणार? तिला करमत नाही आहे तुझ्याशिवाय. सारखा तुझा जप चालू आहे. रात्री तुझ्या आठवणीने रडायला आले तर कोणी समजवायला हवे म्हणून मला थांबवून ठेवले आहे"

यावर शिवांगी नूरी ला खोटे खोटे मारायला लागली. अर्णव नुसताच हसत होता.

'हो का ग शिवांगी?"

"नाही रे, ती उगाच चिडवत आहे"

"म्हणजे तुला माझी आठवण नाही येत आहे का?"

"असे मी कुठे म्हणाले?"

"म्हणजे येत आहे"

"असेही मी कुठे म्हणाले"

"ठीक आहे, ठेवतो फोन. बाय"

"अरे अरे! थांब थांब"

"का थांबू?"

"मला तुला सांगायचे आहे काही"

"काय"

"हेच की"

"हेच की काय"

"हेच की मला तुझी.."

"पुढे तर बोल..."

"मला तुझी..."

"हं..."

"मला तुझी ...."

"आता बोल नाहीतर खरंच ठेवेन..."

"मला तुझी.............जांभई देणारी कॅमेरातली तुझी पोज खूप आवडली."

हे ऐकून त्याने खाडकिनी त्याच्या कपाळावर मारून घेतलेल्याचा आवाज तिला स्पष्ट आला.

त्याच्या या ऍक्शन ने तिने मोठ्याने दिलेल्या हसण्याच्या रिऍकशन चा आवाज त्यालाही स्पष्ट ऐकू आला.

दुसऱ्या दिवशी सकाळी शिवांगीच्या वडिलांचा फोन वाजला. दुसऱ्या फोनवर अर्णव चे वडील होते. त्यांनी सांगितले आज संध्याकाळी आम्हाला तुम्हाला भेटायला यायचे आहे चालेल का आले तर?

'वाट पाहतो नक्की या' असे त्यांनी सांगितले. दिवसभर शिवांगी अर्णव येणार म्हणून खूष होती.

दादा वहिनी आई-बाबा शिवांगी सगळेजण आजच्या भेटीची उत्सुकता मनात ठेऊन होते. बोलणी पुढे जाण्याची शक्यता आज सगळ्यांना दिसत होती.

संध्याकाळी सहा वाजता शिवांगीच्या घरासमोर बरोबर दोन गाड्या थांबल्या. पहिल्या गाडीतून अर्णव चे आई-वडील तर दुसऱ्या गाडीतून तो आणि त्याचा लहान भाऊ असे सगळे जण उतरले. सगळे एकमेकांना भेटून त्यांचे छान स्वागत झाले.

त्याचे वडील म्हणाले, " आमच्या अर्णवला काहीतरी आज तुम्हा सगळ्यांना सांगायचे म्हणून सकाळीच त्याने मला तुम्हाला फोन करण्यासाठी सांगितले आणि आम्ही सगळे जण तुम्हाला भेटायला आलो"

ते ऐकून शिवांगी च्या घरचे सगळे जण उत्सुक झाले.

अर्णव ने बोलायला सुरुवात केली.

" त्या दिवशी येऊन भेटून गेल्यावर मला शिवांगी पसंत पडली" हे वाक्य ऐकल्यावर तिच्या चेहऱ्यावर आरक्त भाव आले.

" तिच्याशी बोलल्यावर आणि तिला समजल्यावर माझे नक्की झाले की मला तिच्याशी लग्न करायला आवडेल. मला शिवांगी ला पण विचारायचे आहे की, तिलाही माझ्याशी लग्न करायला आवडेल का?"

यावर सगळ्यांनी शिवांगी कडे पाहिले तसे शिवांगी ने लाजतच "मलाही आवडेल" असे सांगितले.

तिच्या या बोलण्याने सगळीकडे आनंद, उत्साह आणि प्रसन्नता आली. एकमेकांशी ते सगळे तो आनंद शेअर करायला लागले.

' बधाई हो' 'बधाई हो' 'अभिनंदन अभिनंदन' असे बोलणे सुरू झाले.

ते सुरू असताना अर्णव ने सगळ्यांना थांबवून सांगितले "फक्त माझ्या या लग्नाकरता काही अटी आहेत."

त्याचे तसे बोलणे ऐकल्यावर ती सगळेजण त्याच्याकडे आश्चर्याने बघायला लागले.

त्याच्या आई आई वडिलांना सुद्धा तो असं काही म्हणेल हे माहिती नव्हते. त्यांनी त्याला विचारले कसल्या अटी?

त्यावर शिवांगी चे बाबा म्हणले, " आपण ऐकून तर घेऊन त्याला काय म्हणायचे आहे ते?"

"मला माहिती आहे, मी जे सांगणार आहे हे कदाचित तुम्हाला पटणार नाही पण त्यामागे एक विचारसरणी आहे"

सगळे शांत होऊन तो काय बोलतोय ते ऐकत होते.

" माझ्या तीन अटी आहेत"

"काय?"

" पहिली अट. हे लग्न अत्यंत साध्या पद्धतीने केवळ 20 लोकांच्या सहवासात महाबलीपुरम येथे व्हावे.

दुसरी अट. याचे कुठलेही रिसेप्शन किंवा मोठे फंक्शन झालेले मला नको आहे.

आणि तिसरी अट. आमच्या लग्नाचा कुठलाही वापर हा बिजनेस साठी व्हायला नको आहे."

हे ऐकल्यावर शिवांगी चा दादा आणि तिचे वडील दोघेही आपल्या जागेवरून उठले आणि एकदमच म्हणाले, "हे आम्हाला मान्य नाही आमच्या काही हौशी आहेत."

दादा पुढे म्हणाला, "अहो आम्हाला आमच्या बहिणीचे लग्न एकदम धुमधडाक्यात करायचे आहे.

आमचे अनेक नातेवाईक आहेत. त्यांना आम्ही पहिल्यांदाच सांगितले आहे की हे डेस्टिनेशन वेडिंग होईल. एक तर उदयपूर अथवा मुन्नार येथे."

"हो तर. आमच्या मुलीच्या लग्नासाठी आम्ही 50 कोटी रुपये बाजूला ठेवलेत ते अशा पद्धतीने लग्न करण्यासाठी नाही. आमच्या काही इच्छा आहेत, आमच्या मुलीच्या काही इच्छा असतील. आमचा एक वेगळा स्टेटस आहे तो स्टेटस आम्हाला फॉलो करावाच लागेल. त्यामुळे असे होणे शक्य नाही."

अर्णव चे बाबा ही त्याच्याकडे पाहून म्हणाले, "असं कसं शक्य आहे अर्णव? या गोष्टी आपल्या बाबतीत शक्य नाहीत. आपण बिझनेसमन लोक आहोत आणि आपल्या बिजनेस मध्ये एकमेकांशी कॉन्टॅक्ट आणि संपर्क हे सगळ्यात महत्त्वाचे असते. जर एवढे साधेपणाने लग्न केले तर लोकं आपल्याला नाव ठेवतील आणि आपली कपॅसिटी आहे ना हे लग्न सगळ्यात मोठ्या पद्धतीने करू शकण्याची. आपली ताकद आहे हे मोठ्या पद्धतीत करण्याची. त्यांनी 50 कोटी लावले तर आपण ही 50कोटी लावू.

इंडिया मध्ये नसेल करायचे तर 'फुकेतआयलंड' ला करू. तिथे माझ्या मित्राचे फाईव्ह स्टार लक्झरी रिसॉर्ट आहे. तुझा हा वेडेपणा मनातून काढून टाक आपण खूप छान पद्धतीने हे लग्न करूयात"

"मी काही बोलू का?" शिवांगीने विचारले.

"बोल बेटा" तिचा दादा म्हणाला.

" मी अर्णव च्या मताशी पूर्णपणे सहमत आहे."

"काय? हे कसं शक्य आहे?"

"का नाही शक्य दादा, पूर्ण शक्य आहे. प्रत्येक वेळेला लग्न असल्यावर आपण एवढ्या मोठ्या पद्धतीने केलेच पाहिजे का? तुझे लग्न एवढ्या गाजावाजात झाले आता माझं लग्न साधेपणाने झालं तर काय हरकत आहे आणि आम्ही दोघेही साध्या लग्नासाठी तयार आहोत तर हा स्टेटस सांभाळण्याचा अट्टाहास का?

आपण लग्नाच्या चार दिवसासाठी हा सगळा थाटमाट करणार, पाण्यासारखा पैसा खर्च करणार, त्यापेक्षा आपण जर साध्या पध्दतीने केले तर काही बिघडणार नाही."

"शिवांगी तुझ्या लक्षात येत नाही आहे या चार दिवसाच्या लग्नाने असंख्य कॉन्टॅक्टस आणि बिझनेस मिळेल आपल्याला"

" म्हणजे तुम्हाला आमचं लग्न हा व्यवहार वाटतो का?"

" असं नाही आहे पण संबंध टिकून ठेवणे हे आपलं पण काम आहे ना"

" ते आम्ही पण पुढे करुच की. त्यासाठी लग्नच मोठया पध्दतीने केले पाहिजे असे आहे का?"

" हो असेच आहे आणि असेच केलं पाहिजे. माझा या साधेपणाने लग्न करणाऱ्या गोष्टीवर पूर्णपणे आक्षेप आहे"

त्यांच्या या बोलण्याला खूप वेगळं वळण लागतंय हे पाहून अर्णवच्या आईने सांगितले की आपण थोडासा वेळ घेऊ आणि ठरवूया काय करता येईल ते. ती बोलणी तशीच ठेऊन जनरल खाणे पिणे होऊन तंग वातावरणात अर्णव आणि त्याची फॅमिली बाहेर पडली.

आता एका गाडीत अर्णव आणि त्याचे बाबा तर दुसऱ्या गाडीत त्याची आई आणि लहान भाऊ अर्जित असे बसले.

ड्रायव्हर ने गाडी रस्त्याला लावली तसे त्याचे वडील त्याला म्हणाले, " तु या बद्दल काहीच आयडिया नाही दिली आम्हाला. तिकडे जाऊन तोंडावर पडल्यासारखे झाले बघ. तू काय बोलणार आहेस हे आधी सांगायचे तर. आम्हाला वाटले फक्त तू शिवांगी पसंत आहे हे सांगायला चाललाय"

" बाबा मी काहीच वेगळे बोललो नाही"

" असे कसे नाही बोलला? तू असं काही बोलशील ह्याची काहीच कल्पना आम्हाला असती तर आम्ही घरातच ब्रेनवॉश केले असते तुझे"

"का कशासाठी ब्रेनवॉश?"

"आपल्या स्टेटसला....."

"हा स्टेटस स्टेटस स्टेटस! कंटाळलोय- वैतागलोय मी जाम याला. चेन्नई ला जा तर चार्टरड फ्लाईटने जायचे. तिथे घ्यायला रोल्स रॉयस येणार. फिरायला जाताना बीएमडब्ल्यू आणि रेंज रोव्हर असणार. हे सगळे कशासाठी? जर कधी रिक्षात बसून बघितलं तर तेवढीच मजा येते बाबा"

" अरे तुला हे सगळे मिळाले ना म्हणून तू असं काहीतरी बोलतोय"

" अजिबात नाही बाबा, मला मिळाले आहे याबद्दल मी तुम्हाला धन्यवाद देतो पण जर नसते मिळाले तरी मी रिक्षातून हिंडण्यामध्ये तेवढाच आनंद मानला असता"

" रिक्षात बसल्यावर ती किती धक्के लागतात हे तरीतुला माहिती आहे का कधी बसून बघ रिक्षात"

" बसलोय बऱ्याच वेळा बसलोय"

"तू रिक्षात बसलाय???? आणि आम्हाला माहिती पण नाही"

"कुठला गुन्हा केल्यासारखे काय विचारताय बाबा"

"सिंघानिया ग्रुप चा मालक रिक्षामध्ये बसलाय!"

" त्याने तुमचा स्टेटस कमी झाला का बाबा?"

" अरे कोणी पाहिलं तर लोक नावे ठेवतील"

" तुमचा स्टेटस, तुमची लोकं, तुमची कीर्ती तुमचं सगळं हेच सांभाळायचं का जन्मभर?"

"तू असा विचार केला तर तुझा लहान भाऊ तो पण तुझ्या पाऊलावर पाऊल टाकेल"

"अजिबात नाही,अर्जित खूप वेगळा आहे आणि तो तुमच्या सगळ्या इच्छा पूर्ण करेल"

" म्हणजे तू करणार नाहीये"

" मी पण करेनच फक्त ही लग्नाची इच्छा माझी तेवढी ऐका मी विनंती करतो"

"अरे सिंघानिया यांच्या घरातील लग्न हे कुठल्यातरी छोट्या गावात होणे शक्य आहे का?"

" ठरवले तर सहज शक्य आहे बाबा"

" मला बिलकुल पटत नाही आहे हे. घरी गेल्यावर आईशी पण बोल तू"

" ठीक आहे"

घरी दोन्ही गाड्या लागोपाठ पोचल्या.

अर्णव हॉल मध्येच थांबला.

"बघा आपला मुलगा काय बोलत आहे" ते आईकडे पाहत म्हणाले.

"आई होतीच की तिथे" अर्णव म्हणाला.

आई अर्णव जवळ गेली त्याला बसवले आणि त्याच्या शेजारी बसून त्याच्या डोक्यावरून हात फिरवून म्हणाली,

"अर्णव अरे बाबांची भूमिका चुकीची नाही आहे"

"आई मी त्यांना खूप चुकीचे नाही ठरवतोय. मी फक्त माझी इच्छा मांडतोय"

" हो पण तू विचार कर आपण सामान्य लोक नाहीत आपण जे करतो ते पेपरात छापून येते.आपल्या प्रत्येक गोष्टीवरती लोकांचं लक्ष असते. तू असे काही वागला तर काहीतरी वेगळे अर्थ निघतील ना"

" काही वेगळे अर्थ निघणार नाहीत आई. आपण क्लियर असावे लागते मी याबाबतीत क्लिअर आहे की लग्न स्टेटस प्रमाणे न करता आपण आपल्या इच्छेप्रमाणे करावे" यावर आई काहीच बोलली नाही उद्या शिवांगी च्या घरून काय उत्तर येते याची वाट पाहूया.

रूम मध्ये जाऊन अर्णव ने शिवांगी ला मेसेज पाठवला,

"घरचे वातावरण कसे आहे?"

"तापलेले आणि तुझ्याकडचे?"

" उकळलेले"

"हा हा हा"

"ऑल द बेस्ट"

"सेम टू यु"

जशी अर्णव आणि त्याची फॅमिली शिवांगी च्या घरातून बाहेर पडले तसे तावातावाने तिचा दादा आणि बाबा तिच्याकडे बघायला आले. त्यांच्या नजरेने शिवांगी ला घरात प्रचंड तंग वातावरण जाणवायला लागले.

शिवांगी चा दादा प्रचंड विचारात आणि रागात होता, वहिनी त्याला कसेबसे शांत ठेवण्याचा आटोकाट प्रयत्न करीत होती. तिचे बाबा एकीकडे लग्नाला होकार आला म्हणून आनंदात होते, त्याची अनेक वर्षांची स्वप्ने या लग्नामुळे पूर्ण होणार या विचारात होते पण अर्णव च्या बोलण्याने ते सगळं धुळीत मिळेल की काय अशी परिस्थिती निर्माण झाली होती.

"अर्णव समजतो काय स्वतःला? आपण काही कमी नाही आहोत त्यांच्यापेक्षा की फक्त त्यांची मते आपल्यावर लादली जावीत. मला हे अजिबात मान्य नाही आहे, आपले स्टेटस, आपले नाव, आपला रुतबा काय धुळीला मिळवायचा आहे असे भिकाऱ्या सारखे वागून? आपल्या तोलामोलाने आणि जंगी असेच सगळे व्हायला हवे." तिचा दादा हुकमी बोलत होता.

हे सगळे असेच होणार, ह्यांची मते,ह्यांचे राग सगळे तिला अपेक्षित होते. हे असे होईल अर्णव ने सुद्धा सांगितलेले आणि तिलाही काही विशेष काळजी नव्हती म्हणून ती निर्विकार पण नजरेत ठाम उभी होती.

फक्त शांत राहायचे हे तिला अर्णव ने निक्षून सांगितले होते. नुरी तिच्या बाजूला उभे राहून फक्त निरीक्षण करीत होती.

"हे बघा मला तर अजिबात पटले नाही त्या अर्णव चे बोलणे, आपली एकुलती एक मुलगी आहे तिच्याबद्दल ची सगळ्या हौशी मला पूर्ण करायच्या आहेत. काहीही झाले तरी हे असे भिकेचे डोहाळे मला पसंत नाही" तिचे बाबा म्हणाले.

"लोक किती नावं ठेवतील आपल्याला! आपलं स्टेटस, आपली इज्जत क्षणात संपून जाईल.

किती वर्षे लागतात अशी गुडविल जमवायला आणि आपल्या अश्या काही वागण्याने तर एक मिनिट लागणार नाही होत्याचे नव्हते व्हायला.

मला खूप लोकांना बोलवायचे आहे, अशा जबरदस्त बिझनेस एक्सपांशन ची संधी मी सोडूच शकत नाही. 'बजाज आणि सिंघनिया' एकत्र आले तर जग जिंकता येईल. जर हे असे केले तर कोणी आपल्याला विचारणार नाही. आपलं नाव खराब होईल, स्टॉक मार्केट मधून भाव घसरलतील आपल्या शेअर्स चे, इन्व्हेस्टर्स येणार नाहीत, शेयर होल्डर्स त्यांचे हिस्से काढून घेऊ शकतात. जगात हसे होईल आपले" तिचा दादा न थांबता बोलत होता.

ती मनाशी प्रचंड ठाम होती आणि अर्णव वरचा विश्वास सुद्धा पाठीशी होता त्यामुळे तिला काहीच फरक पडत नव्हता. आपले लग्न खरंच आपल्यासाठी आहे की दादा च्या बिझनेस प्लॅन साठी याचेच तिला नवल वाटत होते.

"तू का गप्प आहेस शिवांगी? तू असे कसे म्हणू शकतेस आम्हाला की तुला सुद्धा साध्या पद्धतीने लग्न हवे आहे?" चिडत तिचा दादा म्हणाला.

"दादा लग्न माझे आणि अर्णव चे करायचे आहे की सिंघनिया आणि बजाज नावांचे?"

" काय म्हणायचे आहे तुला स्पष्ट बोल"

" सोपा प्रश्न आहे त्यात न कळण्यासारखे काय आहे दादा?"

" तुला ज्या स्टेटस मध्ये आम्ही वाढवले,तुझे लाड केले तुला सगळ्या फॅसिलिटी दिल्या त्या तुला माहीत नाहीत का?"

"माहिती आहे आणि त्याबद्दल मी ऋणी आहे तुमची. पण दादा, बाकी काही स्टेटस ला सोडून नाही करता येत तर माझंही स्वतःचे लग्न तर मी हव्या त्या पद्धतीने करू शकते ना"

"पण का तुला असे वागायचे आहे?"

"खरे सांगायचे तर मला या मोठेपणाचा उबग आला आहे." ती म्हणाली.

सगळे सुन्न होऊन बघत होते तर दादा चा रागाचा पारा चढत होता, चेहरा नुसता लालबुंद झाला होता त्याचा.

तो म्हणाला " तुला जे मिळाले ते लोकांना स्वप्नातही मिळत नाही. तू स्वतःला नशीबवान समज की तू बजाज फॅमिली मध्ये जन्माला आली आहेस."

" तुझ्यासारखा प्रेम करणारा दादा, लाड करणारी वहिनी आणि फुलाप्रमाणे जपणारे आई बाबा मिळाले यासाठी मी खरंच नशीबवान आहे. पण मटेरिऍलिस्टिक गोष्टीमध्येच सुख असते काय?"

आता मात्र तिचे बाबा पण भडकले.

"तू लहान आहेस शिवांगी. तुला बिझनेस मधले कळत नाही. इतरांसारखं रिक्षा, बस मध्ये फिरावे लागले असते म्हणजे कळले असते. ते काही नाही, अर्णव म्हणाला ते मला कदापि मान्य नाही. मी असे होऊच देणार नाही."

प्रचंड दडपण, तापलेले वातावरण तिला जाणवत होते,शांत राहणे योग्य आणि त्यांना वेळ देणे जरूरी इतकेच तिचे मन तिला सांगत होते. मनातून प्रत्येक क्षणाला ती अर्णवची आठवण काढत होती.

किती योग्य विचार करून अर्णव ने तिला समजावून सांगितले होते की काय आणि कसे वागायचे.

त्याच्या सारखी परिपक्वता तिला शोधून मिळत नव्हती. प्रेमात पडली होती ती त्याच्या सगळ्या गुणांवर.

"मी आताच्या आता अर्णव ला फोन करून सांगतो की आम्हाला हे मान्य नाही" दादा म्हणाला.

"एक मिनिटं थांब. नक्की काय मान्य नाही तुला?" आई पहिल्यांदा बोलली.

"म्हणजे?"

"लग्न की पद्धत?"

"ऑफकोर्स पद्धत!"

"मग बोलण्याची पण पद्धत असावी" आईने नीट सुचवले.

बाबा हॉल मध्ये फेऱ्या घालत होते तर दादा सोफ्यावर बसून राग व्यक्त करत होता.

थोडक्यात सगळ्यांचा प्रचंड विरोध दिसत होता.

" बाबा! मी हे कदापि खपवून घेणार नाही आधीच सांगतो. माझे खूप प्लॅन्स आहेत बिझनेसचे.

मला कुठल्याही परिस्थितीत स्टेटस च्या विरुद्ध वागलेले चालणार नाही. आपल्याच पद्धतीने हे झाले पाहिजे. डेस्टिनेशन वेडिंग तेही उदयपूर मध्ये. मी 'ओबेरॉय उदयविलास' संपूर्ण बुक करतो. पूर्ण देशाच्या न्यूज पेपरमध्ये मला बातमी आलेली हवी आहे. आपले काही क्लाइन्ट्स अमेरिका, जर्मनी फ्रांस आणि ऑस्ट्रेलिया वरून येणार आहेत. त्यांना त्या निमित्ताने आपण आपला शाही विवाह सोहळा दाखवू. ते इम्प्रेस झाले की आपली पुढची काळजी गेली. मी आधीच सगळी तयारी केली आहे फक्त मुहूर्ताची देर आहे ." दादा म्हणाला.

शिवांगी शी कोणी काही बोलत नव्हते, तिच्या सहमतीचा त्यां सगळ्यांना राग आला होता. ती हे पूर्णपणे जाणून होती, पण यावेळी तिनेही माघार घेतली नव्हती की कोणाची मिन्नते पण केली नव्हती.

2 तास झाले तरी चर्चा संपत नव्हती, कोणाची मते बदलत नव्हती की कोणी तिला काही विचारात नव्हते.

शिवांगीला तर मनातून वाईट वाटत होते की यांना माझ्या आनंदापेक्षा यांचे बिझनेस चे आणि लोक काय म्हणतील यांचेच पडले आहे. एरवी दादा इतके लाड करतो आणि आज मात्र तोही असेच बोलतो,मी काय बाहुले आहे का यांच्या स्वप्नपूर्तीसाठी? नक्कीच नाही!

जितके ते आक्रमक होत होते तेवढी ती खंबीर होत होती!

"उद्या आपण त्यांच्याशी बोलू यात की आम्हाला हे अजिबात मान्य नाही. अश्या गोष्टी फोनवर बिघडतील तर त्यांना घरी जाऊन आपण सांगूयात. " एका कसलेल्या बिझनेसमन प्रमाणे बाबा म्हणाले.

नुरी आणि शिवांगी दोघींनी नोकराला सांगून सगळ्यांसाठी कॉफी मागवली पण दादा रागाने उठून निघून गेला, तर बाबा मीटिंग च्या बहाण्याने बाहेर गेले. आई तिच्या रूम मध्ये तर, वहिनी किटी आहे सांगून क्लब ला गेली.

सगळे कसे तिला अपेक्षित होते तसेच घडत होते. अर्णव ने या सगळ्या घटना तिला आधीच दाखवल्या होत्या जश्या जादूच्या गोलात एखादा जादूगार दाखवतो अगदी त्याप्रमाणेच. निवांतपणे तिने आणि नुरीने कॉफी प्यायली आणि त्या दोघी तिच्या रूम ला गेल्या

तर अर्णव चा मेसेज तिच्या मोबाइलला आलेला होताच.

"कसे आहे वातावरण?"

"तापलेले आणि तुझ्याकडे?"

"उकळलेले"

"हा हा हा"

" ऑल दि बेस्ट"

"सेम टू यु"

"प्रचंड तापमान वाढले आहे आज"नुरी हसत तिला म्हणाली.

"अगदी हेच होणार म्हणून अर्णव म्हणलेला. या सगळ्या व्यवहारी बोलण्यात मला अर्णव खूप जास्त मोठा, उदात्त आणि मॅच्युअर्ड वाटतो नुरी"

"अगं, तसाच आहे तो. आयुष्य कसे जगावे आणि काय करावे याच्या कन्सेप्ट्स खूप क्लियर आहेत त्याच्या. तुला सांगू, माझे मन सांगते की तुम्हा दोघांना जसे हवे ना अगदी तसेच होणार आहे हे नक्की."

"होईल तेव्हा... तोपर्यंत तू बघत आहेस ना घरात कसे ज्वालामुखी फुटत आहेत ते"

"फुटू देत. आपल्याकडे अर्णव नावाची त्सुनामी आहे ना त्या ज्वालामुखीना शांत करायला"

"हा हा हा..." दोघी टाळ्या देत हसत म्हणाल्या.

तेवढ्यात रूम मधला फोन वाजला तसा शिवांगी ने घेतला तर खालून आईचा फोन होता.

"का ग आई? खाली येऊ का?"

"नाही नको राहू देत. तुझे बाबा आत्ताच बोलले आहेत अर्णव च्या वडिलांशी. उद्या सकाळी 9 वाजता आपल्याला अर्णव च्या घरी जायचंय. तू तयार राहा"

"ओके आई" ती खुश होत म्हणाली.

फोन ठेवल्यावर नुरी ने भुवई उंचावत 'काय' असे विचारले.

"उद्या अर्णव च्या घरी जायचे..."

"वाह मॅडम..जोरदार"

"मज्जाच मज्जा"

"ए त्याला फोन लाव ना"

"अगं त्याच्या कडे पण वातावरण तापलेले आहे. उगाच नको"

"लाव तर. नाही उचलला तर आपण समजून जाऊ"

शिवांगी ने अर्णव ला फोन लावला. फोन मिस झाला.

"बघ मी तुला म्हणत होते ना...." शिवांगी एवढे बोलत असतानाच त्याचा व्हिडिओ कॉल आला.

तिने उचलल्यावर अर्णव ने छान स्माईल दिली आणि तिला विचारले,

"तू ठीक आहेस शिवांगी?"

"एकदम मस्त. आणि तू?"

"छान आहे. उद्या येत आहेस ना सकाळी?"

"हो. म्हणजे काय. तुला भेटायचा चान्स मी थोडीच घालवणार आहे?" ती हसत म्हणाली.

तो ही हसला आणि म्हणाला, " उद्या मी जे म्हणेन तिथे तर तसेच्या तसे तू पण तेच बोल"

"येस बॉस"

"मी उद्या सांगणार आहे की मला हे लग्न नाही करायचे आहे"

"काय? असे का बोलतोय तू अर्णव?"

"जे मी म्हणेन तेच म्हणायचे शिवांगी"

"पण लग्न नाही करायचे म्हणजे...?"

"रिलॅक्स. ती स्ट्रॅटेजी आहे."

"म्हणजे लग्न करायचे ना आपण?" तिने घाबरून विचारले.

"कोई शक?"

"नाही"

"मग....!"

"असंच..."

"बाय द वे, असंच काही नसते बरं का!

"असते..."

"नसते...."

"असते...."

"लग्न करायचे आहे ना?" त्याने विचारले

"ओके बाबा, नसते" ती तोंड वाकडे करत म्हणाली.

तिच्या त्या रिअॅक्शन ला तो खदखदून हसला. ती त्याला नाकावर बोट ठेऊन वेडावून दाखवायला लागली तसा तो अजून हसायला लागला. तिने खोटे खोटे कट्टी केले तसे त्याने

हसत बट्टी ची साईन केली.

पहिल्यांदा तिने नाही अशी मान डोलावली.

त्याने परत बट्टी असे दाखवले.

तरी ती नाही नाही अशी मान डोलावायला लागली.

तसे त्याने तिला हग करत आहे अशी साईन केली.

ते पाहून हळूच हसून तिने पण बट्टी केली.

त्याने बाय करून फोन ठेवला तशी नुरी धावत येऊन तिला म्हणाली, " तुमचे हे प्रेम पाहून मलाही लग्न करायची ईच्छा होत आहे"

तिच्या या बोलण्यावर शिवांगीच्या मोठ्याने हसण्याचा आवाज पूर्ण रुम मध्ये घुमला.

परत तोच हॉल, तेच लोक पण यावेळेस वातावरण जरा वेगळे होते. खालच्या मोठ्या हॉल मध्ये गोलाकार सोफ्यावर जवळजवळ बारा माणसे बसली होती. अर्णव कडचे 6 आणि शिवांगी कडचे 6 लोक एकमेकांच्या समोर बसले होते. अर्णव आणि शिवांगी हे दोघेही दोन्ही साईड च्या सोफ्यावर बसले होते आणि ते फक्त शांतपणे ऐकत होते. खूप वेळ एकच डिस्कशन चालले होते, की लग्न किती मोठे आणि थाटात केले पाहिजे.

शिवांगीचा दादा आणि वडील हे दोघेही जण त्या बाबतीत ॲग्रेसीव होते.

त्यांचा हा विचार चालला होता की दोन्ही मुले लहान आहेत कुठल्याही परिस्थिती मध्ये यांचे न ऐकता आपण आपल्या पद्धतीने छानपैकी सगळ्या गोष्टी करूयात.

या सगळ्यात अर्णव मात्र एकदम शांत होता. आज शिवांगी बरोबर नुरी नव्हती आणि अर्णव बरोबर त्याचा भाऊ सुद्धा नव्हता. त्यामुळे शिवांगी आणि अर्णव हे पूर्णपणे एकटे होते.

"अर्णव हे काही चालणार नाही, ज्या आमच्या हौशी मौजी आहेत त्या पूर्ण करायच्याच आहेत आणि त्या करिता तुझ्या बाबांचा आणि आईचा पाठिंबा आहे. तुम्ही पण सांगा आता." तिचा दादा अर्णव च्या वडिलांकडे पहात म्हणाला.

"मला असे वाटते की सगळ्याच गोष्टी बोलून झाल्या आहेत आणि आता यात वेगळे ठरवण्यासारखे असे काही नाही. तुम्ही मुहूर्ताचे बघा आणि मग आपण बाकीचे बोलणे करून घेऊयात."

अर्णव एकदम उठून उभा राहिला आणि म्हणाला " जर तुम्हाला मी जे सांगतो ते पटत नसेल तर मला लग्न करण्यामध्ये अजिबात इंटरेस्ट नाही."

हे ऐकून सगळे एकदम ताडकीने उभे राहिले.

" काय? काय बोलतो आहेस तू? काय चालले आहे तुझे? तुला कळत आहे का तुझ्या बोलण्याचा अर्थ?"त्याचे बाबा म्हणाले .

शिवांगी फक्त शांतपणे अर्णव कडे बघत होती आणि त्याने नजरेनेच तिला शांत राहा असे खुणावले.

"तुम्ही जे ऐकले ते बरोबर आहे, तुम्हाला जर माझे ऐकायचे नसेल आणि माझी पद्धत पटत नसेल तर मला हे लग्न करायचे नाही" अगदी ठामपणे तो म्हणाला.

"हा हट्टीपणा झाला! " वैतागून तिचा भाऊ म्हणाला.

"अर्णव हे असे का बोलतो आहेस? तुला ती पसंत आहे ना? तू तिला लग्नासाठी हो म्हणाला होतास ना? आमची मोठ्यांची बोलणी सुरू झाली आणि आता काय हे की तुला लग्न नाही करायचे!" त्याची आई त्याला विचारत होती.

अर्णव आई कडे पाहत म्हणाला" आई मी परत एकदा सांगतो जर तुम्हाला मी सांगतो ते पटत नसेल तर मला हे लग्न करायचे नाही." त्याच्या ह्या उत्तराने शिवांगीकडील लोक एकदम शांत बसले.

एका क्षणात तिच्या दादा आणि बाबांच्या डोळ्यासमोरील चित्र बदलले, जर हे लग्न झाले नाही तर किती नुकसान होईल? बिझनेस एक्सपांशनचा प्लॅन नष्ट होईल, शेयर मार्केट मधला टक्का वाढवण्याची स्वप्ने जी पहिली ती स्वप्नच राहतील. दोन्ही फॅमिली एकत्र नाही आल्या तर कसे होईल? तिचे बाबा आणि आई शांत झाले. दादा कपाळाला हात लावून बसला तर वहिनी जळजळीत नजरेने अर्णव कडे बघत होती.

"मी जे सांगितले ते माझे पक्के आहे, त्यात कुठलाही बदल आला चालणार नाही. पुन्हा एकदा सांगतो मला माझे लग्न माझ्या पद्धतीने होणार असेल तरच आणि तरच करायचे आहे, नाहीतर मी हे लग्न करणार नाही" अर्णव शांतपणे पण अगदी निक्षून बोलला.

"हे सगळं आता बोलतोय तू? सगळी बोलणी झाल्यावर" तिचा भाऊ म्हणाला.

"कसली बोलणी, तुमच्या एक्सपांशन ची की बिझनेस ची? तुम्हाला मी नाही तर तुमचा बिझनेस तुमचे स्टेटस महत्वाचे आहे. " तो म्हणाला.

"अरे हे सगळे तुझ्यासाठीच तर करतोय! आता नाही तुला 10 वर्षांनी कळेल की हे तुझ्या चांगल्यासाठीच आहे" त्याला कनविन्स करायचा प्रयत्न करत त्याचे बाबा म्हणाले.

"शिवांगी तू सांग ना अर्णव ला" सगळेच तिला म्हणाले आणि तिच्याकडे अपेक्षेने बघत होते.

"मी काय सांगणार? तो अगदी बरोबर बोलतो आहे. त्याचे जे म्हणणे आहे तेच माझेही मत आहे.जर त्याला लग्न करायचे नसेल तर मलाही करायचे नाही". ती म्हणाली.

हे ऐकल्यावर दोन्ही घरातील सगळी लोक एकदम शॉक होऊन शांत बसली, काही क्षण एकदम अफाट शांततेत गेले. कोणाच्याही तोंडून काही शब्दच फुटत नव्हते.

तेवढ्यात नोकर मंडळी कॉफी आणि स्नॅक्स घेऊन आलेले तसे अर्णव चे वडील घ्या म्हणाले पण कोणीही प्लेट्सला हात देखील लावला नाही.

"घ्या सगळ्यांनी घ्या. अन्नावर राग कशाला?" ते म्हणाले तसे त्यांच्या शब्दाचा रिस्पेक्ट म्हणून सगळ्यांनी कॉफी तेवढी घेतली.

अर्णव मात्र एकदम स्थिर आणि शांत होता. त्याचा निश्चय त्याच्या चेहऱ्यावर दिसत होता, त्यामुळेच तर सगळे भयंकर पेचात अडकले होते त्यातून कसे बाहेर पडावे कोणालाच

कळत नव्हते.

ती शांतता भंग करायला त्याचे वडील म्हणाले" तुझ्या डोक्यात तरी काय आहे अर्णव?"

"माझ्या डोक्यात जे आहे ते मी तुम्हाला स्पष्ट पणे सांगितले आहे, मला कोणीही या बाबत काही वेगळा बदल असे सांगण्याचा प्रयत्न करू नका. मला बरोबर कळते आहे की मी काय करतो आहे ते." तो म्हणाला.

"तुला कळते आहे का तुझ्या या निर्णयामुळे किती नुकसान होणार आहे आपल्या कॉन्टॅक्टस रिलेटेड?"

"त्याची जवाबदारी माझी! आपण लोकांना न बोलावल्याने जे काही बिझनेस चे नुकसान होईल ते मी भरून काढेन. पुढच्या 3 वर्षात आपला बिझनेस हा आत्तापासून दुपटीवर नेण्याची जवाबदारी माझी."

"अरे पण ही असे काही प्रसंग असतात ज्याने काहीतरी मिळवता येते, काही गोष्टी करता येत असतात, लोकांना मोठेपणा देऊन त्यांच्याकडून अनेक कामे करून घेता येत असते. आपले दिसणे, आपला व्याप दाखवणे खूप गरजेचे असते."

"मी तुम्हाला पाहिल्यापासुन सांगतो आहे की मला हे प्रस्थ, हा स्टेटस, हा बडेजाव या सगळ्या गोष्टी दाखवण्यात काही इंटरेस्ट नाही. निदान माझ्या लग्नात तरी नाही. अर्जित च्या लग्नात हे सगळे करा. त्यात मी पण तुम्हाला हवी ती मदत करेन स्टेटस जपण्यासाठी फक्त त्याची ती ईच्छा असली पाहिजे आणि बघा मी काय काय करेन ते.

हे असे घडेल अशी तुम्ही माझ्या लग्नात मात्र अपेक्षा ठेऊ नका. माझे माझ्या आयुष्याबद्दल काही स्वप्ने आहेत, काही अपेक्षा आहेत, म्हणून अत्यंत सध्या पद्धतीने मला लग्न करायचे आहे. त्यात शिवांगीचा सुद्धा पूर्ण पाठिंबा आहे."

" तू परत एकदा विचार करावा अर्णव" तिचा दादा आता खूप शांतपणे म्हणाला.

"दादा खूप विचारपूर्वक हे बोलतो आहे. मी कधीच विचार न करता बोलत नाही".

"आणि आम्ही हे जे 50- 50 कोटी बाजूला ठेवले ते?"

"ते तुम्ही फक्त आमच्यासाठी ठेवले आहेत की आणखी काही कारणासाठी?"

"नाही ते तुमचेच आहेत"

"मग तुम्ही ते लग्नाचे गिफ्ट म्हणून आम्हाला द्या आम्ही बघतो त्याचे काय करायचे ते"

"म्हणजे"

"चार दिवसाकरता 100 कोटी खर्च करण्यापेक्ष त्याचे योग्य नियोजन काय करायचे ते आम्ही दोघे बघतो. जर मुलांसाठी 100 कोटी ठेवले आहेत तर त्या मुलांनाही कळू देत की त्याचे काय करायचे."

अर्णव आणि शिवांगी च्या वडिलांनी एकमेकांकडे बघितले.

शिवांगी चे वडील म्हणाले " तुझ्या मनात काय चालू आहे नक्की?"

"माझे आणि शिवांगी चे लग्न महाबलीपुराम येथे फक्त आपल्या घरच्या लोकांच्या उपस्थितीत त्यांच्या साक्षीने व्हावे. या लग्नात कुठलाही बडेजाव नसावा! लग्न संपूर्ण विधीयुक्त, प्रेमाने आनंदाने व्हावे आणि त्या पवित्र ठिकाणी त्या अथांग समुद्राच्या साक्षीने व्हावे. अग्नी भोवती मी फेरे घ्यावे. वरून आकाशने भरभरून आशीर्वाद द्यावा. तसाच तिथल्या मंदिरातील देवाने आम्हा दोघांकडे परिपूर्ण पाहावे आणी तथास्तु म्हणावे.

त्या भल्या मोठ्या पृथ्वी ने तिच्या भव्यदिव्य संकल्पनेत आम्हाला सहज सामावून घ्यावे, एवढेच माझ्या मनात चालू आहे"

"महाबलीपुराम हेच ठिकाण का?"

"मी काही जागा शोधल्या,त्यातील मला हवेतसे सगळे योग्य आणि पवित्र फक्त त्या ठिकाणी असल्याचे जाणवले. जिथे मी पूर्णपणे लिन झालो, तिथल्या तत्वाशी कनेक्ट झालो आणि मला अपूर्व मनशांती मिळाली."

"अरे पण महाबलीपुराम ला काहीच मोठं...."

"काहीच करायचं नाही दादा, मोठं नाही की बडेजाव नाही. आपण तिथे एक मंडप बांधू, त्यात होम असेल बाजूला गुरुजी असतील आणि आम्ही तुमच्या सगळ्यांच्या उपस्थित फेरे घेऊ आणि तुमचे आशीर्वाद घेऊ. लग्नाला अजून काय लागते? अशी असंख्य लग्ने होतात ज्यामध्ये कोणीच नसते, इथे आपण तर हौशीने घरातील सगळे असू."

"आणि आपण सगळे महाबलीपुरामला तरी विमानाने जाऊ का तुला त्यातही काही वेगळेपणा अपेक्षित आहे किंवा अजून काही वेगळी पद्धत?" नापसंती ने का ना असो पण त्याचे बाबा म्हणाले.

तो हसत म्हणाला, "नाही बाबा! जो काही आपला ट्रॅव्हल मोड असेल तो चालेल. मग आपले चार्टर्ड प्लेन आहे ते पण चालेल. तुम्ही म्हणाल तसे! बाबा मी सिंघनिया हे स्टेटस तसेच सांभाळत आहे फक्त माझ्या लग्नाची पद्धत ही माझी आहे आणि असावी हे नक्की. शिवांगी तू तयार आहेस ना?"

ती उठून त्याच्याजवळ जात म्हणाली " मी पूर्णपणे तयार आहे. "

मग त्याने सगळ्यांकडे पाहिले आणि म्हणाला " काय आहे तुमचे म्हणणे यावर?"

"आम्ही काय म्हणणार यावर आता? तू हे लग्नच कारायचे नाही म्हणल्याल्यावर सगळ्याच गोष्टी संपूर्ण बदलून जातात ना.

आमच्या मनासारखे नाही होत तर निदान तुमच्या तरी मनासारखे होते आहे, ठीक आहे आम्ही मान्य करतो. आम्हाला वाटले ते सगळे तुला सांगितले पण तू त्याला तयार नाहीस मग ठीक आहे तू म्हणतो त्यासाठी आम्ही तयार आहोत. चालेल ना सिंघानिया साहेब? " तिच्या बाबांनी अर्णव च्या बाबांकडे पाहत विचारले.

आधी शांत असलेले त्याचे बाबा " ठीक आहे " इतकेच बोलले.

सगळे तयार आहे म्हणल्यावर सगळ्यांनी एकमेकांकडे पाहुन सुटकेचा निःश्वास सोडला.

अर्णव आणि शिवांगी ने हळूच एकमेकांकडे पाहुन डोळा मारला आणि स्माईल दिले.

ज्या पद्धतीने त्यांना जसे हवे त्या आणि त्याच पद्धतीने सगळं घडणार होते याची खात्री होती त्यामुळे त्याने पूर्ण विश्वासाने शिवांगीला त्याचा प्लॅन सांगितला होता. त्याची ही फुलप्रूफ स्ट्रॅटेजी फुल्ल सक्सेस झाली होती. शेवटी लग्न ठरले या आनंदात अर्णव च्या आईने नोकरांकडून मिठाई मागवली.

संपूर्ण घरामध्ये मिठाईचे बॉक्स वाटायला सुरुवात झाली आणि अर्णव आणि शिवांगी च्या बाबांनी एकमेकांना मिठाई भरवली.

तिचा दादा तिच्या जवळ आला आणि हसत म्हणाला" शिवांगी आता लग्न ठरले आहे तू पण अर्णवला मिठाई भरवू शकतेस"

"हो का दादा, मी भरवू शकते का? मला वाटले तो मला भरवणार आहे."

"का तुमच्याकडे लेडीज फर्स्ट अशी पध्द्त नाही का?" अर्णव तिला चिडवत म्हणाला.

"अरे मला वाटले तुला आवडेल भरवायला".

"नाही मला भरवून घेण्यात इंटरेस्ट आहे"

"असे का? मग लग्नाच्या जेवणात मी भरवेन आता तू भरव" ती म्हणाली.

"असे कसे? एका गोडाची सुरवात ही दुसऱ्या गोडापासून झाली पाहिजे" तो म्हणाला.

"कोण गोड आहे" तिने भुवई उंचावत विचारले.

"तू" मिश्कीलपणे तो म्हणाला.

"मला वाटलं ही काजूची मिठाई"

" नाही तू"

हे बोलताना त्याच्या डोळ्यातून वाहणारे प्रेमाचे असंख्य भाव तिला दिसत होते तर त्याच्या बोलण्याने आरक्त गाल झालेली ती लाजत त्याला बर्फी भरवत होती.

समुद्राच्या लाटांच्या आवाजाच्या सानिध्यात, वाहणाऱ्या वाऱ्याच्या झुळूक येऊन हलणारा आणि दिमाखदार सूर्यप्रकाश असलेल्या त्या जागेवर एक रेशमी शामियाना बांधला होता. गुलाबी आणि पांढऱ्या रंगाच्या या शामियानाच्या बरोबर मध्यभागी होमकुंड होते आणि त्या होमकुंडामध्ये अग्नीचे सौम्य अस्तित्व जाणवत होतं. अग्नी त्या तिथल्या लोकांवर प्रसन्न होता कारण त्या अग्नीचा धूर कुठेही पसरला नव्हता.

दोन गुरुजी दोन्ही बाजूला बसून त्या होमकुंडात तुपाची धार सोडत होते त्या अग्नीला अतिशय उत्तम प्रकारे मंत्रोच्चार च्या साहाय्याने अजून प्रसन्न करून घेत होते. काही देखणे विधी तिथे संपन्न होत होते आणि सौंदर्याचा देखणा जोडा असलेले शिवांगी आणि अर्णव शास्त्रोक्त पद्धतीने त्या विधींना पार पाडत होते.

त्यांच्या समोरच छान सोफ्याची अरेंजमेंट केली होती आणि त्याच्या बाजूला काही लोक हातामध्ये काही थाळी पदके घेऊन उभे होते. तिथे सगळे मिळून 25 लोक सुद्धा नसावेत पण लांबून जरी कोणी पाहिले तर जाणवेल की इथे काहीतरी मोठी गोष्ट सुरू आहे.

महाबलीपुरामच्या सी शोर टेम्पल च्या बरोबर बाजूला भगवंताच्या साक्षीने आणि पंचमहाभूतांच्या तत्वाच्या सानिध्यात आज अर्णव आणि शिवांगी चा विवाह सोहळा संपन्न होत होता.

ठरल्याप्रमाणे साध्या तरीही उत्तम प्रकारे आणि कशाची कमतरता नसलेल्या या विवाहमध्ये खास सगळे जण मुंबई हुन इथे पोहचले होते. आज या सगळ्या लोकांचे सिक्युरिटी गार्डसुद्धा महाबलीपुरामच्या पार्किंग पाशी होते, कारण या विवाहात मोजून आणि ठरवलेलीच माणसे होती.

सगळ्यांच्या चेहऱ्यावर प्रसन्नता होतीच पण विशेष म्हणजे अर्णव आणि शिवांगी यांच्या चेहऱ्यावरचे तेज काही आज लपत नव्हते.

सगळे विधी उत्तम झाल्यावर लग्न मुहूर्ताच्या वेळी सगळेजण उभे राहिले. असंख्य गुलाबाच्या फुलांनी तयार केलेला आणि त्यात सोबत असलेल्या छानशा सोनेरी कांकणांनी सिद्ध असलेला मोठा हार दोघांच्या हातात देण्यात आला.

मुहूर्ताच्या वेळेस जसे " तदैव लग्नम सृजनंत देव" हा श्लोक म्हणून "शुभमंगल सावधान" असे म्हणण्यात आले त्यानंतर सगळ्यांनी टाळ्या वाजवून त्या नवीन जोडप्याचे स्वागत आणि अभिनंदन केले.

जसे शिवांगी ने अर्णव ला हार घालायचा प्रयत्न केला तसे अलगदपणे अर्णव ला त्याचा छोटा भाऊ अर्जित आणि त्याचा काका यांनी हसत मजेमध्ये उचलले. ते पाहून शिवांगीच्या दादाने तिला अर्णवच्या उंची एवढे उचलले.

अर्णव ने सुद्धा हार घालताना अजिबात मान खाली केली नाही ते बघुन शिवांगी ने सुद्धा तसेच आणि तसेच ताठ मान ठेऊन हार घालून घेतला. आणि त्या दोघांनी एकमेकांच्या गळ्यात हार घातले. सिंघनिया आणि बजाज फॅमिली आज खऱ्या अर्थाने एकत्र झाल्या होत्या. म्हणल्याप्रमाणे अतिशय सात्विकता असलेले हे लग्न तेवढ्याच साध्या पद्धतीने पण संपूर्ण शास्त्रोक्त विधिवत पार पडले होते.

आज सगळ्याच्या चेहऱ्यावर विलसत असलेले समाधान आनंदाची एक वेगळीच जाणीव करून देत होते आणि या जाणिवेच्या पलीकडे होते एक आत्मिक सुख!

शिवांगी आणि अर्णव दोघेही इतक्या सुंदर पेहरावमध्ये होते की त्यांच्यावरून नजर हटत नव्हती.

सुंदर अश्या धोतर आणि सोनेरी काठाच्या उपरणे मध्ये असलेला अर्णव आणि पांढऱ्या शुभ्र रंगाची सोनेरी काठ असलेली साडी घालून शिवांगी दोघेही राजबिंडे दिसत होती. लग्न जरी सध्या पद्धतीने असले तरी लग्न हे कुठल्या राजघरण्याच्या पेक्षा कमी नव्हते, प्रत्येकाच्या चेहऱ्यावर असलेली खानदानी श्रीमंती ही कुठेच लपत नव्हती.

मुहूर्ताच्या लग्नानंतर जेव्हा गमती जमती झाल्या त्यावेळी सगळ्यांनी हसत सोहळा एन्जॉय केला. डोळ्यांचं पारणेफेडणारा सोहळा जरी सगळ्यांच्या मनात असला तरी तिथे आल्यावर महाबलीपुरामच्या पवित्र सानिध्या मध्ये सगळेचजण या आनंदात मनापासून

शामिल झाले होते.

जेवणाची उत्तम सोय तिथेच जवळच केली गेली होती. जेवणामध्ये कुठलाही शाही थाट नसताना तिथल्याच अन्नपदार्थ बनवणाऱ्या लोकांना सांगून स्पेशल भात, रस्सम, कैरीची चटणी, त्यासोबत बटाटा दही भाजी, पापड, लोणचे, ताक आणि मैसूर पाक असा साधा मेनू होता.

केळ्याच्या मोठ्या पानांवर हा मेनू वाढल्यावरअर्णव तिथल्या लोकांसारखा रस्सम आणि भात याचे गोळे करून खात होता. त्याला पाहून सगळे हसत पण होते आणि त्यांनी तसा खायचा प्रयत्न केला तर त्यांना जमत नव्हते.

अर्णव म्हणाला, "असे एक्सपर्ट होण्यासाठी चेन्नई ला यावे लागते" यावर सगळे हसले.

विधी, जेवण आणि ईतर सगळं व्यवस्थित पार पडल्यावर अर्णव ने सगळ्यांना जमवले आणि सांगितले की,

"मला काही अनाऊन्ससमेंट करायची आहे"

सगळे त्याच्याकडे पाहत असताना तो म्हणाला,

"हा समुद्र, हा अग्नी, ही पृथ्वी, हे आकाश, हा देव आणि तुम्ही सगळे यांच्या आशीर्वादाने मी आणि शिवांगी आमच्या नव्या जीवनाची सुरुवात करत आहोत. तुम्ही आमची विनंती ऐकून आमचे लग्न साध्या पध्दतीने करून दिले त्याकरिता मनापासून धन्यवाद. तुम्ही आम्हाला जे 100 कोटी दिले आहेत या पैस्यासाठी आम्ही काही ठरवले आहे."

अर्णव ने फोन करून त्याच्या सेक्रेटरी ला बोलावले, तो जसा आत आला तसे त्याच्या हातात एक मखमली पॅकेट आणि त्यावर एक सॅटिन रिबीन होती.

त्याने त्याच्या आणि शिवांगी च्या वडिलांना एकत्र बोलावले आणि त्यांच्या हातात ते पॅकेट दिले आणि सांगितले की तुम्ही ही रिबीन उघडा.

जशी ती रिबीन त्या दोघांनी उघडली तसे त्यातून गोल्डन आवरणात असलेली एक फाईल दिसली ज्यावर लिहिले होते, 'सिंघनिया बजाज फाउंडेशन'.

अर्णव ने सांगितले "बाबा, कृपा करून या फाईल मध्ये काय आहे हे वाचून दाखवा."

तसे अर्णव च्या वडिलांनी ते पेपर्स वाचायला घेतले.

" आज सिंघनिया बजाज फाउंडेशन या नव्या संकल्पनेची स्थापना होत आहे ज्या मार्फत अनेक लोकोउलपयोगी कार्यक्रम राबविण्यात येणार आहेत.

या फौंडेशन तर्फे दर वर्षी 5000 लोकांचे सामुदायिक विवाह सोहळे संपन्न करण्यात येतील.

तसेच महाबलीपुराम जवळ एक वृद्धाश्रम बनवायचे ज्यात निराधार, गरजू लोकांना आजन्म मोफत सोयसुविधा असेल.

त्याच बरोबर अनाथ मुलांसाठी एक अनाथालय जे चेन्नई च्या आउटसकर्ट्स वर म्हणजेच ईस्ट कोस्ट रोड वर करण्याचा प्लॅन आहे.

त्याच बरोबर मुंबई, बंगलोर, हैद्राबाद, त्रिवेंद्रम, अहमदाबाद इथे या फाउंडेशनचे एक युनिट काम करतील ज्या मार्फत दरवर्षी 10000 विद्यार्थ्यांना शिक्षण आणि 2000 विद्यार्थ्यांना उच्च शिक्षणासाठी स्कॉलरशिप देण्यात येतील.

दरवर्षी अनेक विविध कार्यक्रमामार्फत नवीन रोजगार स्थापन करण्यासाठी हे फौंडेशन काम करेल.

अपघातग्रस्ताना रक्कम दिली जाईल आणि गरिबांना नोकरीसाठी प्राधान्य दिले जाईल.

त्या प्रत्येक गरजू व्यक्ती ला मदत केली जाईल जो त्याच्या फॅमिलीचा कर्ता पुरुष असेल. सिंघानिया बजाज फौंडेशन हे त्यात असणारी सर्व रक्कम ही समाजासाठी खर्च करेल"

तो आलेख वाचताना अर्णव च्या वडिलांचे डोळे पाणावले आणि आवाज जड झाला.

शिवांगी च्या वडिलांनीसुद्धा अर्णव कडे अभिमानाने पाहून मान डोलावली.

संपूर्ण आलेख वाचून झाल्यावर सगळ्यांनी एकमेकांकडे पाहिले आणि सगळेच निशब्द झाले होते.

आज स्वतःचा स्टेटस सोडून साध्या पद्धतीने लग्न करून अर्णव आणि शिवांगी ने जी मुहूर्तमेढ रोवली होती त्यावर बोलण्याकरिता कोणाकडे शब्दच नव्हते.

अर्णव च्या वडिलांनी जवळ येऊन त्याच्या पाठीवर हात ठेवून " जिंकलस! तू सर्व काही जिंकलस" इतकेच ते बोलू शकले इतका त्यांचा आवाज भरून आला होता.

आज अर्णवच्या या वागण्याने सगळ्यांचा 'स्टेटसचा' कोट पूर्णपणे हरला होता आणि त्याच्या ऐवजी माणुसकीचा सदरा आनंदाने जिंकत होता.

अर्णव आणि शिवांगी ने सगळ्यांचे आशीर्वाद घेतले.

तिथल्याच एका दगडाला हातात घेऊन अर्णव शिवांगीबरोबर समुद्रापाशी आला.

तो दगड हातात ठेऊन त्याने प्रार्थना केली आणि त्या दगडाला समुद्रात स्नान घालून तो दगड जवळ ठेवला. हा सिंघानिया बजाज फाउंडेशन चा दगड असणार होता जो महाबलीपुरम येथून रोवल्या जाणार होता.

त्या दोघांनी एकमेकांच्या हातात हात गुंफले आणि ते निघाले अश्या प्रवासाला जिथे स्टेटस पेक्षाही संपूर्णता, समाधान आणि आनंद हे कायमस्वरूपी नांदणार होते.

....

समाप्त!